Vietnamese-English
English-Vietnamese
Practical Dictionary

Vietnamese-English
English-Vietnamese
Practical Dictionary

Bac Hoai Tran
&
Courtney Norris

Hippocrene Books, Inc.
New York

For information, address:
HIPPOCRENE BOOKS, INC.
171 Madison Avenue
New York, NY 10016
www.hippocrenebooks.com

Library of Congress Cataloging-in-Publication Data

Tran, Hoai Bac, 1954-
  Vietnamese-English, English-Vietnamese practical dictionary /
  Bac Hoai Tran and Courtney Norris.
    p. cm.
 ISBN-13: 978-0-7818-1244-3 (alk. paper)
 ISBN-10: 0-7818-1244-5 (alk. paper)
 1. Vietnamese language--Dictionaries--English. 2. English
language--Dictionaries--Vietnamese. I. Norris, Courtney. II. Title.
 PL4376.T63 2010
 495.92'2321--dc22

                                        200805116

Printed in the United States of America.

CONTENTS

CONTENTS

INTRODUCTION

This practical dictionary goes beyond the scope of other dictionaries of its kind. It is user-friendly and compact, yet provides essential vocabulary for anyone who needs the Vietnamese language—whether businessperson, student, NGO worker, or adventurous tourist who wants to delve more deeply into Vietnamese culture. This dictionary has been written with an eye to native Vietnamese speakers learning English as well. We have made every effort to include dialectal variations (primarily North and South), and wherever possible, vocabulary unique to overseas Vietnamese.

We have included the most up-to-date vocabulary in the realm of computer technology and the Internet, as well as international organizations and NGOs. Students of Vietnamese history will also appreciate the attention given to vocabulary from the cooperative period and terms unique to the Vietnamese political system. Words related to Vietnamese religious traditions, holidays, and social life are interwoven throughout. Useful geographical appendices focusing on Vietnam and the region (plus many other countries and cities around the world) are also provided. What makes this dictionary particularly unique are comprehensive food appendices (Vietnamese-English and English-Vietnamese) to pave the way for exploring Vietnamese cuisine, one of the world's best.

ALPHABET & PRONUNCIATION

DIALECTS AND REGIONAL DIFFERENCES

There are three main regions in Vietnam (North, Central, and South), where the spoken language differs in tone, pronunciation, and vocabulary. It could even be said that each province, town, or city in Vietnam has its own dialect; for example, Hanoi and Saigon each have distinct, readily recognizable dialects. Some provinces and towns are renowned for their unique variations of the language: in northern Hai Duong province, for instance, "l" and "n" are switched in pronunciation; in southern Rach Gia, "r" is pronounced as "g". With greater numbers of Vietnamese traveling and relocating within the country, we can now observe a blend of dialects in terms of both pronunciation and vocabulary, particularly in urban areas.

TONES

Generally speaking, Vietnamese has six tones. Except for the mid tone, which is unmarked, each of these tones carries a tone mark. The tone mark is different from the vowel mark (vowel marks are ă, â, ê, ơ, ô, and ư).

Take 'a' as an example of how the six tones are written:

- a (mid tone, unmarked)
- á (highest tone)
- à (lower tone)
- ả (low-rising tone)
- ã (broken, low-rising tone)
- ạ (lowest tone)

A brief description of the Vietnamese tones:

1. Mid tone (unmarked): Voice is steady and stays in the middle range.

    ho *cough*

2. Highest tone (the acute accent): Voice rises sharply from middle range.

    lá *leaf*

3. Lower tone (the grave accent): Voice goes down from middle range.

> chờ *wait*

4. Low-rising tone (the question mark without the dot): Voice begins at middle range and then rises.

> hỏi *ask*

   * In Hanoi in recent years, pronunciation of this tone has changed, with the voice ending low and not rising.

5. Broken, low-rising tone (the tilde): Voice starts low and abruptly rises high, broken by a glottal stop.

> ngã *fall down*

   *In Southern dialects, this tone is pronounced exactly like the low-rising tone (#4).

6. Lowest tone (the dot): Voice starts low and immediately drops to the lowest range.

> chợ *market*

   *In Southern dialects, this tone is slightly higher and the vowel is shortened less, as compared to Northern dialects.

SOUNDS

1. Vowels

Vowel or Combination	Pronunciation	Example(s)
a	as *a* in f<u>a</u>ther	ba *father*
ă	somewhat similar to <u>u</u> in m<u>u</u>d	mặt *face*
â	as *u* in s<u>u</u>n	dân *people*
e	as *e* in r<u>e</u>d	đen *black*
ê	similar to *ai* in b<u>ai</u>t (long e to short)	tên *name*
i	as *ea* in h<u>ea</u>t	vịnh *bay*
o	as *oo* in d<u>oo</u>r	no *full*
ô	similar to <u>oh</u>	khô *dry*

Vowel or Combination	Pronunciation	Example(s)
ơ	as *i* in f*i*rm	lớn *big*
u	as *oo* in f*oo*d	khu *neighborhood*
ư	similar to *u* in *u*h h*u*h	đứng *stand*
ai	as *ie* in l*ie*	bài *lesson*
ao	as *ow* in d*ow*n	nào *which*
au	a combination of /a/ and /u/	màu *color*
ay	a combination of /ă/ and /i/	thay *replace*
âu	similar to *o* in n*o*	lâu *long*
ây	similar to *ay* in d*ay*	giấy *paper*
eo	similar to *e* in f*e*ll	đeo *wear*
êu	similar to *a* in t*a*le	yêu *love*
ia	as *ea* in cl*ea*r	nĩa *fork*
iê	close to *ea* in d*ea*l	miếng *bite*
iu	as *ew* in f*ew*	xỉu *faint*
oa	as *wa* in K*wa*nzaa (also pronounced like '*a*' in some Central provinces)	khoa *department*
oe	as *we* in *we*t	khỏe *fine, well*
oi	as *oy* in b*oy*	đói *hungry*
oo	as *o* in l*o*ng	soong *pan*
ôi	a combination of /ô/ and /i/	hôi *smelly*
ơi	a combination of /ơ/ and /i/	đời *life*
ua	as *oo* in p*oo*r	lúa *rice*
ui	as *uoy* in b*uoy*	mùi *smell*
uô	as *oo* in p*oo*r	muộn *late*
uơ	as *ui* in sq*ui*rrel	quở *reprimand*
uy	as *ee* in sw*ee*t	khuy *button*

Vowel or Combination	Pronunciation	Example(s)
ưa	a combination of /ư/ and /a/	dứa *pineapple*
ưi	a combination of /ư/ and /i/	gửi *send*
iêu	similar to *ea* in *deal*	hiểu *understand*
oai	as *ui* in *quite*	loại *type*
oay	a combination of /o/, /ă/, and /i/	xoay *revolve*
uôi	a combination of /u/, /ô/, and /i/	tuổi *age*
ươi	a combination of /ư/, /ơ/, and /i/	cười *laugh*
ươu	a combination of /ư/, /ơ/, and /u/	rượu *wine*

2. Consonants

Consonant or Combination	Pronunciation	Example(s)
b	softer than *b* in *bean*	bé *small*
c	voiced, softer than *c* in *cat*	có *have*
ch*	similar to *ch* in *chair* (in South, final /ch/ becomes /t/)	cha *father*
d	identical to *z* in *zoo* (in South, identical to /y/)	dài *long*
đ	softer than *d* in *dear*	đen *black*
g	softer than *g* in *go*	gà *chicken*
gh	softer than *g* in *go*	ghế *chair*

---

*In Hanoi '*tr*' is pronounced like '*ch*.'

Consonant or Combination	Pronunciation	Example(s)
gi**	identical to z in zoo (in South identical to /y/)	giá *price*
h	identical to h in *house*	hoa *flower*
k	voiced, softer than c in *cat*	kem *ice cream*
kh	close to ch in Ba*ch*	khỏe *fine, well*
l	identical to l in *low*	làng *village*
m	identical to m in *meet*	màu *color*
n	identical to n in *now* (in South, final n becomes ng)	nam *south*
ng/ngh	close to ng in *singing*	ngon *delicious*
nh	close to ny in ca*ny*on	nhà *house*
p	as p in *help* but unreleased	pin *battery*
ph	identical to f in *fast*	phía *direction*
q	voiced, very close to qu in *quart* (in Saigon 'qu' is close to /w/)	quả *fruit*
r	very close to r in *round* (in Hanoi, identical to /z/; in some Southern dialects, close to a French /g/)	rẻ *cheap*
s	identical to s in *sound* (in Saigon close to sh)	sạch *clean*
t	voiced, softer than t in *tea* (in South, final t sounds like c)	tây *west*

In Northern dialects, when gi appears at the beginning of a word it is pronounced like an English z, including in words such as gio, giang, and gió. In Southern dialects, gi sounds like an English y. The word **gì (*what*) is pronounced 'zi' in the North and 'yi' in the South.

Consonant or Combination	Pronunciation	Example(s)
th	close to *t* in *ten*	thở *breathe*
tr*	close to *dge* in *judge*	tre *bamboo*
v	very close to *v* in *very* (in South and Central, close to *y* in *year*)	vải *fabric*
x	identical to *s* in *sound*	xa *far*
y	identical to *ee* in *free*	ý *idea*

A BRIEF VIETNAMESE GRAMMAR

I. WORD ORDER

1. Like English, Vietnamese is an SVO (subject + verb + object) language:

    Họ   **thích**   **chuối.**
    They   *like*   *banana*
    (*They like bananas.*)

    Tôi   **cần**   **mua**   **tem.**
    I   *need*   *buy*   *stamp*
    (*I need to buy stamps.*)

2. In Vietnamese, an adjective follows the noun that it modifies:

    tiếng   **Việt**
    language *Vietnamese*
    (*Vietnamese language*)

    phim   **hay**
    film   *good*
    (*good film*)

    chiều   **mai**
    evening *tomorrow*
    (*tomorrow evening*)

3. The negative markers **không** (*no/not*) and **chưa** (*not yet*) always precede the verb, including auxiliary verbs.

    Tom   **không**   **thích**   **chuối.**
    Tom   *no*   *like*   *banana*
    (*Tom doesn't like bananas.*)

    Sarah   **không**   **nên**   **thức**   **khuya.**
    Sarah   *not*   *should* *stay up* *late*
    (*Sarah shouldn't stay up late.*)

    Sarah   **chưa**   **đi**   **ngủ.**
    Sarah   *not yet*   *go*   *sleep*
    (*Sarah hasn't gone to bed yet.*)

II. TENSES

Generally, tenses in Vietnamese are expressed by time expressions, such as **hôm qua** (yesterday), **ngày mai** (tomorrow), or **bây giờ** (now), while the main verbs stay the same. Tense markers can also be used for emphasis.

There are three tense markers in Vietnamese:

1. **đã**: marker for past tenses

> **Anh ấy đã ăn rồi.**
> *He   did eat already*
> (*He ate already.*)

2. **sẽ**: marker for future tenses

> **Tuần sau họ sẽ đến thăm chúng ta.**
> *Week next they will come visit us*
> (*They will come to visit us next week.*)

3. **đang**: progressive marker

> **Họ   đang   ngủ.**
> *They   -ing   sleep*
> (*They are sleeping.*)

III. TERMS OF ADDRESS

In Vietnamese, the words for "you" and "I" are determined by age, status, and social relationships. The formal Vietnamese word for "I" is **tôi**. **Tôi** can be used when addressing a stranger, especially people of the same age or younger, such as in a shop or restaurant. After you've become acquainted with someone, it is friendlier to refer to yourself using an appropriate family term for "I" other than **tôi,** for example, **em** (younger brother or sister) or **cô/chú** (aunt/uncle).

As an example, when a male student is talking to a female peer, one option is for him to call her **chị** (older sister) while referring to himself as **tôi** (I); when a male elder joins the conversation, the male student can call him **chú** (junior uncle) and refer to himself as **cháu** (nephew); when talking to his female teacher he addresses her as **cô** (female teacher) while calling himself **em** (younger sibling); and so forth.

In a classroom setting, when addressing the teacher as **thầy** (male teacher) or **cô** (female teacher), learners have several choices of title for themselves: they may refer to themselves by their first names or as **em** (younger sibling) or **con** (child), depending on the age gap between teacher and student.

As previously mentioned, another option is to use your first name when referring to yourself. So if John wants to tell Hoa that he has bought a book for her, in Vietnamese it may be said as follows:

John đã mua quyển sách này cho Hoa.
John has bought classifier* book this for Hoa
(I [John] bought this book for you [Hoa].)

* See section X for a discussion of classifiers.

The general expressions for "you" are **anh** (male) and **chị** (female), which literally mean "older brother" and "older sister," respectively. More formal terms for "you" that are appropriate for the elderly and persons of high status are **ông** (male) and **bà** (female). If you want to be very polite and are uncertain about someone's status or age, use **ông** or **bà,** unless the person indicates otherwise.

You should attempt to figure out early on which family terms to use when addressing others, if **anh** and **chị** do not suffice. In order to use terms of address properly, you may need to know someone's age, or you can ask directly how that person would like to be addressed. In general, you can let your Vietnamese friend or colleague take the lead in deciding which terms of address should be used.

The literal meanings of some common terms of address:

anh	*older brother, male peer*
chị	*older sister, female peer*
em	*younger sibling, younger stranger*
bác	*senior aunt/uncle, male/female older than one's parents*
chú	*junior uncle, older male younger than one's parents*
cậu	*junior uncle, young man*
cô	*junior aunt, young lady ("miss")*
cháu	*niece/nephew, grandchild, somebody much younger than self*

con *son/daughter*
ông *grandfather, senior male*
bà *grandmother, senior female*

If the speaker says:

Cháu sẽ đến thăm chú chiều mai.

The literal translation is:

niece/nephew will come visit uncle evening tomorrow

And the meaning is:

I will come visit you tomorrow evening.

Most third-person singular pronouns are formed by adding "**ấy**" (which roughly means *that*) to the above-mentioned forms of address.

anh ấy *he; that older brother; male peer*
chị ấy *she; that older sister; female peer*
em ấy *he/she; that younger sibling; that younger man/woman*
bác ấy *he/she; that senior aunt/uncle; that older man/woman*
chú ấy *he; that junior uncle; that older man*
cậu ấy *he; that junior uncle; that younger man*
cô ấy *she; that junior aunt; that woman (could be older or younger)*
cháu ấy *he/she; that niece/nephew; that grandchild; that young child*
ông ấy *he; that grandfather; that elderly man*
bà ấy *she; that grandmother; that elderly woman*

Note: When directly addressing someone younger, **em** is used alone; **em gái** (female) and **em trai** (male) are used only in the third person. Similarly **cháu gái** and **cháu trai** are third person terms for niece and nephew.

Unlike English, the first-person plural pronoun in Vietnamese has two forms: **chúng tôi** and **chúng ta**. **Chúng tôi** is used when the speaker wants to exclude the person they are speaking to and **chúng ta** is used when the speaker wants to include the person they are speaking to.

Chúng tôi   mới   đến   đây.
we   just   came   here
(*We just got here.*)

Chúng ta   không   nên   gặp   họ.
we   not   should   meet   them
(*We shouldn't meet them.*)

IV. INTENSIFIERS

The two most common intensifiers are **rất** and **lắm**, and both mean *very*. **Lắm** sounds more colloquial than **rất** and occurs after the verb or adjective that it modifies, whereas **rất** always precedes the modified word.

Mary   rất   vui.
Mary   very   happy
(*Mary is very happy.*)

Mary   vui   lắm.
Mary   happy   very
(*Mary is very happy.*)

V. PLURAL MARKERS

There are two plural markers, **những** and **các**. Only **các** can be used when addressing people, while in other contexts either can be used. **Những** is more common in written Vietnamese.

Mời   các   anh chị   ngồi   xuống.
invite   (plural   (m & f peers)   sit   down
          marker)
(*Please sit down [everyone].*)

Những   nhà hàng   này   rất   đông   khách.
(plural   restaurant   this   very   crowded   customer
marker)
(*These restaurants are very crowded with customers.*)

VI. NEGATIVE SENTENCES

The most common negative markers are **không** and **chưa**: **không** means *no/not* and **chưa** means *not yet*.

Ellen   không   đói.
Ellen   not   hungry
(*I [Ellen] am not hungry.*)

Ellen   chưa   đói.
Ellen   not yet   hungry
(*I [Ellen] am not hungry yet.*)

Ken   sẽ   không   mua   xe.
Ken   will   not   buy   car
(*Ken won't buy a car.*)

VII. QUESTION WORDS

Yes-No questions:

The most common formation is:

(có)   ... không/chưa? (**có** is optional in cases when it
                                     doesn't mean *to have*)
yes/have ...   no/not yet?

George (có)   thích   đi   xem   xi-nê   không?
George (yes)   like   go   watch movie   no
(*Would you like to go see a movie, George?*)

Jennifer   có   chồng   chưa?
Jennifer   has   husband   yet
(*Are you married yet, Jennifer?*)

Information questions:

The most common question words are:

ai	*who* (used at the beginning or end of a question)
gì	*what* (used at the end of a question)
nào	*which* (used at the end of a question)
thế nào	*how* (feelings)
bằng gì	*how* (means of transport)
khi nào	*when* (future tense) (used at the beginning of a question)
hồi nào	*when* (past tense) (used at the end of a question)
đâu	*where* (used at the end of a question)
tại sao	*why* (used at the beginning of a question)

Ai   muốn   ăn?
Who   want   eat?
(*Who wants to eat?*)

Anh   tìm   ai?
Brother/man look for   who?
(*Who are you looking for?*)

Cô   tên   là   gì?
Young lady   name   be   what
(*What is your name?*)

Cô   người   nước   nào?
Young lady   person   country   which
(*Which country are you from?*)

Em   cảm thấy   thế nào?
Younger sibling/person   feel   how
(*How do you feel?*)

John   đến   đây   bằng   gì?
John   come here by   what
(*How did you [John] get here?*)

Khi nào   họ   sẽ   đến?
When   they will come
(*When will they come?*)

Họ   đến   hồi nào?
They   came when
(*When did they come?*)

Bây giờ   chúng ta   đi   đâu?
Now   we   go   where
(*Where are we going now?*)

Tại sao   anh   không đến?
Why   brother/man not come?
(*Why didn't you come?*)

VIII. TONAL VERSUS INTONATIONAL

Vietnamese is a tonal language, whereas English is into-national. Therefore, when speaking Vietnamese, learners need to pay attention to the tone of the final word (or words) in each sentence and avoid using intonation. For example, when speaking English, the voice rises at the end of a yes-no question. In Vietnamese, the pitch of the voice depends on the tone of the words being spoken: these may be rising, falling, or remain even, regardless of whether or not a question is being asked. Questions in Vietnamese are indicated by question words rather than intonation. Moreover, a statement in Vietnamese may end with a word carrying a rising tone, which is counterintuitive to an English speaker.

IX. BASIC SENTENCE PATTERNS

Subject + Adjective

Trời   đẹp.
Weather   beautiful
(*The weather is beautiful.*)

Tôi   đói.
I   hungry
(*I'm hungry.*)

Subject + Verb

Họ   cười.
They   laugh
(*They laughed.*)

Cô ấy   chạy.
She   run
(*She ran.*)

Subject + Verb + Adverb

Trời   mưa   to.
It   rain   hard
(*It rained hard.*)

Cô ấy   chạy   nhanh.
She   run   fast
(*She runs fast.*)

Subject + Verb + Noun/Noun Phrase

Tôi   uống   cà-phê.
I   drink   coffee
(*I'll have coffee.*)

Tôi uống cà-phê đen.
I   drink coffee black
(*I'll have black coffee.*)

Subject + Verb + Verb/Verb Phrase

Anh ấy   thích   hát.
He   like   sing
(*He likes to sing.*)

Cô ấy   biết   nói   tiếng   Pháp.
She   know   speak   language French
(*She knows how to speak French.*)

Subject + (Verb +) Prepositional Phrase

Họ   sống   ở   một   tỉnh   nhỏ.
They live   in   a   town   small.
(*They live in a small town.*)

Bia   trong   tủ lạnh.
Beer   in   refrigerator
(*The beer is in the refrigerator.*)

Subject + Verb + Objectival Clause

Mẹ   tôi   khuyến khích   tôi   học   nhạc.
Mother mine   encourage   me   study   music
(*My mother encourages me to study music.*)

Họ   ngắm   mặt trời   mọc.
They   watch   sun   rise
(*They watched the sun rise.*)

Subject + Verb + that-Clause

Tôi   nghĩ   rằng   thành phố   này   rất   đẹp.
I   think that   city   this   very   beautiful
(*I think that this city is very beautiful.*)

Họ   biết   là   cô ấy   sẽ   không   đến.
They   know   that she   will   not   come
(*They know that she won't come.*)

X. CLASSIFIERS

Vietnamese has a class of words that are called classifiers. They serve several functions. Adding a classifier to a noun indicates that you are referring to a specific object; without a classifier, your meaning may be unclear and confuse the listener. Classifiers can also turn verbs or adjectives into nouns or be used as pronouns.

Some common classifiers for nouns:

> **cái** (for many concrete objects):
> **cái ghế** (*chair*), **cái bàn** (*table*)

> **con** (for animals and some objects):
> **con trâu** (*water buffalo*), **con chó** (*dog*)

> **quả/trái** (for fruit and many roundish objects):
> **quả chuối** (*banana*), **trái cam** (*orange*), **trái banh** (*ball*)

> **quyển/cuốn** (for books, etc.):
> **quyển sách** (*book*), **cuốn tự điển** (*dictionary*)

> **cây** (for things having a stem-like attribute):
> **cây bút/viết** (*pen*), **cây dù** (*umbrella*)

Some classifiers for turning verbs and adjectives into nouns:

> **cuộc: cuộc sống** (**cuộc** + *live* = *life*)

> **cơn: cơn giận** (**cơn** + *angry* = *anger*)

> **niềm: niềm vui** (**niềm** + *joyful* = *joy*)

Classifiers as pronouns:

> **đó**: *that*

> **cái đó**: *that thing*

> **quyển đó**: *that book*

> **trái đó**: *that fruit*

GUIDE TO USING THE DICTIONARY

1. Whenever you see **anh, chị, ...** please note that these are general terms of address for "you," literally meaning "older brother/older sister" or "male peer/female peer." Other terms of address can always be substituted for **anh** and **chị**. (See Section III above: Terms of Address.)

2. Translations separated by commas have the same core meaning (an attempt has been made to include translations from all major dialects). Whenever translations are separated by semicolons, their meanings are different.

   > **note** *n.* bức thư ngắn, lá thơ ngắn (*short letter*); nốt, nốt nhạc (*musical*)

3. Non-italicized words in parentheses are usually optional, for example:

   > **pay** *n.* tiền lương; *v.t.* trả (tiền)

   Noun classifiers are also shown in parentheses:

   > **drum** *n.* (cái) trống

4. Italicized words in parentheses provide context for different meanings of the same word, for example:

   > **bark** *n.* tiếng chó sủa (*of a dog*); vỏ cây (*of a tree*); *v.i.* sủa

5. In cases where two words are separated by a slash, either may be acceptable depending on the context or region.

   > **neither** *adj./conj.* không; *pron.* không cái này/đó

6. In the Vietnamese-English section the entries are in alphabetical order according to the Vietnamese alphabet as follows: A, Ă, Â, B, C, D, Đ, E, Ê, G, H, I, K, L, M, N, O, Ô, Ơ, P, Q, R, S, T, U, Ư, V, X, Y. Tones are listed in the following order: a, á, à, ả, ã, ạ ("a" serving as an example).

7. A ~ within an entry stands for the original entry word(s).

ABBREVIATIONS

adj.	adjective
adv.	adverb
abbr.	abbreviation
anat.	anatomical
arch.	architectural
art.	article
aux. v.	auxiliary verb
bot.	botanical
Comm.	referring to the Communist Party of Vietnam or China
conj.	conjunction
geog.	geographical
gov.	government
id.	idiom
interj.	interjection
lit.	literally
med.	medical
mil.	military
n.	noun
n./pl.	noun plural
phr.	phrase
pl.	plural
pref.	prefix
prep.	preposition
pron.	pronoun
ques.	question word
SRV	used specifically in the Socialist Republic of Vietnam
tm	trademark
v.	verb
v.i.	intransitive verb
v.t.	transitive verb
zool.	zoological

Vietnamese-English Dictionary

A

Á Châu adj. Asian; **người Á Châu** n. Asian (person)

Á Đông adj. Oriental

á hậu n. runner-up (in a beauty contest)

à ques. (put at the end of a statement to form a question, inviting agreement)

à này id. by the way

ạ polite marker (put at the end of a sentence to express respect or politeness)

ác adj. evil

ác cảm n. aversion

ác độc adj. cruel

ác mộng n. nightmare

ác quỷ n. demon

ai ques. who

ái mộ v. admire

ái quốc adj. patriotic

ái tình n. love

a-lô interj. hello (when answering the phone)

ám ảnh v. obsess

ám chỉ v. imply

ám sát v. assassinate

an-bom (also **an-bum**) n. photo album

an ninh adj. secure

an toàn adj. safe

an ủi v. console

án mạng n. homicide, murder

anh pron. older brother; male cousin (term of address for older brother, male cousin, male peer; also used by a woman to address her husband or boyfriend [used by man in first-person])

Anh adj. English; **người ~** n. English (person); **~ ngữ** (also **tiếng Anh**) n. English (language)

anh cả n. eldest brother

anh ấy pron. he (a man of your older brother's age)

anh chị em n./pl. siblings

anh dũng adj. heroic

anh hùng n. hero

Anh kim n. pound (British currency)

Anh ngữ n. English (language)

ánh sáng n. light

ảnh n. picture, photo

ảnh hưởng n./v. influence

ao n. pond

áo n. clothing (for upper body)

áo ấm n. warm clothing

áo dài n. Vietnamese woman's traditional tunic

áo len n. sweater

áo lót n. undershirt

áo mưa n. raincoat

áo phông n. T-shirt

áo quần n. clothing

áo sơ-mi n. shirt

áo thun n. T-shirt

áo vét n. suit jacket

ảo thuật n. magic

ảo tưởng n. illusion

áp bức v. oppress

áp dụng v. apply

áp đặt v. impose

áp lực n. pressure

áp-phích n. poster

áy náy v. feel bad, feel guilty

Ă

ắc-quy n. car battery

ẵm v. hold (a baby, a pet, etc.)

ăn v. eat

ăn ảnh adj. photogenic

ăn bớt id. take a little off the top

ăn cắp v. steal

ăn chay v. be a vegetarian

ăn chặn id. take a little off the top

ăn chơi v. indulge

ăn cưới v. attend a wedding

ăn cướp v. rob

ăn gian v. cheat (at cards, etc.)

ăn hết v. finish (one's food)

ăn hiệu v. eat out

ăn hối lộ v. take a bribe

ăn không tiêu n. indigestion

ăn lời v. charge an interest rate

ăn lương v. earn a salary

ăn mày v. beg

ăn mặc v. dress

ăn mặn v. eat meat (*i.e. not be a vegetarian*)
ăn mừng v. celebrate
ăn nằm v. sleep with (someone) (*have sex*)
ăn nhà hàng v. eat (*in a restaurant*)
ăn sáng v. have breakfast
ăn Tết v. celebrate Tet (Lunar New Year)
ăn thử v. try (*a food*)
ăn tiệc n. go to a party
ăn tiệm v. eat out
ăn tối v. have dinner
ăn trầu v. chew betel
ăn trộm v. burglarize
ăn trưa v. have lunch
ăn uống v. dine (*lit., eat and drink*)
ăn xin v. beg
ăng-ten n. antenna

Â

âm n. yin; sound
âm dương n. yin and yang
âm điệu n. melody
âm hộ n. vagina
âm lịch n. lunar calendar
âm mưu n. plot, scheme
âm nhạc n. music
âm thanh n. sound
âm thầm adj. quiet, silent
âm u adj. gloomy, dark (*sky*)
ấm n. (tea)pot, kettle
ấm (*also* **ấm áp**) adj. warm
ấm cúng adj. cozy
ẩm (*also* **ẩm thấp**) adj. damp, humid
ẩm ướt adj. wet and damp
ân cần adj. solicitous
ân hận adj. sorry, regretful
ân huệ n. favor (*formal*)
ân nhân n. benefactor
ân xá n. amnesty
Ấn Độ adj. Indian (Asian); **người ~** n. Indian (*person*)
ấn loát v. print
ấn tượng n. impression
ẩn náu v. hide oneself
ấp n. hamlet; v. hatch
ấp úng v. stutter, stammer

Âu (Châu) adj. European; **người Âu Châu** n. European (*person*)
Âu phục n. European clothes (*suit, dress*)
âu yếm v. caress
ấu trĩ adj. childish
ấy adj. that

B

ba n. father, dad, daddy; bar; three
ba hoa adj. talkative; boastful
ba-lê n. ballet
ba-lô n. knapsack, backpack
ba-toong n. walking cane; baton
bà n. grandmother (*term of address for one's grandmother or for a married, older, or senior woman [Mrs.]*)
bà ấy pron. she (*for a married or older woman*)
bà con n. relatives
bà đỡ n. midwife
bà già n. old woman
bà ngoại n. maternal grandmother
bà nội n. paternal grandmother
bà phước n. nun
bà xã n. wife
bà xơ n. nun
bác pron. uncle/aunt (*term of address for parents' older sibling[s] and parents of one's friend*)
bác ái adj. altruistic
bác bỏ v. reject (*someone's opinion*)
bác học n. scholar; scientist; adj. scholarly
bác sĩ n. doctor
bác sĩ nha khoa n. dentist
bác sĩ nhãn khoa n. ophthalmologist
bác sĩ nhi khoa n. pediatrician
bác sĩ tâm thần n. psychiatrist
bác sĩ thú y n. veterinarian
bạc n. silver; money; adj. silvery; faded
bạc đãi v. mistreat
bạc hà n. peppermint; type of stem used in sour soup
bạc phơ adj. snow-white (*hair*)
bách hóa n. a variety of goods

bách khoa toàn thư n. encyclopedia

bạch adj. white

bái phục v. admire

bài n. lesson; card(s)

bài học n. lesson

bài luận n. essay

bài tập n. exercise

bài thơ n. poem

bài trừ v. abolish

bãi biển n. beach

bãi bỏ v. revoke

bãi đậu xe n. parking lot

bại liệt n. paralysis; adj. paralyzed

bám v. cling to

ban n. committee; department (at a university)

ban-công n. balcony

ban đầu id. at the beginning

ban đêm n. nighttime

ban mai n. early morning

ban nãy id. a moment ago

ban ngày n. daytime

bán v. sell

bán đảo n. peninsula

bán đấu giá n./v. auction

bán kết n. semifinal (sports)

bán lẻ v. retail

bán sỉ v. wholesale

bàn n. table; v. discuss

bàn ăn n. dining table

bàn bạc v. discuss

bàn cãi v. debate

bàn chải n. brush; toothbrush

bàn chân n. foot (anat.)

bàn cờ n. chessboard

bàn định v. plan

bàn giấy n. desk

bàn là n. iron (for ironing clothes)

bàn luận v. discuss

bàn tay n. hand

bàn tính v. discuss

bàn thờ n. altar

bàn thờ tổ tiên n. family altar

bàn ủi n. iron (for ironing clothes)

bản đồ n. map

bản năng n. instinct

bản nhạc n. song

bản sao n. photocopy

bản xứ adj. native

bạn n. friend

bạn bè n. friends

bạn gái n. girlfriend

bạn trai n. boyfriend

bang (also **tiểu bang**) n. state (of the fifty states of the U.S.)

bàng quang n. bladder

bảng n. board

bảng cửu chương n. multiplication table

bảng đen n. blackboard

bảng tuần hoàn n. periodic table

banh n. ball (tennis, soccer, etc.)

bánh n. cake; pastry; bun; dumpling; noodle

bánh mì n. bread

bánh xe n. wheel

bánh xơ-cua n. spare tire

bành trướng v. expand

bảnh trai adj. handsome

bao n. bag

bao v. treat (someone to a meal)

bao giờ ques. when

bao gồm v. include

bao la adj. vast, immense

bao lâu ques. how long

bao nhiêu ques. how many; how much

bao nhiêu tuổi ques. how old

bao phủ v. cover

bao tay n. glove(s)

bao thư n. envelope

bao tử n. stomach

bao vây v. surround, encircle

bao xa ques. how far

báo n. newspaper; v. inform

báo cáo v. report (SRV)

báo chí n. the press; journalism; **tự do ~** n. freedom of the press

báo động v. sound/raise an alarm

báo hiệu v. signal

báo thù v. take revenge on

báo thức n. alarm (clock)

bào v. plane

bào chữa v. defend (in court)

bào thai n. fetus

bảo v. tell

bảo đảm v. guarantee

bảo hiểm n. insurance; v. insure

bảo hộ n. protectorate

bảo lãnh v. sponsor
bảo thủ adj. conservative
bảo tồn v. preserve; maintain
bảo trì n. maintenance; v. perform
the upkeep of (a machine)
bảo trợ v. support (an organization
or program financially)
bảo vệ v. protect
bão n. storm
bạo adj. bold
bạo động n. violence
bạo lực n. force
bát n. bowl
bát đĩa n. chinaware
bát ngát adj. vast
bát phố id. take a stroll
bay v. fly
bay hơi v. evaporate
bay màu v. fade
bày v. display
bày tỏ v. express (one's feelings,
thoughts, etc.)
bảy n. seven
bắc n. north
băm n. thirty (shortened form of
ba mươi); v. chop
bắn v. shoot
băng n. Band-Aid™; tape; ice; v.
cross (a street, a river, etc.)
băng bó v. bandage
băng ca n. stretcher
băng cá nhân n. Band-Aid™
băng đảng n./pl. gangs
băng huyết n. hemorrhage
băng keo n. adhesive tape
băng phiến n. mothball
băng sơn n. iceberg
băng vệ sinh n. sanitary napkin
bằng n. degree, diploma; prep. by
(means of); adj. even, level
bằng cao học n. M.A., M.S. (Master's degree)
bằng chứng n. proof, evidence
bằng cử nhân n. B.A., B.S. degree
(Bachelor's degree)
bằng lái xe n. driver's license
bằng lòng v. agree, consent
bằng phẳng adj. flat, even
bằng tiến sĩ n. Ph.D. degree

bắp n. corn
bắp thịt n. muscle
bắp vế n. thigh (anat.)
bắt v. order; force; arrest
bắt buộc adj. mandatory; v. force
someone to do something
bắt chước v. imitate, mimic
bắt cóc v. kidnap
bắt đầu v. begin
bắt gặp v. happen to see (someone
doing something)
bắt giam v. imprison
bắt giữ v. seize
bắt kịp v. catch up with
bắt nạt v. bully
bắt nguồn v. originate
bắt quả tang v. catch red-handed
bắt tay v. shake hands (with)
bắt thăm v. draw lots
bấc n. wick (of a lamp); adj. northern (winds)
bậc n. step (of stairs); rank, level
bấm v. dial (a phone number); press
(a doorbell); click (a computer
mouse)
bẩm sinh adj. innate; congenital
bần cùng adj. poverty-stricken
bẩn adj. dirty
bẩn thỉu adj. filthy
bận n. time (occasion or occurrence);
adj. busy; v. wear
bận rộn adj. busy
bất bình adj. indignant
bất bình đẳng n. inequality
bất chấp adv. regardless, in spite of
bất công adj. unjust
bất cứ adj. any
bất động adj. motionless
bất hạnh n. misfortune; adj.
unfortunate
bất hiếu adj. neglectful of one's
filial obligations; v. neglect one's
filial obligations
bất hòa n. discord
bất hợp lý adj. illogical
bất hủ adj. timeless, immortal (works
of art)
bất lịch sự adj. impolite, rude
bất lợi adj. disadvantageous

bất lực *adj.* impotent, powerless

bất lương *adj.* dishonest

bất ngờ *adj.* unexpected; *adv.* unexpectedly

bất ổn *adj.* unstable (*situation, economy, etc.*)

bất tài *adj.* incompetent

bất thình lình *adv.* suddenly

bất thường *adj.* unusual, abnormal

bất tiện *adj.* inconvenient

bất tỉnh *adj.* unconscious

bất tử *adj.* immortal

bất vụ lợi *adj.* nonprofit; **tổ chức ~** *n.* nonprofit organization

bật *v.* turn on (*a lamp, a radio, etc.*)

bật lửa *n.* lighter

bấu *v.* pinch

bầu *n.* gourd

bầu (cử) *v.* vote

bầu không khí *n.* atmosphere

bầu trời *n.* sky

bây giờ *adv.* now

bầy *n.* herd, flock

bẫy *v.* trap

bậy *adj.* improper

bé *adj.* small

bè *n.* raft

bè bạn *n.* friends

bẻ *v.* break (*a branch, stick, etc.*)

bén *adj.* sharp (*knife*)

bẽn lẽn *adj.* bashful

beo *n.* panther

béo *adj.* fat, obese

bèo *n.* duckweed

bét *adj.* lowest, last

bê *n.* calf (*young cow*)

bê bối *adj.* irresponsible; messy

bê-tông *n.* concrete

bế *v.* carry (*a child, a pet, etc.*)

bế mạc *v.* end, conclude (*a formal meeting*)

bề *n.* side

bề cao *n.* height

bề dài *n.* length

bề dày *n.* thickness

bề dọc *n.* length

bề mặt *n.* surface

bề ngang *n.* width

bề ngoài *n.* (*a person's physical*) appearance

bề rộng *n.* width

bề sâu *n.* depth

bể *n.* sea; *v.* break; *adj.* broken

bể bơi *n.* swimming pool

bể nước *n.* cistern

bên *n.* side

bên cạnh *adj.* adjacent

bên đường *adj.* roadside

bên giường *adj.* bedside

bên (tay) phải *id.* on the right

bên (tay) trái *id.* on the left

bến *n.* station; dock

bến cảng *n.* wharf

bến tàu *n.* port

bến phà *n.* ferry dock

bến xe buýt/đò *n.* bus station

bền *adj.* durable

bền chí *adj.* persevering, steadfast

bền lòng *adj.* persevering, steadfast

bênh vực *v.* stand up for, defend

bệnh (*also* **bịnh**) *n.* disease, illness; *adj.* sick

bệnh viện (*also* **bịnh viện**) *n.* hospital

bếp *n.* kitchen

bếp lò *n.* (earthen) stove

bi-a *n.* billiards

bi hài kịch *n.* tragicomedy

bi kịch *n.* tragedy

bi quan *adj.* pessimistic

bi thảm *adj.* tragic

bí *adj.* in a stalemate (*e.g. in chess*); stumped

bí ẩn *adj.* mysterious

bí danh *n.* alias

bí mật *n./adj.* secret

bí quyết *n.* secret (*formula, key*)

bí thư *n.* party secretary (*in the Communist Party*)

bì thư *n.* envelope

bị *n.* bag

bị *v.* suffer from, experience (*something bad*); *marker for negative passive voice*

bị cáo *n.* defendant (*in court*)

bị thương *v.* be injured

bia *n.* beer; target (*for shooting practice*); stele

bia chai *n.* bottled beer
bia đá *n.* stele; iced beer
bia hơi *n.* draft beer
bia lon *n.* canned beer
bia mộ *n.* tombstone
bia ôm *n.* hostess bar
bia tươi *n.* fresh draft beer
bìa *n.* book cover
bìa cứng *n.* hardback
bìa mềm *n.* paperback
bìa rừng *n.* edge of a forest
bịa (*also* **bịa đặt**) *v.* make up (*invent a story, etc.*)
bích chương *n.* poster
bích họa *n.* mural
bích ngọc *n.* emerald
bích-quy *n.* biscuit
biên bản *n.* report, minutes (*of a meeting*)
biên cương *n.* frontier
biên giới *n.* national border
biên lai *n.* receipt
biên nhận *n.* receipt
biên soạn *v.* edit
biên tập *v.* edit
biến chứng *n.* side effect(s); complication(s) (*of diseases*)
biến cố *n.* event
biến đổi *v.* change, transform
biến mất *v.* disappear
biển *n.* sea; placard
biển cả *n.* open sea
biển thủ *v.* embezzle
biện hộ *v.* defend (*someone in court*)
biện luận *v.* argue; reason
biện lý *n.* prosecutor
biện minh *v.* justify
biện pháp *n.* measure; step
biếng nhác *adj.* lazy
biết *v.* know
biết ơn *v.* be grateful
biệt thự *n.* villa
biếu *v.* offer (*a gift*)
biểu diễn *v.* perform
biểu đồ *n.* chart
biểu ngữ *n.* slogan
biểu quyết *v.* vote
biểu tình *v.* demonstrate, protest
biểu tượng *n.* symbol

bình lính *n./pl.* soldiers
bình sĩ *n.* soldier, private (*lowest military rank*)
bình *n.* vase
bình an *adj.* safe and sound
bình dân *adj.* popular; cheap
bình đẳng *n.* equality; *adj.* equal
bình định *v.* pacify
bình luận *v.* comment
bình minh *n.* dawn
bình phẩm *v.* critique
bình phong *n.* screen; shield
bình phục *v.* recover (*from illness*)
bình quân *id.* on average
bình quyền *n.* equality; *adj.* equal
bình thản *adj.* calm, unworried
bình thủy *n.* thermos bottle
bình thường *adj.* fine, normal
bình thường hóa *v.* normalize
bình tĩnh *adj.* calm, unworried
bình yên *adj.* safe and sound
bịnh *adj.* sick
bịp (*also* **bịp bợm**) *v.* dupe, cheat
bít tất *n.* sock(s), stocking(s)
bịt *v.* cover (*mouth, nose, eyes, or ears*)
bó *n./v.* bundle
bó bột *v.* set (*a bone*) in a cast
bó đuốc *n.* torch
bó tay *id.* helpless
bò *n.* cow; *v.* crawl
bò cạp *n.* scorpion
bỏ *v.* discard; delete; place
bỏ bê *v.* neglect
bỏ bùa *v.* bewitch
bỏ lỡ *v.* miss (*an opportunity*)
bỏ mạng/mình *v.* die
bỏ phiếu *v.* cast one's ballot
bỏ qua *v.* let go
bỏ quên *v.* forget (*leave something behind*)
bỏ rơi *v.* abandon
bỏ tù *v.* imprison
bọ cạp *n.* scorpion
bọ chét *n.* flea
bọ hung *n.* beetle
bóc *v.* peel
bóc lột *v.* exploit
bọc *v.* wrap

bói v. tell a person's fortune

bom n. bomb

bón adj. constipated; v. fertilize

bọn n. group (of people)

bong bóng n. toy balloon

bóng n. shadow; ball; toy balloon

bóng bàn n. ping-pong, table tennis

bóng chuyền n. volleyball

bóng đá n. soccer

bóng đèn/điện n. lightbulb

bóng mát/râm n. shade (of a tree, etc.)

bóng rổ n. basketball

bóng tối n. darkness

bỏng n./v. burn

bọng đái n. bladder

bóp n. wallet; v. squeeze

bóp kèn v. honk (a car horn)

bóp méo v. distort (reality, the truth, etc.)

bót n. police station

bọt n. bubble, foam, suds

bô n. chamber pot

bố n. father

bố dượng/ghẻ n. stepfather

bố mẹ n. parents

bồ n. boyfriend, girlfriend, sweetheart

bồ câu n. pigeon

bổ (also **bổ dưỡng**) adj. nutritious, wholesome

bổ ích adj. useful

bổ nhiệm v. appoint, assign

bổ túc v. add (a document to an application, etc.)

bộ n. set; foot (measurement); ministry (government)

bộ binh n. infantry

bộ điệu n. gesture

bộ đồ n. suit (clothing)

bộ đội n. soldier (SRV)

bộ hành n. pedestrian

bộ lạc n. tribe

bộ óc n. brain

bộ phận n. part

bộ tiêu hóa n. digestive system

bộ trưởng n. minister; secretary (of State, Defense, etc., in U.S.)

bộ xương n. skeleton

bốc v. eat with one's fingers

bốc đồng adj. impulsive

bốc hơi v. evaporate

bốc mộ v. exhume

bốc mùi v. smell

bôi v. apply (lotion, etc.)

bôi bác/nhọ v. libel, smear

bôi trơn v. lubricate

bối rối adj. nervous

bồi n. man servant

bồi bàn n. waiter

bồi hoàn v. refund

bồi hồi adj. moved (emotionally)

bồi thẩm đoàn n. jury

bồi thường v. compensate

bội bạc adj. ungrateful

bội tín adj. disloyal (when betraying someone's trust)

bốn n. four

bồn chồn adj. restless, anxious

bồn nước n. fountain

bồn rửa bát (also **bồn rửa chén**) n. kitchen sink

bồn rửa mặt n. wash bowl

bồn tắm n. bathtub

bổn phận n. duty

bông n. flower

bông gòn n. cotton wool (first aid, cosmetic)

bông hoa n. flower

bông hồng n. rose

bông sen n. lotus flower

bồng v. carry (a child) in one's arms

bồng bột adj. freewheeling

bỗng (also **bỗng nhiên**) adv. suddenly

bốt n. boot

bột n. powder; flour

bột giặt n. detergent (for washing clothes)

bột mì n. flour

bột ngọt n. MSG

bơ n. butter; avocado

bơ phờ adj. dazed

bơ vơ adj. desolate, lonely

bờ n. bank, shore

bờ biển n. coast

bờ sông n. bank, shore

bơi v. swim

bởi vì conj. because

bơm n./v. pump

bớt v. lower (the price), reduce

bu-gi n. spark plug

bú v. suck

bú bình v. bottle-feed

bú sữa mẹ v. breastfeed

bù (also **bù đắp**) v. compensate

bụ bẫm adj. chubby

búa n. hammer

bùa n. magic spell

bục n. portable stage (for use in a classroom or meeting room)

búi tóc n. bun (of hair)

bùi ngùi adj. nostalgic, wistful

bụi (also **bụi bặm**) n. dust; adj. dusty

bụi đời adj. homeless

bụi rậm n. bush

bún n. rice vermicelli

bùn n. mud

bùn xỉn adj. stingy

bung v. pop (as in popcorn)

bùng binh n. traffic circle

bùng nổ v. break out (a war, revolt, etc.)

bụng n. belly, stomach

bụng chửa adj. pregnant

bụng phệ adj. potbellied

buộc v. tie, fasten

buổi n. half a day

buổi chiều n. late afternoon; early evening

buổi sáng n. morning

buổi tối n. late evening; night

buổi trưa n. noon; early afternoon

buồm n. sail

buôn bán n. trade, commerce

buôn lậu v. smuggle

buồn adj. sad

buồn cười adj. funny

buồn ngủ adj. sleepy

buồn nôn/ói n. nausea; adj. nauseous

buông ra v. let go

buồng n. room; bunch (of bananas, betel nuts, etc.)

buồng khách n. living room

buồng ngủ n. bedroom

buồng tắm n. bathroom

buồng trứng n. ovary (anat.)

buốt adj. chilly

búp-bê n. doll

búp măng n. bamboo shoot

búp sen n. lotus bud

bút n. pen (for writing)

bút bi n. ballpoint pen

bút chì n. pencil

bút hiệu n. pen name

bút lông n. felt pen

bút máy n. fountain pen

bút mực n. pen (for writing)

bút nguyên tử n. ballpoint pen

Bụt n. Buddha

bụ adj. big

bừa bộn adj. untidy, disorderly

bữa (also **bữa ăn, bữa cơm**) n. meal

bữa sáng n. breakfast

bữa tối n. dinner

bữa trưa n. lunch

bức adj. stifling hot; classifier for photographs, paintings, statues, walls, etc.

bức ảnh n. photograph

bức thư n. letter (of correspondence)

bức tranh n. painting

bực bội/tức adj. angry; annoyed; upset

bưng v. carry (a dish or plate) with both hands

bứng v. uproot (a plant)

bước n./v. step

bước ngoặt n. turning point

bưởi n. grapefruit

bướm bướm (also **bướm**) n. butterfly

bướng adj. stubborn

bướu n. tumor

bướu não n. brain tumor

bứt v. pick (flowers, weeds, etc.)

bưu ảnh n. postcard

bưu điện n. post office

bưu kiện/phẩm n. parcel

bưu phí n. postage

bưu thiếp n. postcard

C

ca n. shift (of work); case (med.); v. sing

ca-bin n. cockpit

ca dao n. folk poetry

ca hát v. sing

ca khúc *n.* song

ca kịch *n.* musical

ca nhạc *n.* musical performance, concert

ca ngợi *v.* praise

ca-nô *n.* motorboat

ca-rô *adj.* checked (*cloth*)

ca sĩ *n.* singer

ca tụng *v.* extol

ca-vát *n.* necktie

ca vũ nhạc kịch *n.* variety show

cá *n.* fish; *v.* bet

cá biệt *adj.* particular

cá bông lau *n.* catfish

cá chép *n.* carp

cá cơm *n.* anchovy

cá heo *n.* dolphin

cá hồi *n.* salmon

cá hồng *n.* snapper

cá mập *n.* shark

cá mòi *n.* sardine

cá nhân *n./adj.* individual; *adj.* personal

cá nhân chủ nghĩa *adj.* individualistic

cá ông *n.* whale

cá sấu *n.* crocodile

cá thu *n.* cod

cá tra *n.* basa (fish)

cá vàng *n.* goldfish

cá voi *n.* whale

cà *n.* eggplant

cà chua *n.* tomato

cà chớn *adj.* ill-mannered

cà lăm *v.* stutter

cà nhắc *v.* limp

cà-phê *n.* coffee

cà-phê sữa *n.* coffee with condensed milk

cà-phê sữa đá *n.* iced coffee with condensed milk

cà-rá *n.* ring (*with a gemstone*)

cà-rốt *n.* carrot

cà sa *n.* robe, frock (*for Buddhist monk*)

cà-vạt *n.* necktie

cả *adj.* both; all; eldest

các *plural marker*

cách *n.* way (*of doing something*); *v.* separate

cách chức *v.* remove (*from a position*)

cách mạng *n.* revolution

cách ngôn *n.* proverb, maxim

cách xa *adj.* far, distant

cai *v.* give up (*an addiction*)

cai trị *v.* govern, rule

cái[1] *classifier for inanimate objects such as a chair, table, dress, etc.*

cái[2] *adj.* female (*for some animals*)

cài *v.* fasten; button

cải cách *n./v.* reform

cải chính *v.* set the record straight

cải lương *n.* traditional Vietnamese opera

cải tạo *v.* transform; reeducate (*SRV*)

cải thiện *v.* improve (*one's living standards*)

cải tiến *v.* improve (*technology, infrastructure, etc.*)

cải tổ *v.* reshuffle (*government positions*)

cải trang *v.* disguise

cãi (*also* **cãi lộn, cãi vã**) *v.* argue, quarrel, squabble

cam *n./adj.* orange

Cam Bốt *adj.* Cambodian; **người ~** *n.* Cambodian (*person*)

cam đoan *v.* guarantee

cam kết *v.* pledge

cám ơn *v.* thank (you)

cảm *n.* cold (*sickness*)

cảm động *adj.* touching, moving; touched, moved

cảm giác *n.* feeling, emotion

cảm hứng *n.* inspiration

cảm ơn *v.* thank (you)

cảm phục *v.* admire

cảm tạ *v.* thank, be grateful

cảm tưởng *n.* impression

cảm xúc *n.* emotion

can *v.* intervene; dissuade

can đảm *n.* courage; *adj.* courageous

can ngăn *v.* dissuade, prevent

can thiệp *v.* intervene, interfere

cản *v.* block, prevent

cản trở *v.* obstruct

cán *v.* run over

cán bộ *n.* cadre (*SRV*)

cạn *adj.* shallow, empty

cáng *n.* stretcher

càng *n.* claw

càng *adv.* more

cảng *n.* port, harbor

canh *n.* soup; *v.* keep watch, be on watch

canh gác/phòng *v.* watch, guard

canh tân *v.* renovate

cánh *n.* wing

cánh đồng *n.* field

cánh hữu *adj.* right-wing

cánh quạt *n.* propeller

cánh tả *adj.* left-wing

cánh tay *n.* arm

cành *n.* twig; branch (*of a tree*)

cảnh *n.* view, scenery

cảnh cáo *v.* admonish, warn

cảnh ngộ *n.* plight

cảnh sát *n.* police, police officer

cạnh *n.* edge; *adj.* next to

cạnh tranh *v.* compete

cao *adj.* tall, high

cao-bồi *n.* cowboy; ruffian

cao cả *adj.* noble, lofty

cao cấp *adj.* high-ranking; advanced (*level of study*)

cao đẳng *n.* college (2-year)

cao điểm *adj.* peak (*hours*)

cao học *n.* M.A./M.S. program, degree

cao lớn *adj.* tall and big

Cao Miên *adj.* Cambodian; người ~ *n.* Cambodian (*person*)

cao nguyên *n.* high plateau

cao niên *adj.* senior (*citizen, etc.*)

cao ốc *n.* high-rise building

cao quý *adj.* lofty

cao su *n.* rubber

cao thượng *adj.* noble

cao tốc *adj.* high-speed

cao xạ *n.* anti-aircraft gun

cáo *n.* fox

cáo lỗi *v.* beg off

cáo phó *n.* obituary

cáo từ *v.* take leave (*very formal*)

cào *v.* scratch

cào cào *n.* locust

cạo *v.* scrape, shave

cáp *n.* cable

cát *n.* sand

cát-xét *n.* cassette

cau *n.* betel nut

cáu *adj.* angry

cáu kỉnh *adj.* bad-tempered

càu nhàu *v.* grumble

cay *adj.* spicy

cay đắng *adj.* bitter, embittered

cay nghiệt *adj.* harsh (*fate*)

cáy *n.* fiddler crab

cày *v.* plow

các *n.* coin, penny

căm thù *n.* hatred

cắm *v.* stick

cắm trại *v.* camp

cằm *n.* chin

căn bản *adj.* basic

căn cứ *n.* military base

căn cước *n.* identity card

căn-tin (*also* **căng-tin**) *n.* canteen

cắn *v.* bite

cằn nhằn *v.* grumble

cặn *n./pl.* dregs (*of coffee, etc.*)

cặn bã *n./pl.* dregs (*of society*)

căng *v.* stretch

căng thẳng *adj.* tense, stressful

cẳng *n.* leg (*very informal*)

cặp *n.* pair

cặp nhiệt *id.* take someone's temperature

cắt *v.* cut

cắt đứt *v.* sever

cắt nghĩa *id.* explain

câm *adj.* mute, dumb

câm mồm *v.* shut up (*usually expressed as an order*)

cấm *v.* forbid

cấm đậu xe *n.* no parking

cấm hút thuốc *n.* no smoking

cấm vận *n.* embargo

cầm *v.* hold

cầm tù *v.* imprison

cân *n.* scales; *v.* weigh

cân bằng *v.* balance; *adj.* balanced

cân nặng *v.* weigh

cân nhắc *v.* consider carefully

cân xứng *adj.* proportionate

cần *v.* need

cần câu *n.* fishing pole/rod

cần cù *adj.* diligent, industrious
cần kiệm *adj.* frugal, thrifty
cần sa *n.* marijuana
cần thiết *adj.* necessary
cẩn thận *adj.* careful
cận thị *adj.* nearsighted
cận vệ *n.* bodyguard
cấp *n.* level; *v.* grant, issue
cấp bách *adj.* urgent
cấp bậc *n.* rank (*military*)
cấp cứu *n.* emergency
cấp tính *adj.* acute
cấp tốc *adj.* urgent
cập nhật *adj.* up-to-date; *v.* update
cất *v.* store, put away
cất cánh *id.* take off (*a plane*)
cất chức *v.* remove, relieve, discharge
cất giữ *v.* keep, save (*on a computer*)
câu *n.* phrase; sentence; *v.* fish
câu chuyện *n.* story, tale
câu đố *n.* riddle
câu lạc bộ *n.* (social) club
cấu trúc *n.* structure
cầu *n.* bridge; *v.* pray
cầu chì *n.* fuse (*electric*)
cầu chúc *v.* wish
cầu hôn *v.* propose (*marriage*)
cầu lông *n.* badminton
cầu nguyện *v.* pray
cầu thang *n.* staircase, stairs
cầu thủ *n.* player (*sports*)
cầu tiêu *n.* toilet
cầu vồng *n.* rainbow
cẩu thả *adj.* careless
cậu *pron.* uncle (*term of address for maternal uncle; also used informally between close friends*)
cây *n.* tree
cây bóng râm *n.* shade tree
cây bút *n.* pen
cây cối *n./pl.* trees
cây số *n.* kilometer
cây viết *n.* pen (*for writing*)
cây xăng *n.* gas station
cấy lúa *v.* plant rice
cày *n./v.* plow
cầy *n.* dog (*slang*); **thịt ~** *n.* dog meat (*slang*)

cha *n.* father, dad; priest; guy (*informal*)
cha cố *n.* clergyman
cha đỡ đầu *n.* godfather
cha ghẻ *n.* stepfather
cha mẹ *n.* parents
cha xứ *n.* pastor
chà *v.* rub, scrape
chà đạp *v.* trample upon
chả giò *n.* spring roll
chai *n.* bottle; *adj.* callous
chài lưới *n.* fishing (*as an occupation*)
chải *v.* brush, comb
chải chuốt *adj.* well-groomed, polished
chạm *v.* touch; carve
chạm trán *v.* confront
chạm trổ *v.* carve
chan hòa *adj.* filled (*with tender emotions, tears, sunshine*)
chán *adj.* bored, tired (of); boring
chán nản *adj.* dejected
chán ngán *adj.* fed up with
chàng (*also* **chàng trai**) *n.* young man (*literary only*)
chanh *n.* lime; lemon
chánh *adj.* chief, main
chánh án *n.* presiding judge
chào *v.* greet; salute
chào đời *id.* be born
chào hỏi *v.* greet
chào mừng *v.* welcome
chảo *n.* wok
cháo *n.* rice porridge
chát *adj.* acrid; acidic; tart
cháu *n.* niece; nephew; grandchild (*term of address for niece, nephew, grandchild, or child other than one's own*)
cháu chắt *n.* descendants
chay *adj.* vegetarian
cháy *v.* burn
chày *n.* pestle
chảy *v.* flow
chạy *v.* run
chạy đua *v.* run a race
chắc[1] (*also* **chắc chắn**) *adv.* certainly, for sure

chắc² (*also* **chắc là, chắc có lẽ**) *adv.* perhaps

chăm (*also* **chăm chỉ**) *adj.* diligent, hard-working

chăm chú *adv.* attentively

chăm lo/sóc *id.* take care of, care for

chăn *n.* blanket

chẵn *adj.* even (*number*)

chặn *v.* stop, prevent

chẳng *adv.* not, no

chẳng hạn *id.* such as, for instance

chẳng may *adv.* unfortunately

chẳng những *id.* not only

chẳng thà *id.* would rather

chặt *adj.* tight; *v.* chop; fell

châm cứu *n.* acupuncture

châm ngôn *n.* maxim

chấm *n.* period, full stop; *v.* grade (*papers*); dip

chấm câu *n.* punctuation; period

chấm dứt *v.* end

chấm hỏi *n.* question mark

chấm phẩy (*also* **chấm phết**) *n.* semicolon

chấm than *n.* exclamation mark

chậm (*also* **chậm chạp**) *adj.* slow; *adv.* slowly

chậm rãi *adj/adv.* leisurely

chân *n.* leg

chân dung *n.* portrait

chân đất *adj./adv.* barefoot

chân lý *n.* truth

chân tay *n.* limbs

chân thật *adj.* honest

chân trời *n.* horizon

chần chừ *v.* hesitate

chẩn bệnh/đoán *v.* diagnose

chẩn mạch *v.* take someone's pulse

chấp nhận *v.* accept

chấp thuận *v.* grant, consent

chập chững *v.* toddle

chất *n.* substance; *v.* pile (up)

chất độc *n.* poison

chất lượng *n.* quality

chật (*also* **chật chội, chật hẹp**) *adj.* cramped (*space*)

chật ních *adj.* packed

châu *n.* continent

châu báu *n.* valuables

châu chấu *n.* grasshopper

châu thổ *n.* delta (*river*)

chầu trời *v.* die (*slang*)

chậu *n.* basin, pot

chấy *n.* head louse

che *v.* cover

che chở *v.* protect

che đậy/giấu *v.* conceal, cover up

che khuất *v.* hide, conceal

chè *n.* sweet pudding or 'soup'; tea

chè tươi/xanh *n.* green tea

chẻ *v.* split

chém *v.* cut (*with a sword*)

chém giết *v.* kill

chen *v.* elbow oneself in

chen lấn *v.* jostle

chén *n.* bowl

chèn ép *v.* bar, obstruct, block

chèo *n.* oar; *v.* row

chép *v.* copy

chê (*also* **chê bai, chê cười**) *v.* decry, disparage

chế biến *v.* process

chế độ *n.* regime, system

chế độ cộng sản *n.* communist regime

chế độ dân chủ *n.* democracy

chế độ đa phu *n.* polyandry (*state of having more than one husband*)

chế độ đa thê *n.* polygamy (*state of more than one wife*)

chế độ phong kiến *n.* feudalism

chế độ quân chủ *n.* monarchy

chế độ tư bản *n.* capitalist system

chế tạo *v.* manufacture

chết *v.* die

chết đuối *v.* drown

chi *n.* expense; *v.* spend (money)

chi nhánh *n.* branch (*of a bank, company, etc.*)

chi phí *n.* expenditure

chi phối *v.* distract

chi tiết *n.* detail

chi tiêu *v.* spend

chí *n.* will, willpower; head louse

chí sĩ *n.* patriotic scholar

chì *n.* lead (*mineral*)

chỉ *n.* thread; *adj.* only; *v.* point out, show

chỉ bảo/dẫn *n.* instruction; *v.* advise, instruct

chỉ định *v.* assign, designate

chỉ huy *v.* command, lead

chỉ số *n.* index

chỉ tiêu *n.* goal, target

chỉ trích *n.* criticism; *v.* criticize

chị *pron.* older sister; female cousin (*term of address for older sister, female cousin, female peer*)

chị ấy *pron.* she (*a woman of your older sister's age*)

chị dâu *n.* sister-in-law

chia (*also* **chia rẽ**) *v.* divide

chia sẻ *v.* share

chia tay *v.* part company

chìa khóa *n.* key

chích *v.* inject (medicine)

chiếc *classifier for objects such as a car, shoe, leaf, etc.*

chiêm bao *n./v.* dream

chiêm ngưỡng *v.* admire, adore

chiêm tinh gia *n.* astrologist

chiêm tinh học *n.* astrology

chiếm (*also* **chiếm đóng**) *v.* occupy

chiên *v.* fry

chiến binh *n.* soldier

chiến dịch *n.* campaign

chiến đấu *v.* fight

chiến hạm *n.* warship

chiến hữu *n.* comrade-in-arms

chiến lược *n.* strategy

chiến sĩ *n.* soldier

chiến thắng *n.* victory

chiến thuật *n.* tactic

chiến tranh *n.* war

chiến tranh du kích *n.* guerrilla warfare

chiến tranh lạnh *n.* cold war

chiến trường *n.* battlefield

chiến tuyến *n.* front line

chiến xa *n.* tank

chiêng *n.* gong

chiêu đãi viên *n.* flight attendant

chiếu *n.* sleeping mat; *v.* shine (*the sun, light, etc.*)

chiếu bóng *v.* show (*a movie*)

chiếu điện *v.* get an X-ray

chiếu khán *n.* visa

chiều *n.* afternoon; dimension; *v.* dote on

chiều cao *n.* height

chiều dài *n.* length

chiều ngang/rộng *n.* width

chiều sâu *n.* depth

chiều tối *n.* evening, dusk

chim *n.* bird

chim bồ câu *n.* dove, pigeon

chim én *n.* swallow

chim sẻ *n.* sparrow

chìm *v.* sink

chín *n.* nine; *adj.* cooked; ripe

chín suối *id.* netherworld

chinh phu *n.* warrior

chinh phụ *n.* warrior's wife

chinh phục *v.* conquer

chính *adj.* main, chief

chính khách *n.* statesman, states-woman

chính nghĩa *n.* just cause

chính phủ *n.* government

chính quyền *n.* government, admin-istration

chính sách *n.* policy

chính tả *n.* dictation

chính thể *n.* regime

chính thức *adj.* official

chính trị *n.* politics

chính trị gia *n.* politician

chính trị học *n.* political science

chính trị phạm *n.* political prisoner

chính ủy *n.* commissar (*Comm.*)

chính xác *adj.* accurate

chịu đựng *v.* suffer, sustain

cho *v.* give; *prep.* for

cho biết/hay *v.* inform

cho đến *adv.* until

cho mượn *v.* lend

cho nên *adv.* therefore

cho phép *v.* permit, allow

cho vay *v.* lend money

chó *n.* dog

chó sói *n.* wolf

choáng váng *adj.* dazed, dizzy

choàng *v.* embrace, put around

chọc *v.* tease, make fun of

chọc tức *v.* irritate, upset

chòm sao *n.* constellation

chọn v. choose

chọn lọc/lựa v. select

chong chóng n. propeller

chóng mặt adj. dizzy

chóp n. top

chót adj. last; adv. at the end of, at the bottom of

chỗ n. place

chỗ đậu xe n. parking place/space

chỗ ngồi n. seat

chỗ trống n. blank, empty space

chốc lát n. a short while

chối (*also* **chối cãi**) v. deny

chối từ v. decline

chổi n. broom

chôn (*also* **chôn cất**) v. bury

chồn n. fox

chống (*also* **chống cự**) v. resist

chống đối v. oppose

chống nạnh adv. akimbo

chồng n. husband; pile

chồng chéo v. overlap

chồng chưa cưới n. fiancé, husband-to-be

chột adj. one-eyed

chờ (*also* **chờ đợi**) v. wait

chở v. transport

chợ n. market

chợ đen n. black market

chợ trời n. flea market

chơi v. play

chớp n. lightning

chớp nhoáng adj. very fast

chợt adv. suddenly

chu cấp v. provide for

chu đáo adj. considerate, thoughtful

chu kỳ n. cycle

chu vi n. circumference

chú pron. uncle (*father's younger brother*) (*term of address for uncle or a man younger than oneself or one's parents*)

chú rể n. bridegroom

chú tâm v. concentrate

chú ý v. pay attention to

chủ n. owner, boss; adj. principal, main

chủ biên n. chief editor

chủ bút n. editor

chủ đề n. theme

chủ nghĩa n. -ism, doctrine

chủ nghĩa cá nhân n. individualism

chủ nghĩa cộng sản n. communism

chủ nghĩa đế quốc n. imperialism

chủ nghĩa giáo điều n. dogmatism

chủ nghĩa hiện sinh n. existentialism

chủ nghĩa hiện thực n. realism

chủ nghĩa lãng mạn n. romanticism

chủ nghĩa nhân bản n. humanism

chủ nghĩa quốc gia n. nationalism

chủ nghĩa siêu thực n. surrealism

chủ nghĩa thực dân n. colonialism

chủ nghĩa thực dụng n. pragmatism

chủ nghĩa tư bản n. capitalism

chủ nghĩa xã hội n. socialism

chủ nghĩa xét lại n. revisionism

chủ nghĩa yêu nước n. patriotism

chủ nhân n. owner, host

chủ nhật (*also* **Chúa nhật**) n. Sunday

chủ quan adj. subjective

chủ quyền n. sovereignty

chủ tịch n. chairman, chairwoman

chủ yếu adj. main; adv. mainly

chua adj. sour

chúa n. ruler, master

Chúa Giê-Xu n. Jesus Christ

Chúa Trời n. God

chùa n. Buddhist pagoda, temple

chuẩn bị v. get ready, prepare

chúc v. wish (*a Happy Birthday, Happy New Year, etc.*)

chúc mừng v. congratulate

chục n. ten

chui adj. illegal; v. creep

chùi v. wipe

chùm n. bunch (*of grapes, flowers, etc.*)

chung adj. common, general; adv. together

chung kết n. final(s) (*sports*)

chung quanh adv. around

chung thủy adj. faithful

chung tình n. fidelity (*in love and marriage*)

chúng mình pron. we (*inclusive of speaker and intimate*)

chúng nó pron. they (*used for younger people*)

chúng ta *pron.* we (*inclusive of speaker, general*)

chúng tôi *pron.* we (*exclusive of speaker, formal*)

chủng tộc *n.* race (*of people*)

chuối *n.* banana

chuỗi *n.* string (*of beads*)

chuồn chuồn *n.* dragonfly

chuông *n.* bell

chuồng *n.* cage

chuột *n.* mouse, rat

chuột cống *n.* sewer rat

chuột đồng *n.* field mouse

chuột rút *n.* cramp

chụp ảnh/hình *v.* take pictures

chút *adj.* little

chút ít/xíu *id.* a little

chuyên chế *n.* autocracy

chuyên gia *n.* expert, specialist

chuyên môn *v.* specialize in

chuyên viên *n.* expert, specialist

chuyến *classifier for trips, excursions, etc.*

chuyến bay *n.* flight

chuyến viếng thăm *n.* visit (*formal*)

chuyền *v.* pass

chuyển ngữ *v.* translate

chuyển tiếp *n.* transition; *v.* forward

chuyện trò *v.* chitchat

chữ *n.* letter (*of the alphabet*); word

chữ cái *n.* letter of the alphabet

chữ ký *n.* signature

chữ Nho *n.* classical Chinese

chữ Nôm *n.* demotic Vietnamese script

chữ Quốc ngữ *n.* Romanized script of Vietnamese

Chữ Thập Đỏ *n.* Red Cross (*SRV*)

chữ viết *n.* writing system

chứ *question word used to invite agreement*

chưa *question word equivalent to "yet?"*

chưa *adv.* not yet

chưa chắc *adj.* unsure

chưa hề *adv.* never

chứa (*also* **chứa đựng**) *v.* contain

chửa *adj.* pregnant

chữa *v.* fix, repair

chức (*also* **chức tước, chức vị**) *n.* social position

chửi (*also* **chửi mắng, chửi rủa**) *v.* curse, swear

chứng cớ *n.* evidence, proof

chứng kiến *v.* witness

chứng minh *v.* prove

chứng nhân *n.* eyewitness

chứng nhận *v.* certify

chừng (*also* **chừng độ**) *adv.* approximately

chừng mực *adj.* moderate

chương *n.* chapter

chương trình *n.* program

chưởng khế *n.* notary

chưởng lý *n.* attorney general

co giãn *adj.* elastic

có *v.* have

có học *adj.* educated

có ích *adj.* useful

có lẽ *id.* perhaps, maybe

có lý *adj.* reasonable

có mặt *adj.* present

có sẵn *adj.* available

có tài *adj.* talented

có thai *adj.* pregnant

có thể *aux. v.* can; *adj.* possible

có tiếng *adj.* famous

có vẻ *v.* seem, appear

cò *n.* stork

cỏ *n.* grass

cỏ dại *n.* weed

cóc *n.* toad

cọc *n.* stake

coi *v.* watch

còi *n.* whistle

cõi cực lạc *n.* paradise

cõi niết bàn *n.* Nirvana (*in Buddhism*)

com-lê *n.* man's suit

com-pa *n.* a pair of compasses

con *classifier for animals and some moving objects*

con (*also* **con cái** *n./pl.*) *n.* child, children (*term of address for one's child*)

con cháu *n./pl.* grandchildren, descendants

con gái *n.* daughter

con ma *n.* ghost

con người *n.* human being
con trai *n.* son; boy
còn *prep.* as for; still
còn nữa *id.* more to come, to be continued
cóng *adj.* numb with cold
còng *n./v.* handcuff
cõng *v.* carry on one's back
cọp *n.* tiger
cô *pron.* aunt (*father's sister*) (*term of address for aunt or older woman who is younger than one's parents; also used formally to address a younger woman [Miss]*)
cô dâu *n.* bride
cô độc *adj.* solitary
cô đơn *adj.* lonely
cô giáo *n.* female teacher
cô lập *v.* isolate
cố (*also* **cố gắng**) *v.* try hard
cố tình *adv.* intentionally
cố vấn *n.* adviser
cố ý *adv.* intentionally
cổ *n.* neck; *adj.* ancient
cổ chân *n.* ankle
cổ điển *adj.* classical
cổ họng *n.* throat
cổ hủ *adj.* old-fashioned
cổ tay *n.* wrist
cổ tích *n.* folklore
cổ xưa *adj.* ancient
cỗ *n.* banquet
cốc *n.* glass (*container*)
cốm *n.* young green rice
côn đồ *n.* hooligan
côn trùng *n.* insect
cồn *n.* alcohol
cồn cát *n.* dune
công *adj.* public
công an *n.* police (*SRV*)
công bằng *adj.* impartial, fair
công chúa *n.* princess
công chúng *n.* populace, mass
công chuyện *n.* errand
công chức *n.* civil servant
công cộng *adj.* public
công dân *n.* citizen
công đoàn *n.* union
Công giáo *n.* Catholic; Catholicism

công lý *n.* justice
công nghiệp *n.* industry (*as a sector of economy*)
công nhân *n.* factory worker
công nhận *v.* admit, recognize, accept (*that something has happened*)
công tố viên *n.* prosecutor
công trình *n.* work; masterpiece
công ty *n.* company
công ty xuất nhập cảng/khẩu *n.* import-export company
công việc *n.* work, chore
công viên *n.* park
công xưởng *n.* factory
cống *n.* sewer
cổng *n.* gate
cộng *n.* addition; *v.* add
cộng đồng *n.* community; **đại học ~** *n.* community college
cộng hòa *n.* republic
cộng sản *n./adj.* communist
cộng tác *v.* cooperate
cốt truyện *n.* plot (*of a novel*)
cột *n.* pole, pillar, column
cột cờ *n.* flagpole
cột sống *n.* spinal column
cột thu lôi *n.* lightning rod
cơ *n.* muscle; possibility
Cơ Đốc Giáo *n.* Christianity
cơ giới hóa *v.* mechanize, motorize
cơ học *n.* mechanics
cơ hội *n.* opportunity
cơ quan *n.* office; organ
cơ thể *n.* body
cơ xưởng *n.* factory
cớ *n.* pretext; evidence
cờ *n.* chess; flag
cờ bạc *n.* gambling
cờ Mỹ *n.* American flag
cờ quốc tế *n.* international chess
cờ tướng *n.* Chinese chess
cỡ *n.* size
cởi *v.* unbutton, unfasten
cởi mở *adj.* open-minded
cơm *n.* steamed rice
cơm bình dân *n.* cheap meal
cơm chiên/rang *n.* fried rice
củ *classifier for tubers*
cũ *adj.* old (*books, shoes, etc.*)

cụ *n.* great-grandparent; *formal title for elderly people*

cụ thể *adj.* concrete

cua *n.* crab

của *prep.* of

của cải *n.* wealth, property

cúc *n.* chrysanthemum; button

cục *classifier for things such as a rock, a candy, etc.*

cục *n.* agency

cùi chỏ *n.* elbow

cùi-dĩa *n.* spoon

cúi *v.* bend, bow

củi *n.* firewood

cũi *n.* kennel

cúm *n.* flu

cùn *adj.* blunt (*knife*)

cung *n.* bow; palace

cung cầu *n.* supply and demand

cung điện *n.* palace

cung trăng *n.* moon

cúng (giỗ) *v.* make offerings to the dead

cùng *adv.* together

củng cố *v.* consolidate

cũng *adv.* also

cuốc *n.* hoe

cuộc đời *n.* life (*abstract*)

cuộc sống *n.* life (*concrete*)

cuối (*also* cuối cùng) *n.* end; *adj.* last

cuối cùng *id.* in the end, at last, eventually

cuốn *classifier for books, dictionaries, etc.*

cuộn *classifier for a roll of toilet paper, spool of thread, etc.*

cuống họng *n.* throat

cuồng phong *n.* whirlwind

cúp *n.* trophy

cụt *adj.* short

cụt tay *adj.* short-sleeved

cư trú *v.* reside

cư xá *n.* residential building

cư xử *v.* behave

cứ *adv.* yet, anyway

cử động *v.* move

cử nhân *n.* bachelor's degree

cử tạ *v.* lift weights

cử tọa *n.* audience

cử tri *n.* voter

cự tuyệt *v.* reject

cưa *n./v.* saw

cửa *n.* door

cửa hàng/hiệu *n.* shop, store

cửa ra *n.* exit

cửa sổ *n.* window

cực hữu *adj.* ultraright

cực khổ *n.* hardship

cực tả *adj.* ultraleft

cưng *adj.* pet, favorite

cứng *adj.* hard

cứng đầu *adj.* stubborn

cứng rắn *adj.* strong-minded

cưới *v.* marry

cười *v.* smile, laugh

cưỡi *v.* ride (*a horse, an elephant, etc.*)

cương *v.* inflate, exaggerate

cương quyết *adj.* determined

cường quốc *n.* power (*of a nation*)

cưỡng hiếp *v.* rape

cướp *v.* rob

cướp biển *n.* pirate

cứt *n./pl.* feces

cứu *v.* rescue

cứu hỏa *adj.* firefighting

cứu thương *n.* first aid

cứu xét *v.* consider

cừu *n.* sheep

cựu chiến binh *n.* war veteran

Cựu Ước *n.* Old Testament

D

da *n.* skin; leather

dã man *adj.* barbarous

dã ngoại *n.* field trip

dã thú *n.* beast

dạ *n.* yes (*polite*)

dạ (*also* dạ dày) *n.* stomach

dạ hội *n.* ball (*social event*)

dạ vũ *adj.* the same, unchanged

dai *adj.* chewy; persistent (*in a nagging way*)

dái *n.* testicle

dài *adj.* long

dài dòng *adj.* wordy, verbose

dãi *n.* saliva

dại (*also* dại dột) *adj.* foolish

dám *v.* dare

dàn bài *n.* outline (*of an essay*)

dàn nhạc *n.* orchestra

dàn nhạc giao hưởng (*also* **dàn nhạc hòa tấu**) *n.* symphony orchestra

dàn xếp *v.* arrange, settle

dán *v.* glue

dáng (*also* **dáng điệu**) *n.* posture

danh dự *n.* honor

danh giá *n.* high social status; *adj.* having high social status

danh lam thắng cảnh *n.* scenic spot(s)

danh nhân *n.* famous person

danh sách *n.* roster

danh thiếp *n.* business card

danh tiếng *adj.* famous

danh từ *n.* noun

danh vọng *n.* fame

dành (*also* **dành dụm**) *v.* save, save up

dao *n.* knife

dao cạo *n.* razor

dạo *v.* take a walk, stroll

dạo này *id.* these days

dày *adj.* thick

dạy (*also* **dạy học**) *v.* teach

dăm (*also* **dăm ba, dăm bảy**) *n.* a few

dặm *n.* mile

dặn *v.* instruct

dắt *v.* lead (*someone by the hand*)

dâm (*also* **dâm ô**) *adj.* lustful

dân *n.* people

dân biểu *n.* representative (*of the people*)

dân ca *n.* folk song

dân chủ *n.* democracy; *adj.* democratic

dân chủ hóa *v.* democratize

dân chúng *n.* populace

dân cư *n.* residents

dân cử *adj.* elected

dân quân *n.* militia

dân quyền *n./pl.* civil rights

dân số *n.* population

dân tộc *n.* people(s)

dân tộc thiểu số *n.* ethnic minority (*pl.* minorities)

Dần *n.* tiger (*in Vietnamese zodiac*); **tuổi ~** *n.* (born in) the year of the tiger

dần dần *id.* gradually

dẫn *v.* lead, take

dẫn độ *v.* extradite

dâu *n.* strawberry

dâu (*also* **con dâu**) *n.* daughter-in-law; **cô dâu** *n.* bride

dâu tằm *n.* mulberry

dâu tây *n.* strawberry

dầu (*also* **dầu hỏa, dầu mỏ**) *n.* oil, petroleum

dầu cá *n.* cod-liver oil

dầu cù là *n.* balm, ointment

dầu hắc *n.* tar

dầu hôi *n.* kerosene

dấu *n.* sign, mark

dấu chấm (câu) *n.* period

dấu chấm hỏi (*also* **dấu hỏi chấm**) *n.* question mark

dấu chấm phẩy (*also* **dấu chấm phết**) *n.* semicolon

dấu chấm than *n.* exclamation mark

dấu hỏi *n.* mark for the Vietnamese low rising tone (*question mark*)

dấu huyền *n.* mark for the Vietnamese low falling tone (*grave accent*)

dấu mũ *n.* circumflex

dấu nặng *n.* mark for the Vietnamese low broken tone (*dot*)

dấu ngã *n.* mark for the Vietnamese high broken tone (*tilde*)

dấu ngoặc đơn *n.* parenthesis

dấu ngoặc kép *n./pl.* quotation marks

dấu phẩy/phết *n.* comma

dấu sắc *n.* mark for the Vietnamese high rising tone (*acute accent*)

Dậu *n.* rooster (*in Vietnamese zodiac*); **tuổi ~** *n.* (born in) the year of the rooster

dây *n.* string, cord, wire

dây cáp *n.* cable

dây chun *n.* rubberband

dây chuyền *n.* necklace

dây điện *n.* electric wire

dây kẽm *n.* metal wire

dây kẽm gai *n.* barbed wire

dây thắt lưng *n.* belt

dây thần kinh *n.* nerve

dây thép *n.* telegram; metal wire

dây thun *n.* rubberband

dây thừng *n.* rope

dây xích *n.* chain

dậy *v.* get up, awake

dậy thì *n.* puberty

de *v.* back up (*a vehicle*)

dè dặt *adj.* cautious

dè xẻn *v.* scrimp and save

dẻ *n.* chestnut

dẻo dai *adj.* untiring (*in a physical task*)

dép *n.* slipper, sandal

dẹp *v.* put things away

dê *n.* goat

dế *n.* cricket

dễ (*also* **dễ dàng**) *adj.* easy

dễ chịu *adj.* pleasant

dễ dãi *adj.* easy-going

dễ ghét *adj.* mean (*colloquial*)

dễ thương *adj.* cute

dễ tính *adj.* easygoing

dệt *v.* weave (*fabric*)

di căn *n.* metastasis; *v.* metastasize

di chúc *n.* will (*legal document*)

di chuyển *v.* move (*furniture, an office, etc.*)

di cư *v.* migrate

di dân *n.* immigrant

di sản *n.* legacy, heritage

di tản *v.* evacuate

di tích *n.* relic

di trú *n.* immigration

di truyền *adj.* hereditary

di truyền học *n.* genetics

dí dỏm *adj.* humorous, witty

dì *pron.* aunt (*term of address for maternal aunt in the South*)

dì ghẻ *n.* stepmother

dĩ nhiên *adv.* of course, naturally

dĩ vãng *n.* the past

dị chủng *adj.* interracial

dị đoan *adj.* superstitious

dị ứng *n.* allergy; *adj.* allergic

dĩa *n.* plate

dịch *v.* translate

dịch (*also* **dịch bệnh**) *n.* epidemic

dịch giả *n.* translator

dịch hạch *n.* bubonic plague

dịch tả *n.* cholera

dịch vụ *n.* service

diêm *n.* match (*for lighting a candle, etc.*)

Diêm Vương *n.* Hades

diễm phúc *n.* blessing

diễn biến *v.* be developing, be happening (*an event*)

diễn biến hòa bình *n.* peace process

diễn đàn *n.* forum

diễn đạt *v.* express (*oneself*)

diễn giả *n.* speaker

diễn tả *v.* describe

diễn thuyết *v.* make a speech

diễn tiến *n.* development (*in a military conflict, etc.*)

diễn văn *n.* a speech

diễn viên *n.* actor, actress

diễn xuất *n.* acting

diện mạo *n.* mien

diện tích *n.* area (*of land*)

diệt *v.* exterminate (*pests*)

diệt chủng *n.* genocide

diệt trừ *v.* exterminate (*pests*)

diều *n.* kite

diều hâu *n.* eagle

diệu kỳ *adj.* miraculous

dinh dưỡng *n.* nutrition

dinh thự *n.* mansion

dính *adj.* sticky

díp *n.* tweezers

dịp *n.* occasion, opportunity

dìu dắt *v.* guide (*children*)

dịu dàng *adj.* tender, sweet

dịu hiền *adj.* gentle

do *id.* due to

do dự *v.* hesitate

do đó *adv.* therefore

do thám *v.* reconnoiter

dọa (*also* **dọa dẫm**) *v.* threaten

dọa nạt *v.* bully

doanh nghiệp *n.* enterprise

dọc *prep.* along

dòm *v.* peep; look

dọn dẹp *v.* tidy up (*a room, desk, etc.*)

dòng *n.* current

dòng *classifier* (*for a stream, a river, etc.*)

dòng họ *n.* pedigree

dỗ (*also* **dỗ dành**) *v.* soothe

dốc *n.* slope; *adj.* steep

dối v. tell a lie
dồi dào adj. robust
dông (also **dông tố**) n. hurricane
dốt adj. stupid, ignorant
dơ (also **dơ bẩn, dơ dáy**) adj. dirty
dở adj. bad (novel, movie, etc.)
dở dang adj. unfinished
dơi n. bat (animal)
du côn n. hoodlum, hooligan
du học v. study abroad
du khách n. tourist
du kích n. guerilla
du lịch n. tourism
du ngoạn n. sightseeing
dù n. umbrella; prep. despite, though
dụ dỗ v. entice
dùi cui n. cudgel
dung dưỡng v. harbor (a criminal)
dung nham n. lava
dùng v. use
dụng cụ n. instrument
duỗi v. stretch (one's limbs)
duy nhất adj. sole, only
duy tâm n. spiritualism
duy vật n. materialism
duyên n. charm
duyên (also **duyên nợ, duyên số**) n. predestination (of marriage)
duyệt (also **duyệt y**) v. sign off (on a report, etc.)
dư luận n. public opinion
dữ (also **dữ tợn**) adj. fierce
dự v. attend
dự án n. project
dự báo v. forecast
dự định v. intend
dự đoán v. predict
dự luật n. bill (of law)
dự tính v. intend
dự thảo n. draft (of a bill)
dự tiệc v. go to a party
dưa chuột n. cucumber
dưa hấu n. watermelon
dừa n. coconut
dứa n. pineapple
dựa v. lean
dựng v. erect, put up
dược khoa n. school of pharmacy
dược sĩ n. pharmacist

dược thảo n. medicinal herb
dưới prep. under, beneath
dương cầm n. piano
dương lịch n. Western calendar
dương liễu n. willow
dương vật n. penis
dường như id. it seems
dưỡng khí n. oxygen
dượng n. uncle (term of address for maternal aunt's husband in South)
dứt khoát adj. resolute; adv. resolutely

Đ

đa dạng adj. diverse
đa phu n. polyandry
đa số n. majority
đa tạ v. thank profusely
đa thê n. polygamy
đá n. rock; ice; v. kick
đá banh/bóng n. soccer
đá gà n. cockfighting
đá hoa n. marble
đá lửa n. flint
đá vôi n. limestone
đà n. momentum
đà điểu n. ostrich
đã past tense marker
đã adv. already
đái v. pee (slang)
đài n. channel (television); station (radio, television)
đài khí tượng n. weather bureau
đài phát thanh n. radio station
đài truyền hình n. TV station
đại bàng n. eagle
đại biểu n. delegate
đại chiến n. world war
đại danh từ n. pronoun
đại diện v. represent
đại dương n. ocean
đại học n. university
đại học cộng đồng n. community college
Đại Hồng Thủy n. the Flood (Biblical)
đại lộ n. avenue, boulevard
đại lý n. agent, branch office
đại số n. algebra

đại sứ *n.* ambassador
đại sứ quán *n.* embassy
đại thắng *n.* great victory
đại tiện *v.* defecate
đại từ *n.* pronoun
đam mê *v.* have a passion for
đám cưới *n.* wedding
đám đông *n.* crowd
đám ma/tang *n.* funeral
đàm thoại *n.* conversation
đảm bảo *v.* guarantee
đạm bạc *adj.* frugal
đan *v.* knit
đàn *n.* musical instrument
đàn *n.* flock, herd
đàn áp *v.* suppress
đàn bà *n.* woman; *adj.* female
đàn bầu *n.* monochord
đàn dương cầm *n.* piano
đàn ghi-ta *n.* guitar
đàn ông *n.* man; *adj.* male
đàn tranh *n.* Vietnamese 16-string zither
đạn *n.* bullet
đạn dược *n.* ammunition
đang *progressive tense marker*
đảng *n.* political party
Đảng Cộng Hòa *n.* Republican Party (*U.S.*)
Đảng Cộng Sản Việt Nam *n.* Communist Party of Vietnam
Đảng Dân Chủ *n.* Democratic Party (*U.S.*)
đảng đối lập *n.* opposition party
đảng viên *n.* party member
đánh *v.* hit, beat; play
đánh bài *v.* play cards
đánh bạc *v.* gamble
đánh cá *v.* catch fish (*with a net*); bet
đánh đàn *v.* play a musical instrument
đánh lộn *v.* scuffle
đánh máy *v.* type
đánh nhịp *v.* beat time
đánh phấn *v.* powder one's face
đánh thức *v.* wake someone up
đánh vần *v.* spell
đành *v.* have no choice but to (*do something*)
đào *n.* peach tree; peach blossom; girlfriend (*slang*); date (*slang*); female dancing partner; *v.* dig
đào tạo *v.* train
đảo *n.* island
đảo chánh/chính *n.* coup d'etat
đạo *n.* religion
đạo Công Giáo *n.* Catholicism
đạo diễn *n.* director (*of films, plays, etc.*); *v.* direct (*a movie, play, etc.*)
đạo đức *n.* ethics; *adj.* ethical
đạo đức giả *n.* hypocrite; hypocrisy
đạo Hồi *n.* Islam
đạo Khổng *n.* Confucianism
đạo Lão *n.* Taoism
đạo luật *n.* law
đạo Phật *n.* Buddhism
đạo Thiên Chúa *n.* Christianity
đạo Tin Lành *n.* Protestantism
đạp *v.* trample
đạp xe đạp *v.* ride a bike
đạt *v.* achieve
đau *n.* pain, ache
đau đầu *n.* headache
đau khổ *n.* suffering(s)
đau ốm *n.* ailment(s)
đáy *n.* bottom
đày *v.* exile
đắc cử *v.* win an election; *adj.* elected
đặc biệt *adj.* special
đặc điểm *n.* characteristic
đặc quyền *n.* privilege
đặc sản *n.* special product
đặc sắc *adj.* unique
đăng ký *v.* register (*SRV*)
đắng *adj.* bitter (*taste*)
đắng cay *adj.* embittered
đằng ấy/kia *id.* over there
đắp *v.* cover oneself (*with a blanket, etc.*); shore up (*a bank, etc.*)
đắt (*also* **đắt đỏ**) *adj.* expensive
đặt *v.* place, put
đặt cọc *v.* put down a deposit
đặt tên *v.* name
đâm *v.* stab
đầm *n.* pond
đầm lầy *n.* swamp, marsh
đấm *v.* punch
đấm bóp *v.* massage
đấng tiên tri *n.* prophet

đập *n.* dam; *v.* beat up
đất *n.* soil, land, earth, ground
đất nước *n.* country, homeland
đất sét *n.* clay
đâu *ques.* where
đâu đâu cũng *adv.* everywhere
đâu đây *id.* somewhere around here
đấu *v.* compete (*in a contest*)
đấu giá *v.* bid (*in an auction*)
đầu *n.* head
đầu bếp *n.* chef
đầu độc *v.* poison
đầu gối *n.* knee
đầu hàng *v.* surrender
đầu lâu *n.* skull (*as in a skull and crossbones*)
đầu lòng *adj.* first-born
đầu máy *n.* locomotive; VCR
đầu óc *n.* mentality; mind; brain
đầu tiên *adj.* first; *id.* at first
đầu trọc *n.* shaved head
đầu tư *v.* invest
đậu *n.* pea; bean; *v.* park (*one's car*); pass (*an exam*)
đậu hũ *n.* tofu
đậu mùa *n.* smallpox
đậu nành *n.* soybean
đậu phộng/phụng *n.* peanut
đậu phụ *n.* tofu
đậu xanh *n.* mung bean
đây *adv.* here
đấy *adv.* there
đầy *adj.* full
đầy đủ *adj.* adequate (*evidence, furniture, etc.*)
đầy tớ *n.* servant
đẩy *v.* push
đậy *v.* cover (*with a lid*)
đe dọa *v.* threaten
đè *v.* press down
đẻ *v.* give birth; be born
đem *v.* bring
đen *adj.* black, dark
đèn *n.* lamp, light
đèn cầy *n.* candle
đèn hoa kỳ *n.* kerosene lamp
đèn lồng *n.* lantern
đèn nê-ông *n.* neon light
đèn pin *n.* flashlight

đeo *v.* wear (*accessories, shoes*)
đèo *n.* mountain pass
đẹp *adj.* beautiful
đẹp giai/trai *adj.* handsome
đê *n.* levee
đế quốc *n.* empire
đề án *n.* project
đề cập *v.* mention
đề cử *v.* nominate
đề nghị *v.* propose
đề tài *n.* topic
để *id.* in order to
để dành *v.* save
để ý *id.* pay attention to
Đệ Nhất Phu Nhân *n.* First Lady
đêm *n.* night
đêm tân hôn *n.* wedding night
đếm *v.* count
đệm *n.* mattress; *v.* accompany (*with a musical instrument*)
đền *n.* temple (*for spirit/deity worship*); *v.* compensate
đền đài *n./pl.* temples and monuments
đến *v.* arrive, come; *prep.* to
đi *v.* go
đi ăn tiệc *v.* attend a party
đi bách bộ *id.* take a stroll
đi bộ *id.* go on foot
đi cắm trại *v.* go camping
đi cầu *id.* use the toilet
đi chợ *v.* go to the market, go grocery shopping
đi chơi *v.* go out
đi đái *v.* pee (*informal for urinate, used by children*)
đi mua sắm *v.* go shopping
đi ngủ *v.* go to bed
đi sắm đồ *v.* go shopping
đi tiểu *id.* urinate
đi-văng *n.* divan
đi vòng vòng *v.* walk around
đĩ *n.* prostitute
đĩa *n.* leech
đĩa *n.* plate; disk
đĩa hát *n.* record album
đĩa mềm *n.* floppy disk
địa cầu *n.* globe
địa chất học *n.* geology
địa chỉ *n.* address

địa chủ *n.* landlord
địa điểm *n.* location
địa lý *n.* geography
địa ngục *n.* hell
địa ốc *n.* real estate
địa vị *n.* status, social position
địch *n.* enemy
địch thủ *n.* opponent
điếc *adj.* deaf, hard of hearing
điếm *n.* prostitute
điềm *n.* omen
điểm *n.* point; grade; score
điểm danh *v.* take attendance
điểm sách *n.* book review
điểm tâm *n.* breakfast
điên (*also* **điên khùng**) *adj.* crazy
điển hình *adj.* typical
điện *n.* electricity
điện ảnh *n.* film industry; film major (*at a university*)
điện thoại *n.* telephone
điện thoại viễn liên *n.* long-distance phone call
điện tín *n.* telegram
điện toán *n.* computer science; **máy** ~ *n.* computer
điện tử *adj.* electronic
điệp viên *n.* spy
điêu khắc *v.* sculpt; **nhà** ~ *n.* sculptor
điều độ *id.* in moderation; *adj.* moderate
điều hành *v.* manage, run (*a business*)
điều hòa không khí *n.* air conditioning; **máy** ~ *n.* air conditioner
điều khiển *v.* operate (*a machine*)
điều kiện *n.* condition
điều tra *v.* investigate
điều trị *v.* treat (*medically*)
điếu thuốc (lá) *n.* cigarette
điệu *adj.* coquettish
đinh *n.* nail
đình chiến *n.* armistice
đình công *v.* go on strike
đình (*also* **đình làng**) *n.* communal house
đỉnh núi *n.* mountain peak
định *v.* plan to, intend to
định cư *v.* settle (*begin living in a place*)

định kỳ *adj.* periodical
định mệnh *n.* fate
định mức *n.* quota
định nghĩa *v.* define (*a word*)
đít *n.* buttock; bottom (*of a bottle, pot, etc.*)
đo *v.* measure
đò *n.* ferry, boat
đó *adv.* there; *adj.* that
đó đây *id.* here and there
đỏ *n./adj.* red
đoàn *n.* group (*as in tour group*)
đoàn kết *v.* unite
đoán *v.* guess
đoạn *n.* paragraph, passage
đọc *v.* read
đòi *v.* demand
đói *adj.* hungry
đom đóm *n.* firefly
đón *v.* greet; pick up
đón tiếp *v.* receive (*guests*)
đòn gánh *n.* shoulder pole (*for carrying*)
đong đưa *v.* swing
đóng *v.* close; make (*a table, chair, etc.*)
đóng cửa *v.* close a door
đóng dấu *v.* affix a seal
đóng góp *v.* contribute
đóng kịch *v.* put on a skit/play
đô hộ *v.* colonize (*a foreign country*)
đô thị *adj.* urban
đố *v.* pose a riddle to
đồ *n.* thing, item, object
đồ ăn *n.* food
đồ chơi *n./pl.* toys
đồ đạc *n.* furniture
đồ giải khát *n./pl.* beverages
đồ gỗ *n.* furniture (*made of wood*)
đồ hộp *n.* canned food
đổ *v.* pour
đỗ *n.* pea; bean; *v.* park (*one's car*); pass (*an exam*)
độ *n.* degree (*temperature*); *adv.* about
đốc-tờ *n.* doctor
độc *adj.* poisonous; **thuốc** ~ *n.* poison (*substance*)
độc ác *adj.* cruel

độc đáo *adj.* unique
độc giả *n.* reader(s)
độc hại *adj.* harmful
độc lập *n.* independence; *adj.* independent
độc nhất *adj.* unique, sole
độc quyền *n.* monopoly
độc tài *n.* dictatorship
độc thân *adj.* single, unmarried
độc thoại *n.* soliloquy
đôi *n.* pair
đôi đũa *n.* a pair of chopsticks
đồi *n.* hill
đồi trụy *adj.* decadent
đổi *v.* change; exchange
đổi mới *v.* renovate
đổi thay *v.* change
đối diện *v.* face, confront; *adj.* opposite
đối đãi *v.* treat
đối lập *n.* opposition
đối phó *v.* cope with
đối thoại *n.* dialogue
đối thủ *n.* rival, opponent
đối với *id.* as for, with regard to
đối xử *v.* treat
đội *n.* team
đồn *n.* station (*police*); military outpost
đồn đại *v.* rumor; **lời ~** *n.* rumor
đồn điền *n.* plantation
đông[1] *n./adj.* east; **Phương Đông** *n.* the East
đông[2] *adj.* crowded; **đám ~** *n.* crowd
Đông y *n.* Eastern medicine
đống *n.* pile, heap
đồng *n.* Vietnamese currency; field; copper
đồng bào *n/pl.* compatriots
đồng bằng *n.* delta (*geog.*)
đồng chí *n.* comrade
đồng cỏ *n.* prairie
đồng hồ *n.* watch, clock
đồng hồ báo thức *n.* alarm clock
đồng hương *n.* compatriot
đồng lõa *n.* accomplice
đồng minh *n.* ally
đồng nghĩa *adj.* synonymous; **từ ~** *n.* synonym

đồng nghiệp *n.* colleague
đồng phục *n.* uniform
đồng quê *n.* countryside
đồng thời *id.* at the same time
đồng tính luyến ái *adj.* homosexual
đồng ý *v.* agree
động cơ *n.* motive; engine
động đất *n.* earthquake
động lực *n.* motive; force
động từ *n.* verb
động vật *n.* animal
động vật học *n.* zoology
đốt *v.* burn, ignite
đột nhiên *adv.* suddenly
đỡ *v.* help, lift
đời (*also* **đời sống**) *n.* life
đời đời *adv.* forever
đời nào *adv.* never
đợi *v.* wait
đờm *n.* phlegm
đơn giản *adj.* simple
đơn giản hóa *v.* simplify
đờn *n.* musical instrument
đớp *v.* bite; eat (*slang*)
đu đủ *n.* papaya
đủ *adj.* enough
đua *v.* compete (*in sports*)
đùa (*also* **nói đùa**) *v.* joke
đũa *n.* chopstick; **đôi ~** *n.* pair of chopsticks
đục *adj.* murky (*water*)
đui *adj.* blind
đùi *n.* thigh
đun *v.* boil (*water*)
đun nấu *v.* cook
đúng *adj.* right, correct
đúng thị hiếu *id.* trendy
đụng *v.* touch
đuốc *n.* torch
đuôi *n.* tail
đuổi *v.* chase
đút lót *v.* bribe
đưa *v.* pass (*something to someone*)
đưa (*also* **đưa tiễn**) *v.* see someone off
đứa *classifier for children*
đứa trẻ sơ sinh *n.* newborn baby
Đức[1] *n.* honorific for Jesus Christ, Buddha, the Pope, kings, and some other religious figures

Đức² German; **người** ~ n. German (*person*)

đực adj. male (*for most animals*)

đừng a command equivalent to "don't"

đứng v. stand

đựng v. contain

được particle used to tell one's age, to express the positive passive voice (*opposite of* **bị**), and to convey such meanings as "have the opportunity to," "have the permission to do something," and "be able to do something"

đương progressive tense marker (*variation of* **đang**)

đương kim adj. incumbent

đương nhiên adv. of course, naturally

đường n. sugar; street

đường bộ adv. by land (*e.g. car, train, etc.*)

đường đất n. dirt road

đường mòn n. trail

đường nhựa n. paved road

đường quốc lộ n. highway

đường ray/rầy n. train tracks

đường sắt n. railroad

đường thủy adv. by sea

đường xuyên bang n. interstate highway

đứt v. get cut or severed

E

e lệ (*also* **e thẹn**) adj. shy

em n. younger brother; younger sister; cousin (*term of address for younger sibling or cousin; term of address for younger person; term used by a man to address his wife or girlfriend [used by woman in first person]; term for one's student [also used by student in first-person]*)

em gái n. younger sister

em họ n. first cousin (*of lower rank*)

em trai n. younger brother

én n. swallow (*bird*)

eo n. waist

ép (*also* **ép buộc**) v. press (*someone to do something*)

Ê

ế adj. unable to find a spouse

ế chồng adj. unable to find a husband

ế vợ adj. unable to find a wife

ế ẩm adj. having few or no customers

ếch n. frog

êm adj. soft

êm ả adj. peaceful, tranquil

êm dịu adj. soft (*music*)

êm đềm adj. peaceful, tranquil

G

ga n. train station; natural gas; **bếp** ~ n. gas stove

ga-lăng adj. gallant

ga-ra n. garage

gà n. chicken

gà mái n. hen

gà tây n. turkey

gà trống n. rooster

gả v. marry off

gã n. guy (*derogatory*)

gác xép n. attic

gạch n. brick

gạch nối n. hyphen

gai n. thorn

gái adj. female

gái điếm (*also* **gái giang hồ, gái mãi dâm**) n. prostitute

gái nhảy n. bar girl, dancing girl

gãi v. scratch (*with one's fingernails*)

gan n. liver

gan (*also* **gan dạ**) adj. brave

ganh (*also* **ganh tị**) adj. envious

ganh đua v. compete

gánh v. shoulder

gáo n. gourd; cup-like utensil used for scooping water

gào v. scream

gạo n. rice (*raw*)

gạo nếp n. sticky rice (*raw*)

gạt v. cheat; tap a cigarette to remove the ash

gạt tàn (thuốc) n. ashtray

gay cấn *adj.* suspenseful

gáy *v.* crow

gặm *v.* gnaw

gắn *v.* put together, assemble

găng tay *n.* glove

gắng *v.* try, attempt

gắp *v.* pick up (*with a pair of chopsticks, tongs, etc.*)

gặp (*also* **gặp gỡ**) *v.* meet

gặp mặt *v.* get together

gắt gỏng *adj.* irascible

gặt *v.* reap, harvest

gấm *n.* brocade

gầm *n.* space (*under a chair, bed, etc.*); *v.* roar

gân *n.* tendon

gần *adj.* near

gấp *adj.* urgent

gập ghềnh *adj.* bumpy (*road*)

gật *v.* nod

gâu gâu *n.* barking sound

gấu *n.* bear

gàu *n.* dandruff

gây mê *v.* anesthetize

gây sự *v.* pick a fight

gầy *adj.* thin, skinny

gảy *v.* strum

gãy *v.* break

gậy *v.* stick, cane

ghe *n.* wooden boat

ghé *v.* stop by

ghẻ *n.* scabies

ghen *adj.* jealous

ghẹo *v.* flirt

ghét *v.* hate

ghế *n.* chair

ghế đẩu *n.* stool

ghi *v.* write down; take notes

ghi âm *v.* tape-record

ghiền *v.* be addicted to

ghim *n.* paper clip

gì *ques.* what

gia cầm *n.* poultry

gia đình *n.* family

gia hạn *v.* extend a deadline; renew (*a book, license, etc.*)

gia nhân *n.* servant

gia nhập *v.* join (*an organization, political party, etc.*)

gia phả *n.* family tree

gia súc *n.* livestock

gia tăng *v.* increase

gia vị *n.* spice

giá *n.* price; bean sprouts

giá buốt *adj.* bitterly cold

giá cả *n./pl.* prices

giá lạnh *adj.* bitterly cold

giá nhạc *n.* music stand

giá trị *n.* value

già *adj.* old (*age*)

già dặn *adj.* mature

già yếu *adj.* old and feeble

giả *adj.* fake

giả bộ *v.* pretend

giả dạng *v.* disguise (oneself)

giả dối *adj.* deceitful, mendacious

giả tạo *adj.* artificial

giã từ *v.* say goodbye, say farewell

giác ngộ *adj.* enlightened

giác quan *n.* sense organ (*e.g. eye, ear, tongue, etc.*)

giai cấp *n.* social class

giai cấp hạ lưu *n.* the lower class

giai cấp thượng lưu *n.* the upper class

giai cấp tiểu tư sản *n.* the petit bourgeoisie

giai cấp trung lưu *n.* the middle class

giai cấp tư sản *n.* the bourgeoisie

giai cấp vô sản *n.* the proletariat

giai điệu *n.* melody

giai đoạn *n.* stage (*as a period of time*)

giai nhân *n.* beautiful woman (*archaic*)

giai phẩm *n.* literary work

giải khát *v.* quench one's thirst; **quán ~** *n.* drink shop; **đồ ~** *n.* beverage, drink; **thức ~** *n.* beverage, drink

giải lao *n.* break, rest

giải nghĩa *v.* explain the meaning of a word

giải pháp *n.* solution

giải phẫu *n.* surgery; *v.* perform surgery (on)

giải phóng *v.* liberate

giải phóng quân *n.* liberator

giải quyết *v.* solve

giải tán *v.* disperse
giải thích *v.* explain
giải thưởng *n.* award
giải trí *n.* entertainment; *v.* recreate
giam (*also* **giam giữ**) *v.* detain (*in a detention center*), jail
giám đốc *n.* director, president (*of a company*)
giám mục *n.* bishop
giám sát viên *n.* supervisor
giảm *v.* decrease
gian dối *adj.* deceitful
gian hàng *n.* stall (*in a marketplace*)
gian hùng *n.* villain
gian khổ/lao *n.* hardship
gian lận *v.* cheat
gián *n.* cockroach
gián điệp *n.* spy
gián tiếp *adj.* indirect
giàn *n.* trellis
giàn hỏa *n.* pyre
giản dị *adj.* simple
giáng chức *v.* demote
Giáng Sinh *n.* Christmas
giảng dạy *v.* teach
giảng đường *n.* auditorium
giảng sư/viên *n.* lecturer
giành *v.* seize; win
giao hưởng *n.* symphony
giao thiệp *v.* socialize, interact
giao thông *n.* transportation; traffic
giáo chức *n.* teachers
giáo dục *n.* education; *v.* educate
giáo đường *n.* cathedral
giáo hoàng *n.* pope; **Đức Giáo Hoàng** *n.* the Pope
Giáo Hội *n.* Church (*religious denomination, institution, e.g. Catholic*)
giáo khoa *adj.* instructional; **sách ~** *n.* textbook
giáo phái *n.* religious sect
giáo sư *n.* professor
giáo viên *n.* schoolteacher
giàu (*also* **giàu có**) *adj.* rich, wealthy
giày *n.* shoe
giặc *n.* enemy
giặt *v.* wash (*clothes; for one's feet, face, hands, floor, etc. see* **rửa**; *for hair, see* **gội**)

giẫm *v.* step on
giấm *n.* vinegar
giận *adj.* angry, upset
giận dữ *adj.* enraged
giật *v.* snatch
giật gân *adj.* sensational
giật mình *v.* startle
giấu *v.* hide, conceal
giậu *n.* hedge
giây *n.* second (*of time*)
giây lát/phút *n.* moment
giấy *n.* paper
giấy chứng nhận *n.* certificate
giấy nháp *n.* scratch paper
giấy phép *n.* permit
giấy thông hành *n.* passport
giấy tờ *n.* paperwork; documents
giấy vệ sinh *n.* toilet paper
giấy xuất cảnh *n.* exit visa
giẻ *n.* rag
gièm pha *v.* slander
gieo *v.* sow
giêng *adj.* first (*in the expression* **tháng giêng,** *first month of the lunar calendar*)
giếng *n.* well
giết *v.* kill
gió *n.* wind
giỏi *adj.* good (*students, performers, etc.*); *adv.* well
giòn *adj.* crispy
giọng *n.* voice; accent
giọt *n.* drop
giỗ *n.* death anniversary
giống *v.* resemble
giồng *v.* plant, grow
giờ *n.* hour; time
giờ cao điểm *id.* rush hour
giời *n.* sky
giới *n.* circle (*of artists, authors, etc.*)
giới hạn *n.* limit
giới nghiêm *n.* curfew
giới thiệu *v.* introduce; recommend
giới tính *n.* gender
giới từ *n.* preposition
giục *v.* urge
giùm *v.* do a favor
giun *n.* earthworm
giúp (*also* **giúp đỡ**) *v.* help

giúp ích *adj.* helpful, useful
giữ *v.* keep
giữ gìn *v.* take care of, maintain
giữ trật tự *v.* maintain order
giữa *prep.* between
giường *n.* bed
giường bệnh *n.* sickbed
gõ *v.* knock
gõ cửa *v.* knock on the door
góc *n.* corner, angle
gỏi cuốn *n.* spring roll (*fresh, not fried*)
gói *v.* wrap
gọi *v.* call
gọi điện thoại *v.* make a phone call
gọn gàng/ghẽ *adj.* tidy
gọng *n.* frame (*of eyeglasses*)
góp *v.* chip in
góp ý *v.* contribute ideas
gỗ *n.* wood, timber
gốc *n.* base; ancestry, origin, roots
gối *n.* pillow
gội *v.* shampoo, wash (*one's hair; for one's feet, face, hands, floor, etc. see* **rửa**; *for clothing, see* **giặt**)
gồm *v.* include
gôn *n.* golf; goal (*soccer*)
gợi chuyện *v.* make conversation
guốc *n.* wooden clog (*shoe*)
gửi *v.* send
gừng *n.* ginger
gươm *n.* sword
gương *n.* mirror
gương mặt *n.* face (*human*)
gương mẫu *adj.* exemplary

H

há *v.* open (one's mouth) wide
hà mã *n.* hippopotamus
hả *interj.* huh?, what?
hạ *n.* summer; *v.* lower, decrease
hạ cánh *v.* land (*a plane*)
hạ cấp *adj.* lowly
hạ lưu *adj.* of the lower class; **giai cấp** ~ *n.* the lower class
hạ tầng cơ sở *n.* infrastructure
Hạ Viện *n.* House of Representatives (*U.S.*)

hai *n.* two
hai chấm *n.* colon (*punctuation mark*)
hai mươi/chục *n.* twenty
hái *v.* pick (*fruit, flowers, etc.*)
hài kịch *n.* comedy
hài lòng *adj.* pleased, satisfied
hải âu *n.* seagull
hải cảng *n.* harbor
hải cẩu *n.* seal (*zool.*)
hải dương học *n.* oceanography
hải đảo *n.* island
hải đăng *n.* lighthouse
hải lý *n.* league (*unit of distance*)
hải ngoại *adj.* overseas; **người Việt** ~ *n.* overseas Vietnamese
hải phận *n.* territorial waters
hải quan *n.* customs (*e.g. in an airport*)
hải quân *n.* navy
hải sản *n./pl.* sea products; **đồ (ăn)** ~ *n.* seafood
hại *v.* harm; *adj.* harmful
ham muốn/thích *v.* desire
hàm *n.* jaw
hãm hiếp *v.* rape
hàn đới *adj.* frigid; **vùng** ~ *n.* frigid zone
Hán Việt *n./adj.* Sino-Vietnamese
hạn hán *n.* drought
hang *n.* cave, lair
hàng *n.* line, row; goods
hàng hiên *n.* veranda
hàng hóa *n.* goods, merchandise
hàng không *n.* airline
hàng loạt *adj.* mass (*production*)
hàng ngày *adj.* everyday
hàng rào *n.* fence, hedge
hàng thủ công *n.* handicraft
hàng tiêu dùng *n.* consumer goods
hàng xóm *n.* neighbor(s)
hãng *n.* firm; agency
hãng du lịch *n.* tourist agency
hãng hàng không *n.* airline
hãng máy bay *n.* airline
hãng quốc doanh *n.* state-owned enterprise
hạng *n.* class (*in school, rank, transportation*)
hạng nhất *n.* first-class
hành *n.* onion

hành chánh/chính *adj.* administrative
hành động *n.* action
hành khách *n.* passenger
hành lang *n.* hallway
hành lý *n.* luggage
hành pháp *adj.* executive (*branch of government*)
hành tinh *n.* planet
hãnh diện *adj.* proud
hạnh kiểm *n.* conduct
hạnh nhân *n.* almond
hạnh phúc *n.* happiness; *adj.* happy
hát *v.* sing
hạt *n.* grain
hạt dẻ *n.* chestnut
hạt điều *n.* cashew
hạt nhân *n.* nucleus; *adj.* nuclear; **chiến tranh ~** *n.* nuclear war
hạt tiêu *n.* black pepper
hạt trai *n.* pearl
hay *adj.* good, interesting; *conj.* or
hãy *aux. v.* used to make a suggestion, such as 'let's begin' or 'please wait for me'
hắc ín *n.* asphalt
hăm dọa *v.* threaten
hắn *pron.* he, him (*derogatory*)
hăng hái/say *adj.* enthusiastic
hắng giọng *v.* clear one's throat
hắt hơi/xì *v.* sneeze
hâm mộ *v.* admire
hầm *n.* tunnel; *v.* stew; *adj.* stifling (*atmosphere*)
hân hạnh *adj.* honored, pleased
hấp dẫn *adj.* interesting; attractive
hấp thụ *v.* absorb
hầu như *adv.* almost
hậu chiến *adj.* postwar
hậu môn *n.* anus
hậu quả *n.* consequence
hè *n.* summer
hẻm *n.* alley
hen (*also* **hen suyễn**) *n.* asthma
hèn (*also* **hèn nhát**) *adj.* cowardly
hẹn *n.* date, appointment
heo *n.* pig
hẻo lánh *adj.* remote, secluded
héo *v.* wilt, wither
héo hắt *adj.* melancholic

hẹp *adj.* narrow
hẹp hòi *adj.* narrow-minded
hét *v.* shout, yell, scream
hề *adj.* clownish; **thằng ~** *n.* young clown; **ông ~** *n.* older clown
hệ thần kinh *n.* the nervous system (*anat.*)
hệ thống *n.* system
hên *adj.* lucky
hết *n.* end (*of a movie, book, etc.*); *v.* run/be out of
hết sảy *adj.* swell (*slang*)
hi sinh *v.* sacrifice (*variation of* **hy sinh**); **sự ~** *n.* sacrifice
hi vọng *n./v.* hope (*variation of* **hy vọng**)
hí viện *n.* theater
hiểm nguy *n.* danger
hiếm *adj.* rare
hiên *n.* veranda
hiến pháp *n.* constitution
hiền (*also* **hiền hậu, hiền hòa, hiền lành**) *adj.* gentle
hiển nhiên *adv.* evidently
hiện đại *adj.* modern, contemporary
hiện đại hóa *v.* modernize
hiện giờ *id.* at present; *adv.* now
hiện hữu *v.* exist
hiện nay *id.* at present; *adv.* nowadays
hiện sinh *adj.* existential
hiện tại *n.* the present; *id.* at present
hiện thời *id.* at present
hiện thực *adj.* real
hiện tượng *n.* phenomenon
hiếp *v.* rape
hiệp định *n.* agreement, accord
hiệp sĩ *n.* knight
hiệp ước *n.* treaty
hiếu *n.* filial piety
hiếu chiến *adj.* warlike
hiếu khách *adj.* hospitable
hiếu kỳ *adj.* curious
hiểu *v.* understand
hiệu *n.* brand name
hiệu đính *v.* edit
hiệu lực *n.* effect; *adj.* effective (*law*)
hiệu quả *n.* effectiveness
hiệu trưởng *n.* principal
hình *n.* picture

hình ảnh *n.* image
hình dáng *n.* form, shape
hình học *n.* geometry
hình như *id.* it seems; *adv.* seemingly
hình nộm *n.* effigy
hình phạt *n.* punishment
hình sự *adj.* criminal (*law*)
hít *v.* inhale
hít đất *v.* do pushups
ho *v.* cough
ho lao *n.* tuberculosis
họ *pron.* they, them (*people*)
họ hàng *n.* relatives
hoa *n.* flower
hoa hậu *n.* beauty queen
hoa hồng *n.* rose
Hoa Kỳ *adj.* American; **người ~** *n.* American (*person*)
hoa khôi *n.* beauty queen
hoa quả *n.* fruit
hoa tai *n.* earring
hóa chất *n.* chemical
hóa đơn *n.* receipt
hóa (học) *n.* chemistry
hóa ra *id.* it turns out (that)
hóa trị *n.* chemotherapy
hòa bình *n.* peace
hòa giải *v.* reconcile
hòa tấu *n.* symphony
hòa thuận *n.* harmony
hỏa diệm sơn *n.* volcano
hỏa táng/thiêu *v.* cremate
hỏa tiễn *n.* rocket
hỏa xa *n.* railroad
họa sĩ *n.* artist, painter
hoàn cảnh *n.* circumstance, situation
hoàn tất/thành *v.* complete, finish
hoàn toàn *adj.* perfect
hoàng cung *n.* royal palace
hoàng đế *n.* emperor
hoàng gia *n.* royal family
hoàng hậu *n.* queen
hoàng hôn *n.* sunset
hoàng thái hậu *n.* queen mother
hoàng thái tử *n.* crown prince
hoàng tử *n.* prince
hoạt động *n.* activity
hoạt họa *adj.* animated (*cartoon, etc.*)
hoặc *conj.* or

học *v.* study, learn
học bổng *n.* scholarship
học cụ *n.* teaching aid
học giả *n.* scholar
học kỳ *n.* semester, quarter
học phí *n.* tuition
học sinh *n.* student (*elementary, middle, or high school*)
học trò *n.* pupil
hói *adj.* bald
hỏi *v.* ask
hỏi thăm *v.* ask after someone
hỏng *adj.* broken, out of order; **thi ~** *id.* fail an exam
họng *n.* throat
họp *v.* meet
họp báo *n.* press conference
họp mặt *v.* get together; **buổi ~** *n.* get-together
hót *v.* sing (*bird*)
hố *n.* pit
hồ *n.* lake
hồ sơ *n.* file (*paper*)
hổ *n.* tiger
hổ thẹn *adj.* ashamed
hộ chiếu *n.* passport
hôi (*also* **hôi hám**) *adj.* smelly
hôi thối *adj.* stinky
hối *v.* urge
hối (*also* **hối hận**) *v.* feel remorse
hối lộ *v.* bribe; **ăn hối lộ** *id.* take a bribe
hối tiếc *v.* regret
hồi *past tense marker in time expressions*
hồi âm *v.* reply, respond, write back
Hồi Giáo *n.* Islam
hồi hộp *adj.* nervous
hồi hương *v.* repatriate
hồi ký *n.* memoir
hồi tưởng *v.* reminisce
hồi xưa *id.* a long time ago; once upon a time
hội *n.* association
hội chợ *n.* fair
Hội Chữ Thập Đỏ (*also* **Hội Hồng Thập Tự**) *n.* The Red Cross
hội chứng *n.* syndrome
hội đồng *n.* council

hội hè *n.* festivities

hội họa *n.* painting

hội họp *n.* assembly; *v.* assemble, gather; **tự do ~** *n.* freedom of assembly

hội nghị *n.* conference

hội nghị thượng đỉnh *n.* summit meeting

hội thảo *n.* seminar

hội trưởng *n.* president of an association

hội viên *n.* member of an organization

hôm *n.* day

hôm kia *n.* day before yesterday

hôm nay *n.* today

hôm qua *n.* yesterday

hôn *v.* kiss

hôn nhân *n.* marriage

hôn thú *n.* marriage certificate

hồn *n.* soul

hỗn *adj.* insolent

hỗn loạn *adj.* chaotic; **sự ~** *n.* chaos

hông *n.* hip

hồng *adj.* pink

hồng thập tự *n.* red cross

hộp *n.* box; can

hộp đêm *n.* nightclub

hộp quẹt *n.* matchbox

hột *n.* grain

hơi *n.* vapor, steam; *adv.* rather

Hợi *n.* pig (*in Vietnamese zodiac*); **tuổi ~** *n.* (born in) the year of the pig

hơn *adj.* more, better

hơn nữa *id.* furthermore

hợp *adj.* compatible

hợp đồng *n.* contract

hợp lý *adj.* reasonable

hợp pháp *adj.* legal

hợp tác *v.* collaborate, cooperate

hợp tác xã *n.* cooperative

hớt tóc *n.* haircut; **đi ~** *v.* get a haircut, go to the barbershop

huấn luyện *v.* train

huấn luyện viên *n.* coach (*of a sport*)

hủi *n.* leprosy

hung ác *adj.* cruel, brutal

hùng *adj.* heroic

húp *v.* slurp

hút *v.* smoke; suck; absorb

hút thuốc (lá) *v.* smoke cigarettes

huy chương *n.* medal

huy chương bạc *n.* silver medal

huy chương đồng *n.* bronze medal

huy chương vàng *n.* gold medal

huy hiệu *n.* badge, logo

hủy bỏ *v.* cancel

huyền thoại *n.* myth, legend

huyện *n.* outlying district

huyết áp *n.* blood pressure

huyết áp cao *n.* high blood pressure

huyết áp thấp *n.* low blood pressure

huýt gió/sáo *v.* whistle

hư *adj.* spoiled (*children*); broken; out of order/service

hứa (*also* **hứa hẹn**) *v.* promise

hứng *v.* feel inspired; catch (*rain, a breeze, sunshine*)

hương (*also* **hương thơm**) *n.* incense; fragrance, scent

hướng *n.* direction

hướng dẫn *v.* guide

hướng dẫn viên *n.* guide

hướng đạo sinh *n.* Boy Scout; Girl Scout

hưởng (*also* **hưởng thụ**) *v.* enjoy

hươu *n.* deer

hươu cao cổ *n.* giraffe

hưu *n.* retirement; **về ~** *v.* retire

hưu bổng *n.* pension

hữu *adj.* right; **cánh ~** *n.* right wing

hữu dụng *adj.* useful

hữu hiệu *adj.* effective, efficient

hữu ích *adj.* useful

hy sinh *v.* sacrifice (*variation of* **hi sinh**)

hy vọng *v./n.* hope (*variation of* **hi vọng**)

I

ỉa *v.* go to the toilet (*used informally, at home*)

ỉa chảy *n.* diarrhea (*informal*)

ích *adj.* useful (*when used in phrases such as* **có ích, hữu ích**)

ích kỷ *adj.* selfish

ích lợi *adj.* useful
im *v.* keep quiet, shut up, hush; *adj.* quiet
im lặng *adj.* silent, quiet
in *v.* print
in hệt *adj.* identical
ít *adj.* some, little; **một ~** *id.* a little
ít nhất/ra *id.* at least

K

ka-ki *n.* khaki
ka-ra-tê *n.* karate
kẻ cắp *n.* thief
kẻ cướp *n.* robber
kẻ gian *n.* crook
kẻ thù *n.* enemy
kẻ trộm *n.* burglar
kẽ *n.* small gap, interstice
kem *n.* ice cream; cream
kém *adj.* poor; inferior (*in quality, rank, etc.*)
kẽm gai *n.* barbed wire
kén *adj.* fastidious
kén chọn *adj.* choosy, picky
kèn *n.* wind instrument
kẻng *n.* gong
keo *n.* glue
kéo *n.* pair of scissors; *v.* pull
kéo gỗ *id. literally, 'saw wood,' meaning to snore*
kèo *n.* rafter
kẻo *conj.* lest, for fear (that)
kẹo *n.* candy
kép *n.* boyfriend (*slang*); date (*slang*); male dancing partner
kẹp giấy *n.* paper clip
két *n.* cash register
két sắt *n.* safe, strongbox
kẹt *v.* be stuck
kề *adj.* near, next
kề cận *adj.* adjacent, neighboring
kế hoạch *n.* plan
kế mẫu *n.* stepmother
kế thừa *v.* inherit
kế toán *n.* accounting
kế toán viên *n.* accountant
kể *v.* narrate
kể cả *v.* include

kể chuyện *v.* tell stories
kệ sách *n.* bookshelf
kên kên *n.* vulture
kênh *n.* canal (*geog.*); channel (*T.V.*)
kênh kiệu *adj.* haughty
kềnh càng *adj.* cumbersome
kết cấu *n.* structure, composition
kết cục/cuộc *id.* in the end, finally
kết duyên/hôn *v.* marry (*formal*)
kết luận *n.* conclusion; *v.* conclude
kết quả *n.* result
kết thúc *v.* end, conclude (*a meeting, conference, etc.*)
kết tội *v.* indict
kêu *v.* call (*informal*)
kêu ca *v.* complain
kêu cứu *v.* shout for help
khá *adv.* well; rather
khả kính *adj.* respectable
khả năng *n.* ability, capability
khả nghi *adj.* suspicious
khá giả *adj.* well-off
khác *adj.* different; another
khách *n.* guest, visitor; customer, client
khách du lịch *n.* tourist
khách hàng *n.* customer, client
khách khứa *n.* guests, visitors
khách quan *adj.* objective
khách sạn *n.* hotel
khách sáo *adj.* rigidly formal; **đừng ~** *id.* don't stand on ceremony
khai *v.* declare (*for customs*)
khai giảng *v.* start (*a new school year or semester/quarter*)
khai mạc *v.* begin (*formal events*)
khai quang *v.* defoliate
khai sinh *v.* register a birth; **giấy ~** *n.* birth certificate
khai thác *v.* exploit (*natural resources*)
khai thác rừng *v.* deforest
khai trương *v.* open (*a store*)
khai trường *v.* start (*a new school year*)
khai vị *n.* appetizer
khái niệm *n.* concept
khái quát *adj.* general
khái quát hóa *v.* generalize
khám[1] *n.* jail, prison

khám[2] *v.* examine (*in a medical sense*)

khám[3] (*also* **khám xét**) *v.* search (*conducted by police, security, customs, etc.*)

khám bệnh *v.* examine (*by a doctor*)

khám răng *v.* examine (*by a dentist*)

khám phá *v.* discover

khan hiếm *adj.* scarce

khán đài *n.* grandstand

khán giả *n.* audience, spectators

khàn *adj.* hoarse

kháng chiến *n.* resistance (*in warfare*)

kháng cự *v.* resist

kháng sinh *adj.* antibiotic; **thuốc ~** *n.* antibiotic

khánh thành *v.* inaugurate (*a museum, etc.*)

khao khát *v.* yearn

khảo cổ (học) *n.* archeology; **nhà ~** *n.* archeologist

khảo cứu *v.* research

khát (*also* **khát nước**) *adj.* thirsty

khát máu *adj.* bloodthirsty

khát vọng *n.* aspiration

khắc *v.* engrave

khắc phục *v.* surmount

khăn *n.* towel; scarf; handkerchief

khăn choàng *n.* shawl

khăn giấy *n.* napkin; paper towel

khăn mù-xoa *n.* handkerchief

khăn quàng cổ *n.* scarf

khăn tay *n.* handkerchief

khăn trải giường *n.* bedsheet

khắp nơi *adv.* everywhere

khắt khe *adj.* strict

khấn *v.* pray

khẩn (*also* **khan cấp**) *adj.* urgent

khẩn cầu *v.* plead

khất thực *v.* beg for food

khâu *v.* sew

khẩu hiệu *n.* slogan

khẩu phần *n.* ration

khe *n.* crack

khe núi *n.* ravine

khẽ *adv.* softly, quietly

khen *v.* praise

khéo *adj.* skillful; diplomatic

khéo tay *adj.* dexterous

khép *v.* close quietly (*the door, etc.*)

khi *conj.* when

khí *n.* air; gas

khí cầu *n.* balloon

khí giới *n.* weapon

khí hậu *n.* climate

khí tượng (*also* **khí tượng học**) *n.* meteorology; **đài khí ~** *n.* weather bureau

khỉ *n.* monkey

khỉ đột *n.* gorilla

khía cạnh *n.* aspect

khiêm tốn *adj.* modest

khiến *v.* cause; tell (*someone to do something*)

khiêng *v.* carry (*something heavy on one's shoulder or back*)

khiêu dâm *adj.* pornographic

khiêu khích *v.* provoke

khiêu vũ *v.* dance (*ballroom*)

khiếu nại *v.* petition

khinh (*also* **khinh bỉ**) *v.* scorn, despise

khinh khí cầu *n.* hot air balloon

khinh thường *v.* underestimate; look down on

kho *n.* warehouse; storage; *v.* simmer (*cooking*)

kho tàng *n.* treasure trove, riches

khó *adj.* difficult

khó chịu *adj.* uncomfortable; hard to please

khó khăn *adj.* difficult

khó nhọc *n.* hardship

khó tin *adj.* unbelievable

khó tính *adj.* fastidious; hard to please

khoa *n.* department (*at a university*)

khoa bảng *adj.* academic

khoa điện toán *n.* computer science (*southern dialects*)

khoa học *n.* science

khoa học giả tưởng *n.* science fiction

khoa học tự nhiên *n.* natural science

khoa học viễn tưởng *n.* science fiction

khoa học xã hội *n.* social science

khoa trưởng *n.* dean (*of a university department*)

khoa vi tính *n.* computer science (*northern dialects*)

khóa *n.* key; lock; class (*e.g. of '85*); quarter; semester (*at a university*); *v.* lock

khỏa thân *adj.* nude

khoác lác *adj.* boastful

khoai lang *n.* sweet potato

khoai tây *n.* potato

khoái *v.* like, find pleasure in

khoái lạc *n.* pleasure; *adj.* hedonistic

khoan *v.* wait, hold on, hang on; drill

khoan dung *adj.* tolerant

khoan hồng *n.* leniency

khoản *n.* article (*of law*)

khoản đãi *v.* fete; feast

khoáng *adj.* mineral; **nước ~** *n.* mineral water

khoảng *adv.* about, approximately

khoảng cách *n.* distance

khóc *v.* weep, cry

khoe *v.* boast, brag

khỏe (*also* **khỏe mạnh**) *adj.* healthy, good, well, fine

khói *n.* smoke

khỏi *v.* recover (*from an illness*)

khóm *n.* pineapple

khô *adj.* dry

khố *n.* loincloth

khổ (*also* **khổ cực**) *adj.* wretched; unhappy

khổ sai *adj.* forced (*labor*)

khôi hài *adj.* humorous; **óc ~** *n.* sense of humor

khối *n.* bloc; mass

khối u *n.* tumor

khôn (*also* **khôn ngoan**) *adj.* wise

không *adv.* no; not

không bao giờ *adv.* never

không gian *n.* space

không khí *n.* air, atmosphere

không quân *n.* air force

không sao *id.* never mind, don't worry about it

không thể *adj.* impossible

không trung *n.* space

Khổng giáo *n.* Confucianism

khổng lồ *adj.* gigantic, huge

Khổng Tử *n.* Confucius

khờ *adj.* foolish

khơi *n.* open sea

khởi hành *v.* depart, set off

khởi nghĩa *v.* rise up in revolt

khu *n.* neighborhood, area, zone

khu ổ chuột *n.* slum

khu phố *n.* neighborhood, block, quarter (*in town or city*)

khu vực *n.* area

khuấy *v.* stir

khúc *n.* section (*of a road, river, etc.*)

khúc côn cầu *n.* hockey

khui *v.* open (*a bottle, etc.*)

khung *n.* frame

khung cảnh *n.* ambience, setting

khung cửi *n.* loom

khung thành *n.* goal (*physical structure, in games such as soccer, etc.*)

khùng *adj.* crazy

khủng bố *v.* terrorize

khủng hoảng *n.* crisis

khủng khiếp *adj.* horrible

khuôn *n.* mold

khuôn viên *n.* campus

khuy *n.* button

khuya *adj.* late (*at night*)

khuyên *v.* advise

khuyến khích *v.* encourage

khuyết điểm *n.* weakness, shortcoming

khuynh diệp *n.* eucalyptus

khuynh hướng *n.* tendency

khứ hồi *adj.* roundtrip

khứu giác *n.* sense of smell

kí-lô *n.* kilogram

kia *adj./adv.* there; **đằng ~** *adv.* over there

kích thích tố *n.* hormone

kích thước *n.* measurements (*of a room, etc.*)

kịch *n.* play, skit

kịch bản *n.* script

kiếm *v.* look for, search

kiếm ăn/sống *v.* earn a living

kiếm tiền *v.* make money

kiểm duyệt *v.* censor

kiểm điểm *v.* criticize (*co-workers and subordinates, in communist ideology*)

kiểm kê *v.* inventory

kiểm soát *v.* control
kiểm tra *v.* check
kiên nhẫn *adj.* patient
kiến *n.* ant
kiến thức *n.* knowledge
kiến trúc *n.* architecture
kiến trúc sư *n.* architect
kiện *v.* sue
kiêng *v.* abstain from
kiếng *n.* mirror; glass (*material*); eyeglasses
kiếng mát *n.* sunglasses
kiếp *n.* life
kiết (*also* **kiết ly**) *n.* dysentery
kiệt sức *adj.* exhausted
kiệt tác *n.* masterpiece
kiêu căng/ngạo *adj.* haughty, arrogant
kiều bào *n.* compatriot
kiểu *n.* style, pattern
kiểu mẫu *n.* model
kiểu tóc *n.* hairstyle
kiệu *n.* palanquin
kim *n.* needle
kim băng *n.* safety pin
kim cương *n.* diamond
kim đan *n.* knitting needle
kim khí/loại *n.* metal
kim tuyến *n.* tinsel
kim tự tháp *n.* pyramid
kìm *n.* pincers; pliers
kinh dị *n.* horror; **phim ~** *n.* horror movie
kinh doanh *n.* business
kinh đô *n.* feudal capital
kinh hoàng *adj.* horrendous
kinh khủng *adj.* horrible
kinh ngạc *adj.* astonished
kinh nghiệm *n.*/*v.* experience
kinh nguyệt *n.* menstruation
kinh niên *adj.* chronic
kinh tế *n.* economy
kinh tế học *n.* economics
kinh tế thị trường *n.* market economy
kinh thành *n.* citadel
Kinh thánh *n.* Bible
kính *n.* mirror; glass (*material*); eyeglasses
kính hiển vi *n.* microscope

kính lão *n.* reading glasses (*for the elderly*)
kính lúp *n.* magnifying glass
kính mát *n.* sunglasses
kính mến *v.* respect and cherish
kính phục *v.* revere, admire
kính râm *n.* sunglasses
kính thiên văn *n.* telescope
kính tiềm vọng *n.* periscope
kính trọng *v.* respect
kính vạn hoa *n.* kaleidoscope
kính viễn vọng *n.* telescope
kịp (*also* **kịp thời**) *adv.* in time
ký *v.* sign
ký giả *n.* correspondent, journalist
ký ninh *n.* quinine
ký sinh trùng *n.* parasite
ký tên *v.* sign
ký túc xá *n.* dorm
ký ức *n.* remembrance, memory
kỳ *adj.* strange, weird
kỳ công *n.* feat
kỳ diệu *adj.* miraculous
kỳ hạn *n.* deadline
kỳ lạ *adj.* strange, unusual
kỳ quan *n.* one of the seven Wonders of the World
kỳ thị *n.* discrimination; *v.* discriminate
kỳ thị chủng tộc *n.* racial discrimination
kỷ luật *n.* discipline
kỷ lục *n.* record (*in sports, etc.*)
kỷ nguyên *n.* era
kỷ niệm *n.* memory, recollection
kỷ vật *n.* memento; souvenir
kỹ *adv.* carefully, thoroughly
kỹ năng *n.* skill
kỹ nghệ *n.* industry
kỹ sư *n.* engineer
kỹ thuật *n.* technology
ky binh *n.* cavalry

L

la *v.* yell, scream; scold
la bàn *n.* compass
lá *n.* leaf
lá lách *n.* spleen

là *v.* be; iron
lạ (*also* **lạ lùng**) *adj.* strange
lạc *n.* peanut; *v.* be lost, lose one's way
lạc đà *n.* camel
lạc đề *id.* go off on a tangent
lạc hậu *adj.* backward
lạc quan *adj.* optimistic
lai *adj.* of mixed ancestry
lái *v.* drive
lái buôn *n.* merchant
lãi *n.* profit
lãi suất *n.* interest rate
lại *adv.* again; *v.* come (*as in 'come here,' 'come over,' etc.*)
lam *n./adj.* blue
làm *v.* do; work
làm bạn *v.* make friends
làm bếp *v.* do the cooking
làm biếng *adj.* lazy
làm chủ *v.* own
làm chứng *v.* testify, bear witness; be a witness (to)
làm giàu *v.* get rich
làm gương *v.* set an example
làm khách *v.* stand on ceremony
làm lành *v.* reconcile, make up with someone
làm mai/mối *v.* act as a matchmaker
làm nên *v.* find fame and fortune
làm nhục *v.* humiliate
làm ơn *v.* do a favor
làm ruộng *v.* work on the land (*as a peasant or farmer*); cultivate rice
làm tình *v.* make love (*slang*)
làm tròn *v.* fulfill (*one's obligations*)
làm việc *v.* work
làm vườn *v.* garden
lạm dụng *v.* abuse
lạm phát *n.* inflation
lan *n.* orchid
làn *classifier for wind, a wave, etc.*
làn sóng *n.* radio frequency
lang băm *n.* quack (*fraudulent doctor*)
lang thang *v.* wander about
láng *adj.* sleek
láng giềng *n.* neighbor
làng *n.* village

lảng vảng *v.* loiter
lãng mạn *adj.* romantic
lãng phí *v.* waste
lanh lẹ *adj.* fast
lánh *v.* avoid, shun
lành *v.* heal; scar over
lành (*also* **lành tính**) *adj.* benign (*tumor*)
lãnh đạo *v.* lead; **nhà ~** *n.* leader
lãnh lương *v.* pick up a paycheck
lãnh sự *n.* consul
lãnh sự quán *n.* consulate
lãnh thổ *n.* territory
lãnh tụ *n.* leader
lãnh vực *n.* realm
lạnh *adj.* cold
lao động *n./v.* labor
Lào *adj.* Lao; **người ~** *n.* Lao (*person*)
láo *n.* lie; **nói láo** *v.* tell a lie
lão *adj.* aged
lát *n.* moment; *v.* tile
lạt *adj.* bland (*food*)
lau *v.* wipe
láu cá *adj.* sly
lay *v.* shake
lạy *v.* bow
lắc *v.* shake
lắc đầu *v.* shake one's head
lắm *adv.* very; very much
lăn *v.* roll
lăn tay *v.* fingerprint
lằn *n.* line; lane
lặn *v.* dive; set (*sun, moon*)
lăng *n.* tomb (*of a royal/court member*); mausoleum
lăng tẩm *n./pl.* tombs (*of a royal/court member*); mausoleums
lắng nghe *v.* listen attentively
lặng im/lẽ *adj.* quiet; *adv.* quietly
lắp bắp *v.* stammer, stutter
lắp ráp *v.* assemble (*an engine, a bike, etc.*)
lặp lại *v.* repeat
lâm nghiệp *n.* forestry
lâm thời *adj.* provisional (*government*)
lầm *v.* be mistaken; *adj.* wrong
lầm bầm (*also* **lầm bẩm**) *v.* mumble

lân cận *adj.* neighboring
lần *n.* time (*as in first, second, etc.*)
lần lượt *id.* one by one
lấp lánh *v.* twinkle
lập dị *adj.* eccentric
lập luận *v.* argue
lập thể *n.* cubism; *adj.* cubistic
lập tức (*also* **ngay lập tức**) *adv.* at once, immediately
lật đổ *v.* overthrow
lâu *adv.* long (*time*); **bao ~** *ques.* how long
lâu lâu *adv.* occasionally
lầu *n.* floor; *adj.* storied (*as in a three-storied house*)
lậu *adj.* contraband; **buôn ~** *v.* smuggle
lây *adj.* contagious
lấy *v.* take; marry
le lói *adj.* flickering
lẻ loi *adj.* lonely, solitary
lẽ *n.* reason (*for doing something*); cause
lẽ phải *n.* the right thing (*to do*)
lẹ *adj./adv.* fast
lén lút *adj.* clandestine
leo *v.* climb
leo thang *v.* escalate (*war, prices, etc.*)
lê thê *adj.* lengthy
lề *n.* margin
lề đường *n.* curb
lễ *n.* manners, decorum; rite, ceremony, ritual; **ngày ~** *n.* holiday
lễ hội *n.* festivals, festivities
lễ phép *adj.* respectful, polite
Lễ Phục Sinh *n.* Easter
lệ phí *n.* fee, dues
lệ thuộc *v.* be dependent on
lên *adv.* up
lên án *v.* condemn
lên cân *v.* gain weight
lên đến *id.* up to (*a certain amount*)
lên men *v.* ferment
lên ngôi *v.* ascend the throne
lệnh *n.* order, command; **ra ~** *v.* order
lều *n.* tent
lì (*also* **lì lợm**) *adj.* stubborn, obstinate

lì xì *v.* hand out luck money during Tet (Vietnamese New Year); **tiền ~** *n.* luck money
lịch *n.* calendar
lịch sử *n.* history
lịch sự *adj.* polite, courteous
liếc *v.* glance
liếm *v.* lick
liếm gót *id.* lick someone's boots
liềm *n.* sickle
liên bang *adj.* federal
liên doanh *n.* joint venture
liên hệ *v.* contact, get in touch with; *adj.* related
Liên Hiệp Quốc *n.* United Nations
liên hoan *n.* festival
liên hoan phim *n.* film festival
liên lạc *v.* contact, get in touch with
liên tục *adv.* continuously
liên từ *n.* conjunction (*part of speech*)
liệng *v.* throw
liệt dương *adj.* impotent (*med.*)
liệt kê *v.* list
liệt giường *adj.* bedridden
liều *n.* dose; *v.* take a risk
liễu *n.* willow
linh cảm *v.* intuit
linh đình *adj.* festive; *adv.* festively
linh động *adj.* flexible
linh hồn *n.* soul
linh mục *n.* Catholic priest
linh thiêng *adj.* sacred
linh tinh *adj.* miscellaneous
linh tính *n.* premonition, presentiment
lính *n.* soldier
lĩnh vực *n.* domain
lít *n.* liter
lo *v.* worry; take care of; *adj.* worried
lo âu/lắng *adj.* worried
lo nghĩ *v.* worry
lo sợ *adj.* very worried
lò *n.* stove
lò sưởi *n.* fireplace
lò xo *n.* spring (*in a bed, chair, etc.*)
lọ *n.* vase
loa *n.* loudspeaker; PA system; stereo speaker
loa phóng thanh *n.* loudspeaker; PA system

loài *n.* species
loài người *n.* humankind
loại *n.* type, kind
loại bỏ *v.* eliminate
loan báo *v.* announce
loạn *n.* chaos; war
loạn luân *n.* incest
loạn sắc *adj.* colorblind
loạn thị *n.* astigmatism
lọc *v.* filter
lon *n.* can; military rank
long trọng *adj.* formal; solemn
lóng lánh *v.* glitter
lòng *n.* heart; lap (*of a person*)
lòng ái quốc *n.* patriotism
lòng đỏ *n.* egg yolk
lòng tham *n.* greed
lòng thương *n.* compassion
lòng trắng *n.* egg white
lòng yêu nước *n.* patriotism
lỏng *adj.* liquid
lỗ *n.* hole; loss (*in business*)
lôi *v.* pull
lối *n.* way
lối ra *n.* exit
lối sống *n.* lifestyle
lối vào *n.* entrance
lồi lõm *adj.* bumpy (*road*)
lỗi *n.* mistake, error; fault
lỗi lạc *adj.* outstanding
lỗi thời *adj.* obsolete, old-fashioned
lội *v.* wade; swim
lộn *v.* be mistaken; *adj.* wrong
lộn xộn *adj.* disorderly
lông *n.* body hair; feather
lông lá *adj.* hairy
lông mày *n.* eyebrow
lông măng *n.* down (*e.g. on a baby's face*)
lông mi *n.* eyelash
lông vũ *n.* feather
lồng *n.* cage (*for birds*)
lồng ngực *n.* rib cage
lồng tiếng *v.* dub (*a movie*)
lộng lẫy *adj.* magnificent
lốp *n.* tire (*of a car*)
lột *v.* peel
lơ đãng *adj.* absentminded
lơ lửng *v.* float in midair

lờ *v.* ignore
lở (*also* **lở loét**) *adj.* pus-filled
lỡ *v.* miss (*a train, an appointment, etc.*); *adv.* inadvertently
lỡ lời *id.* a slip of the tongue
lời *n.* word(s); profit
lời đường mật *id.* honeyed words
lời hứa *n.* promise
lời kêu gọi *n.* call (*for a social cause*)
lời khen *n.* compliment
lời khuyên *n.* advice
lời thề (*also* **lời thề ước**) *n.* vow, pledge, oath
lợi *adj. n.* gum (*anat.*); *adj.* advantageous, useful
lợi dụng *v.* take advantage of
lợi ích *n.* interest; benefit
lợi tức *n.* income
lớn *adj.* large, big
lớn tiếng *id.* raise one's voice
lớn tuổi *adj.* of advanced age
lợn *n.* pig
lợn rừng *n.* wild boar
lớp *n.* class; layer
lớp học *n.* classroom
lợp *v.* roof
lu *n.* earthen container
lũ[1] *n.* bunch (*of kids*)
lũ[2] (*also* **lũ lụt**) *n.* flood
lũ lượt *v.* flock
lúa *n.* rice (*in the field*)
lúa mạch *n.* barley
lúa mì *n.* wheat
lụa *n.* silk
luân lý *n.* morality
luận *n.* essay
luận án *n.* dissertation
luận văn *n.* thesis; dissertation; essay
luật (*also* **luật pháp**) *n.* law
luật lệ *n.* rule
luật sư *n.* lawyer
lúc *prep.* when
lục địa *n.* continent
lui tới *v.* frequent
lùi *v.* step back
lùn *adj.* short (*in height*); dwarfish
lún *v.* sink in mud
luộc *v.* boil

luôn luôn *adv.* always
luồng *n.* current; gust
lụt (*also* **lụt lội**) *n.* flood
luyện tập *v.* train; practice
lư *n.* urn
lừ đừ *adj.* lethargic
lừa *n.* donkey; *v.* deceive
lửa *n.* fire
lửa trại *n.* campfire
lựa (*also* **lựa chọn**) *v.* choose
lực lượng *n.* force (*labor, military, etc.*)
lực sĩ *n.* athlete
lưng *n.* back (*anat.*)
lược *n.* comb
lười (*also* **lười biếng**) *adj.* lazy
lưỡi *n.* tongue
lưỡi câu *n.* fishhook
lưỡi dao cạo *n.* razor, razorblade
lưỡi liềm *n.* sickle
lưới *n.* net
lườm *v.* glower, scowl
lượm *v.* pick up (*from the ground*)
lươn *n.* eel
lương (*also* **lương bổng**) *n.* salary
lương tâm *n.* conscience
lương thiện *adj.* honest
lượt *n.* turn
lưu *v.* save (*on a computer*)
lưu hồ sơ *v.* save a file
lưu niệm *v.* keep as a souvenir; **quà ~** *n.* souvenir
lưu trữ *v.* archive, store (*on a computer*)
lưu vong *v.* go into exile
lưu vực *n.* delta (of a river)
lưu ý *v.* pay attention to
lựu đạn *n.* grenade
ly dị *v.* divorce (*marriage*)
ly thân *adj.* estranged (*husband or wife*)
lý do *n.* reason
lý luận *v.* reason, argue
lý thú *adj.* enjoyable, fun, interesting
lý thuyết *n.* theory
lý trí *n.* mind (*faculty of thinking and reasoning*)
lý tưởng *n.* ideal

M

ma *n.* ghost
ma cà bông *n.* vagabond
ma cà rồng *n.* vampire
ma giáo *adj.* deceitful
ma túy *n./pl.* drugs
má *n.* mother; cheek
mà *pron.* that; which; whom
mả *n.* grave
mã *n.* horse (*in Chinese chess*)
Mã Lai *adj.* Malaysian; **người ~** *n.* Malaysian (*person*)
mạ *n.* rice seedling
mách *v.* tattle
mạch lạc *adj.* coherent
mạch máu *n.* artery, vein
mai *n.* tomorrow
mai mối *n.* matchmaking
mái *n.* roof; *adj.* female (bird)
mái chèo *n.* oar
mái nhà *n.* roof
mài *v.* sharpen (*a knife, sword, etc.*)
mãi dâm *n.* prostitution
mãi mãi *adv.* forever
màn *n.* curtain; act (*in a play*)
màn ảnh *n.* movie screen
màn hình *n.* television screen
mãn nguyện *adj.* satisfied
mãn tính *adj.* chronic
mang *v.* carry; bring
màng nhện *n.* cobweb
màng nhĩ *n.* eardrum
mạng (*also* **mạng lưới toàn cầu**) *n.* Internet
mánh (*also* **mánh khoé**) *n.* trick
mảnh *n.* piece
mảnh mai *adj.* slender
mạnh *adj.* well; strong
mạnh giỏi/khoẻ *adj.* well
mào gà *n.* cockscomb
Mão *n.* cat (*in Vietnamese zodiac*); **tuổi ~** *n.* (born in) the year of the cat
mạo hiểm *adj.* adventurous
mạo từ *n.* article (*part of speech*)
mát (*also* **mát mẻ**) *adj.* cool
mạt chược *n.* mahjong
mau *adv.* fast, quick
màu *n.* color

màu da *n.* skin color

màu mỡ *adj.* fertile (*land*)

máu *n.* blood

máu cam *n.* nosebleed; **chảy ~** *id.* have a nosebleed

may[1] *v.* sew

may[2] (*also* **may mắn**) *adj.* lucky

máy *n.* machine

máy ảnh *n.* camera

máy bay *n.* airplane

máy bay trực thăng *n.* helicopter

máy bay phản lực *n.* jetplane

máy chữ *n.* typewriter

máy điện toán *n.* computer

máy điều hòa không khí *n.* air-conditioner

máy ghi âm *n.* tape-recorder

máy giặt *n.* washing machine

máy hình *n.* camera

máy khâu *n.* sewing machine

máy lạnh *n.* air-conditioner

máy may *n.* sewing machine

máy quay phim *n.* camcorder

máy sấy *n.* dryer

máy tính *n.* calculator

máy truyền hình *n.* television

máy vi tính *n.* computer

mày *pron.* you (*extremely informal, used with* **tao**)

mắc *adj.* expensive

mặc *v.* wear

mặc cả *v.* haggle, bargain

mặc dù *conj.* although

mặc kệ *v.* leave alone; ignore

mắm *n.* fermented food (*shrimp, fish, etc.*); **nước ~** *n.* fish sauce

mặn *adj.* salty

măng *n.* bamboo shoot

mắng *v.* scold

mắt *n.* eye

mắt cá *n.* ankle

mắt kiếng/kính *n./pl.* eyeglasses

mặt *n.* face; *adj.* right (*side*)

mặt nạ *n.* mask

mặt trăng *n.* moon

mặt trời *n.* sun

mâm *n.* tray

mầm *n.* germ; seed; bud; spore

mập (*also* **mập mạp**) *adj.* plump, fat

mất *v.* lose; die

mất dạy *adj.* ill-bred

mất gốc *adj.* uprooted

mất mặt *v.* lose face

mất ngủ *v.* suffer from insomnia

mất tích *adj.* missing; *v.* disappear without trace

mất trí *adj.* insane

mật *adj.* secret

mật mã *n.* code, password

mật ong *n.* honey

mật vụ *n.* secret agent

mâu thuẫn *n.* contradiction; *v.* contradict

mẩu *n.* piece, bit

mẫu *n.* sample; form; hectare

mẫu đơn *n.* application form

mẫu giáo *n.* kindergarten

mẫu hệ *n.* matriarchy

mẫu tử *n.* mother and child

mẫu tự *n.* alphabet

mậu dịch *n.* trade

mây *n.* cloud

mấy *ques.* how many

mấy *n.* a few

mè *n.* sesame

mẹ *n.* mother

mẹ đỡ đầu *n.* godmother

mẹ ghẻ/kế *n.* stepmother

mèo *n.* cat

mét *n.* meter

mê *v.* be crazy about; have a passion for

mê tín *adj.* superstitious

mề-đay *n.* medal

mềm *adj.* soft

mến *v.* have affection for

mến phục *v.* admire

mến thương/yêu *v.* love

mền *n.* blanket

mênh mông *adj.* immense

mệnh *n.* fate

mệt (*also* **mệt mỏi**) *adj.* tired

mí (*also* **mí mắt**) *n.* eyelid

mì chính *n.* MSG

mía *n.* sugar cane

mỉa mai *adj.* ironic

Miên *adj.* Cambodian; **người ~** *n.* Cambodian (*person*)

miến *n./pl.* cellophane noodles, mung bean noodles, bean thread noodles

Miến Điện *adj.* Burmese; **người ~** *n.* Burmese (*person*)

miền *n.* region

miền quê *n.* countryside

miễn phí *adj.* free, gratuitous

miếng *n.* piece; bite

miệng *n.* mouth

miêu tả *v.* describe

miếu *n.* shrine

minh tinh *n.* movie star

mình *pron.* I (*intimate, among close friends*); we (*inclusive*); you (*between spouses*)

một mình *id.* by oneself

mỏ *n.* beak, bill; mine (*coal, copper, etc.*)

mỏ lết *n.* adjustable wrench

móc *n.* hook

móc túi *v.* pickpocket; **tên ~** *n.* pickpocket

mọc *v.* grow (*plants, hair, etc.*); rise (*sun*)

mỏi *adj.* sore

mỏi mệt *adj.* tired

mọi *n.* savage; slave

mọi người *pron.* everyone

mọi rợ *adj.* savage

móm *adj.* toothless

mõm *n.* muzzle

món *n.* dish (*of food*)

món nợ *n.* debt

món quà *n.* gift, present

mòn *adj.* worn out (*tires, soles, etc.*); **đường ~** *n.* trail (*beaten path*)

mong (*also* **mong chờ, mong đợi**) *v.* hope; wait for; long for

mỏng *adj.* thin

móng *n.* nail (*anat.*)

móng chân *n.* toenail

móng tay *n.* fingernail

móp *adj.* dented

mọt sách *n.* bookworm

mô hình *n.* model

mô tả *v.* describe

mô-tô *n.* motorcycle

mồ *n.* grave

mồ côi *adj.* orphan

mồ hôi *n.* sweat

mộ *n.* grave

mộ đạo *adj.* devout

mốc *n.* landmark (*a tree, rock, etc.*); *adj.* moldy

môi *n.* lip (*anat.*); ladle

môi trường *n.* environment

mối *n.* termite; matchmaker

mồi *n.* bait

mỗi *adj.* each

mồm *n.* mouth

môn *n.* subject (*of study*)

môn bài *n.* license

môn học *n.* subject (*of study*)

mông *n.* buttock

mồng *article used with the first ten days of each month*

mộng *n.* dream

mốt *n.* day after tomorrow

một *n.* one

một cách *id.* in a (certain) manner

một chiều *adj.* one-way

một chút/ít *id.* a little

một mình *id.* by oneself

một vài *id.* a few

mơ *v.* dream

mơ ước *v.* dream; wish

mờ *adj.* dim; out of focus

mở *v.* open

mỡ *n.* fat

mợ *pron.* aunt (*term of address for maternal uncle's wife*)

mới *adj.* new

mới tinh/toanh *adj.* brand-new

mời *v.* invite

mù *adj.* blind

mù chữ *adj.* illiterate

mù-tạt *n.* mustard

mủ *n.* pus

mũ *n.* hat, cap

mua *v.* buy

múa *v.* perform a dance on stage

múa rối *n.* puppetry

múa rối nước *n.* water puppetry

mùa *n.* season

múc *v.* ladle

mục *n.* section (*of a newspaper*); *adj.* rotten (*wood*)

N

mục đích *n.* purpose
mục kích *v.* witness
mục lục *n.* table of contents
mục sư *n.* Protestant minister, pastor
mục tiêu *n.* goal, objective
mui *n.* roof (*of a car*)
múi *n.* section, segment (*of a fruit*)
múi giờ *n.* time zone
mùi *n.* smell, odor
Mùi *n.* goat (*in Vietnamese zodiac*);
 tuổi ~ *n.* (born in) the year of the
 goat
mùi-soa *n.* handkerchief
mùi vị *n.* taste
mũi *n.* nose
mũi tên *n.* arrow
mùn cưa *n.* sawdust
mụn *n.* pimple
mùng *n.* mosquito net
muối *n.* salt
muối tiêu *n.* salt and pepper; *adj.*
 salt-and-pepper (*hair*)
muỗi *n.* mosquito
muốn *v.* want
muộn *adj./adv.* late
muỗng *n.* spoon
muỗng cà phê *n.* teaspoon
muỗng xúp *n.* tablespoon
mút *v.* suck
mưa *n./v.* rain
mưa đá *n./v.* hail
mưa phùn *n./v.* drizzle
mưa rào *n./v.* shower (*rain*)
mửa *v.* vomit
mức sống *n.* living standard
mực *n.* ink
mừng *adj.* glad; *v.* congratulate
mười *n.* ten
mướn *v.* rent; hire
mượn *v.* borrow
mương *n.* ditch
mứt *n.* sugar-coated fruit
Mỹ *adj.* American; người Mỹ *n.*
 American (*person*)
Mỹ Kim *n.* U.S. dollar

ná *n.* slingshot
nách *n.* armpit
nai *n.* deer
nam *n.* south; *adj.* male
nam châm *n.* magnet
Nam Dương (*also* In-đô-nê-xi-a)
 adj. Indonesian; người ~ *n.*
 Indonesian (*person*)
nam giới *n./pl.* men
nản (*also* nản chí, nản lòng) *adj.*
 discouraged
nạn nhân *n.* victim
nạn xì ke ma túy *n.* drug abuse
nạng *n.* crutch
nào *adj.* which
Nát bàn *n.* Nirvana
nay *n.* now (*formal*); this (*in ex-
 pressions such as* hôm nay, *etc.*)
này *adj.* this
năm *n.* five; year
năm nay *id.* this year
năm ngoái *id.* last year
năm tới *id.* next year
nắm *v.* hold
nằm *v.* lie (*in bed*); be located
nằm xuống *v.* lie down
năn nỉ *v.* plead, beg
năng lượng *n.* energy
năng suất *n.* productivity
nắng *n.* sunshine; *adj.* sunny
nặng *adj.* heavy
nắp *n.* lid
nấc (*also* nấc cụt) *n./v.* hiccup
nấm *n.* mushroom
nấp *v.* hide oneself
nâu *adj.* brown
nấu (*also* nấu ăn) *v.* cook
né *v.* dodge
ném *v.* fling, throw
nê-ông *n.* neon
nếm *v.* taste
nệm *n.* mattress
nên *aux.v.* should; *adv.* therefore
nền *classifier for concepts such as
 economy, democracy, etc.*
nền nhà *n.* floor
nền móng/tảng *n.* foundation

nến *n.* candle

nếp *n.* sticky rice

nết *n.* conduct, behavior, manners

nếu *conj.* if

Nga *adj.* Russian; **người ~** *n.* Russian (*person*)

ngà voi *n.* tusk

ngã *v.* fall down

ngạc nhiên *adj.* surprised

ngai (*also* ngai vàng) *n.* throne

ngàn *n.* thousand

ngán *adj.* fed up with

ngành *n.* major (*field of study*); profession

ngạo mạn *adj.* arrogant

ngáp *v.* yawn

ngạt mũi *n.* stuffy nose

ngay (*also* ngay lập tức) *adv.* immediately

ngay thẳng *adj.* honest, upright

ngay tức khắc/thì *adv.* immediately

ngày *n.* day

ngày khai trường *n.* first day of school

ngày kia *n.* day after tomorrow

ngày mai *n.* tomorrow

ngày mốt *n.* day after tomorrow

ngày nay *adv.* nowadays

ngày ngày *adv.* every day

ngày sinh *n.* birthday

ngày tựu trường *n.* first day of school

ngày xửa ngày xưa *id.* once upon a time; a long, long time ago

ngáy *v.* snore

ngắm *v.* regard with pleasure, admire

ngăn cản *v.* prevent, hinder

ngăn cấm *v.* prohibit

ngăn kéo *n.* drawer

ngăn nắp *adj.* tidy

ngắn *adj.* short (*opposite of long*)

ngâm *v.* recite (*a poem*)

ngầm *adj.* underground

ngân hàng *n.* bank

ngập ngừng *v.* hesitate

ngất *v.* faint

ngây thơ *adj.* innocent (*sinless*)

nghe *v.* hear; listen

nghèo *adj.* poor

nghèo đói *adj.* poor and starving; **sự ~** *n.* poverty

nghèo khó *adj.* indigent

nghèo khổ *adj.* impoverished

nghẹt mũi *n.* stuffy nose

nghề (*also* nghề nghiệp) *n.* job, occupation, career

nghệ sĩ *n.* artist

nghệ thuật *n.* art

nghễnh ngãng *adj.* hard of hearing

nghi ngờ *v.* doubt

nghỉ *v.* rest; stop (*an activity*)

nghỉ hè *v.* take a summer vacation; **kỳ ~** *n.* summer vacation

nghỉ ngơi *v.* rest, relax

nghỉ phép *v.* be on leave

nghỉ việc *v.* quit (*one's job*)

nghĩ *v.* think

nghĩ ngợi *v.* contemplate

nghị viên *n.* member (*of city council, parliament*)

nghị viện *n.* parliament

nghĩa *n.* meaning

nghĩa bóng *n.* figurative meaning

nghĩa đen *n.* literal meaning

nghĩa địa *n.* cemetery

nghĩa quân *n.* insurgent

nghĩa trang *n.* cemetery

nghiêm khắc *adj.* strict, stern

nghiêm trọng *adj.* serious, critical

nghiên cứu *v.* research

nghiên cứu sinh *n.* research student

nghiện *v.* be addicted to

nghìn *n.* thousand

ngõ *n.* alley

ngõ cụt *n.* blind alley

ngõ hẻm *n.* alley

Ngọ *n.* horse (*in Vietnamese zodiac*); **tuổi ~** *n.* (born in) the year of the horse

ngoài *adv.* out

ngoài ra *adv.* besides, in addition

ngoài trời *id.* in the open air

ngoại *adj.* maternal; **bà ~** *n.* maternal grandmother; **ông ~** *n.* maternal grandfather

ngoại giao *n.* diplomacy; **nhà ~** *n.* diplomat

ngoại lệ *n.* exception

ngoại ngữ *n.* foreign language

ngoại ô *n.* suburbs

ngoại quốc *adj.* foreign; *adv.* abroad, overseas; **người ~** *n.* foreigner

ngoại thương *n.* foreign trade

ngoan (*also* **ngoan ngoãn**) *adj.* well-behaved (*children*)

ngoặc đơn *n.* parenthesis

ngoặc kép *n.* quotation marks

ngọc *n.* jade

Ngọc Hoàng *n.* the Jade Emperor

ngọc trai *n.* pearl

ngon *adj.* delicious

ngón chân *n.* toe

ngón tay *n.* finger

ngón tay cái *n.* thumb

ngón tay trỏ *n.* index finger, fore-finger

ngọt *adj.* sweet

ngô *n.* corn

ngốc *adj.* foolish, stupid

ngôi *classifier for a house, a star, a throne, etc.*

ngồi *v.* sit

ngôn luận *n.* speech; **tự do ~** *n.* freedom of speech

ngôn ngữ *n.* language

ngôn ngữ học *n.* linguistics

ngỗng *n.* goose

ngu (*also* **ngu dốt**) *adj.* stupid, ignorant

ngủ *v.* sleep

ngủ gật *v.* nod off

ngũ cốc *n.* cereals

Ngũ Giác Đài *n.* the Pentagon (U.S.)

ngũ quan *n./pl.* the five senses

ngụ ngôn *n.* fable

nguồn *n.* source

nguồn gốc *n.* origin

nguy hiểm *adj.* dangerous

nguyên âm *n.* vowel

Nguyên Đán *n.* New Year's Day (*lunar calendar*)

nguyên liệu *n.* raw material

nguyên nhân *n.* cause; reason

nguyên tắc *adj./n.* original

nguyên tắc *n.* principle

nguyên tử *n.* atom

nguyên văn *adj./adv.* verbatim

nguyện vọng *n.* aspiration

nguyệt *n.* moon

nguyệt liễm *n./pl.* monthly dues

nguyệt thực *n.* lunar eclipse

ngư dân *n.* fisherman

ngư nghiệp *n.* fishing industry

ngữ cảnh *n.* context

ngữ pháp *n.* grammar

ngữ vựng *n.* vocabulary

ngứa *n./v.* itch

ngừa thai *adj.* contraceptive

ngựa *n.* horse

ngựa trời *n.* mantis

ngựa vằn *n.* zebra

ngực *n.* chest

ngửi *v.* smell, sniff

ngưng (*also* **ngừng**) *v.* stop

ngược lại *id.* on the contrary

người *n.* person

người làm *n.* servant

người lớn *n.* adult

người lính *n.* soldier

người máy *n.* robot

người ngoại quốc *n.* foreigner

người nội trợ *n.* homemaker

người nước ngoài *n.* foreigner

người ta *n.* people

người thân *n.* loved one(s)

người tị nạn (*also* **người ty nạn**) *n.* refugee

người tiêu thụ *n.* consumer

người tình *n.* lover

người yêu *n.* sweetheart

ngưỡng mộ *v.* admire

ngượng *v.* feel embarrassed

nha khoa *n.* dentistry

nha sĩ *n.* dentist

nhà *n.* house; home

nhà báo *n.* journalist

nhà băng *n.* bank

nhà bếp *n.* kitchen

nhà binh *adj.* military

nhà chọc trời *n.* skyscraper

nhà doanh nghiệp *n.* entrepreneur

nhà điêu khắc *n.* sculptor

nhà ga *n.* train station

nhà gái *n.* the bride's family

nhà giáo *n.* teacher

nhà giàu *n.* the rich

nhà hàng n. restaurant
nhà hát kịch n. opera house
nhà in n. print shop
nhà khách n. guesthouse
nhà khoa học n. scientist
nhà kinh doanh n. businessperson
nhà kính n. greenhouse
nhà máy n. factory
nhà nghèo n. the poor
nhà Nho n. Confucian scholar
nhà nông n. farmer, peasant
nhà nước n. state (body politic)
nhà quê n. countryside; adj. backward, rustic, unsophisticated (slang)
nhà sàn n. house on stilts
nhà sư n. Buddhist monk
nhà thầu n. contractor (construction)
nhà thơ n. poet
nhà thờ n. church
nhà thương n. hospital
nhà tôi n. my spouse
nhà trai n. the groom's family
nhà trẻ n. daycare center
nhà trọ n. lodging house
nhà truyền giáo n. missionary
nhà trường n. school
nhà tù n. prison, jail
nhà văn n. writer, novelist
nhà vệ sinh n. restroom
nhà xuất bản n. publisher
nhạc n. music
nhạc cụ n. musical instrument
nhạc sĩ n. musician
nhạc sống n. live music
nhai v. chew
nhãn khoa n. ophthalmology
nhang n. incense
nhanh adj. quick
nhát adj. shy, timid
nhạt adj. bland, tasteless
nhau n. placenta; pron. each other
nhảy v. jump
nhảy dây v. jump rope
nhảy dù v. parachute
nhảy đầm v. dance (with a partner)
nhảy mũi v. sneeze
nhắc v. remind
nhắm mắt v. close one's eyes

nhăn adj. wrinkled
nhắn v. leave a message
nhặt v. pick up (off the ground)
nhấc v. lift
nhấm nhi v. sip
nhầm v. be mistaken; adj. wrong
nhân n. filling (in cake, pie, etc.); v. multiply
nhân bản adj. humane
nhân cách n. personality
nhân cách hóa v. personify
nhân chủng học n. anthropology
nhân chứng n. witness
nhân dân n. the people
nhân dịp id. on the occasion of
nhân đạo adj. humanitarian; chủ nghĩa ~ n. humanitarianism
nhân loại n. humankind
nhân phẩm n. human dignity
nhân quả n. cause and effect
nhân quyền n. human rights
nhân sâm n. ginseng
nhân tạo adj. artificial
nhân tình n. lover
nhân văn n. humanities
nhân vật n. character (in a novel, play, etc.)
nhân vật quan trọng n. VIP
nhân viên n. employee
nhẫn n. ring
nhẫn cưới n. wedding ring
nhẫn nại adj. patient
nhấn mạnh v. emphasize
nhận v. receive
nhận diện v. identify
nhận định v. assess
nhận lời v. accept; agree (to do something)
nhận ra (rằng) v. realize (that)
nhận xét v. remark
nhập cảng/khẩu v. import
nhập ngũ v. join the army
nhất adj./adv. used to form the superlative (equivalent to '-est'); first (place, position, etc.)
nhất là adv. especially
nhất trí adj. unanimous; adv. unanimously; v. completely agree; be unanimous

Nhật (*also* **Nhật Bản, Nhật Bổn**) *adj.* Japanese; **người ~** *n.* Japanese (*person*)

nhật báo *n.* daily newspaper

nhật ký *n.* diary

nhật thực *n.* solar eclipse

nhậu (*also* **nhậu nhẹt**) *v.* booze (*slang*)

nhé *ques.* okay

nhẹ *adj.* light (*in weight*); mild

nhi đồng *n.* small child

nhi khoa *n.* pediatrics; **bác sĩ ~** *n.* pediatrician

nhì *adj.* second

nhiệm kỳ *n.* term of office

nhiệm vụ *n.* duty, task

nhiên liệu *n.* fuel

nhiếp ảnh *n.* photography

nhiếp ảnh gia *n.* photographer

nhiệt độ *n.* temperature

nhiệt đới *adj.* tropical; **vùng ~** *n.* tropical zone

nhiệt kế *n.* thermometer

nhiệt tình *n.* enthusiasm

nhiều *adj.* many, much

nhím *n.* porcupine

nhìn *v.* look

nhìn chung *id.* on the whole, overall

nhìn nhận *v.* admit

nhịn *v.* abstain from

nhịn ăn/đói *v.* go without food, abstain from eating

nhíp *n.* tweezers

nhịp điệu *n.* rhythm; **thể dục ~** *n.* aerobics

nho *n.* grape

Nho giáo *n.* Confucianism

nhỏ *adj.* small

nhọ nồi *n.* soot

nhóm *n.* group

nhọn *n.* pointed

nhọt *n.* boil, furuncle

nhổ *v.* uproot (*a plant*); remove (*a tooth*)

nhộn nhịp *adj.* festive; bustling

nhớ *v.* remember; miss

nhớt *n.* oil (*auto*)

nhờ *v.* ask a favor; *conj.* thanks to; thanks to the fact that

nhu cầu *n.* need; demand

nhục mạ *v.* insult

nhún vai *v.* shrug one's shoulders

nhung *n.* velvet

nhuộm *v.* dye

nhút nhát *adj.* timid

như *adv./conj.* as, like

nhựa *n.* resin; sap

nhựa đường *n.* asphalt

nhức *n./v.* ache

nhưng (*also* **nhưng mà**) *conj.* but

những *plural marker*

nhược điểm *n.* weak point

nhường *v.* yield

nhứt *adj./adv.* used to form the superlative (*equivalent to '-est'*); first (*place, position, etc.*)

ni cô *n.* Buddhist nun

ni-lông *n.* nylon

nĩa *n.* fork

niên học *n.* school year

Niết bàn *n.* Nirvana

nín *v.* stop crying

ninh *v.* fawn

nịt *v.* tighten one's belt; **dây ~** *n.* belt

nịt vú *n.* bra

no *adj.* full (*after a meal*)

nó *pron.* it; he/she (*only in third person to refer to a baby or small child, one's own child, or younger sibling; insult when used in third person to refer to someone older*)

nỏ *n.* crossbow

nọc (*also* **nọc độc**) *n.* venom

nói *v.* speak

nói chung *id.* generally speaking

nói chuyện *v.* talk, chat

nói dóc (*also* **nói xạo**) *v.* lie; brag; kid

nói dối *v.* lie

nói đùa/giỡn *v.* kid, joke

nói láo *v.* lie

nói quanh *v.* beat around the bush

nói xấu *v.* speak ill of

nòi giống *n.* race

non *n.* mountain (*used in compounds and idiomatic expressions*); *adj.* young, immature

non sông *id.* homeland

nón n. hat, cap

nón lá n. conical hat

nóng adj. hot; impatient

nóng tính adj. hot-tempered

nô lệ n. slave

nổ v. explode

nôi n. cradle

nối v. connect, link

nối nghiệp v. follow in someone's footsteps

nồi n. pot (for cooking)

nồi áp suất n. pressure cooker

nổi giận v. fly into a rage

nổi loạn v. rebel

nổi tiếng adj. famous

nỗi sầu n. sorrow

nội adj. paternal; **bà ~** n. paternal grandmother; **ông ~** n. paternal grandfather

nội chiến n. civil war

nội dung n. content (of a letter, book, etc.)

nội khoa n. internal medicine

nội trợ adj. housekeeping; **nhà ~** n. homemaker

nôm adj. demotic; **chữ nôm** n. Vietnamese demotic script

nôn v. vomit

nông n. farming; adj. shallow; **nhà ~** n. farmer, peasant

nông cạn adj. superficial

nông cụ n. farming implement

nông dân (also **nông gia**) n. farmer, peasant

nông nghiệp n. agriculture

nông thôn n. countryside

nông trường n. state farm

nồng hậu adv. warmly

nồng nhiệt adv. enthusiastically

nộp v. turn in, submit

nốt ruồi n. mole

nơ n. bow tie; ribbon

nở v. bloom, blossom; hatch (chickens, ducks, etc.)

nợ n. debt

nơi n. place

nụ n. bud

nụ cười n. smile

nụ hồng n. rosebud

núi n. mountain

núi lửa n. volcano

nuôi v. rear, bring up, raise (children); breed, raise, keep (animals)

nuông chiều v. dote on, spoil

nuốt v. swallow

nuốt lời v. break one's promise

núp v. hide

nữ adj. female

nữ giới n. women

nữ hoàng n. queen

nữ sinh n. schoolgirl

nữ thần n. goddess; **Tượng Nữ Thần Tự Do** n. Statue of Liberty

nửa n. half

nửa đêm n. midnight

nữa adv. more

nực adj. sultry (weather)

nước n. water; country

nước bọt n. saliva

nước chanh n. lemonade

nước chè n. tea

nước da n. complexion

nước đá n. ice

nước đái n. urine

nước hoa n. perfume

nước khoáng n. mineral water

nước lọc n. filtered water

nước máy n. tap water

nước mắm n. fish sauce

nước mắm tinh khiết n. pure fish sauce

nước mặn n. salt water; adj. saltwater

nước mắt n. tear(s)

nước mía n. sugarcane juice

nước miếng n. saliva

nước ngoài adj. foreign; adv. abroad, overseas; **người ~** n. foreigner

nước ngọt n. soda, soft drink; fresh water; adj. freshwater

nước nhà n. fatherland

nước sinh tố n. fresh fruit juice; smoothie

nước sôi n. boiling water

nước tiểu n. urine

nước trà n. tea

nương tựa v. be dependent on

nướng v. grill, barbecue

nứt v. crack

O

ó *n.* eagle
oan hồn *n.* spirit of a person who dies a wrongful death
oán *v.* resent
óc *n.* brain
oi bức *adj.* sultry weather
ói *v.* vomit
ồm tỏi *adv.* noisily (*quarrel*)
ong *n.* bee
ong bò vẽ *n.* wasp
ong chúa *n.* queen bee
ong mật *n.* honeybee
ong thợ *n.* worker bee
óng ánh *v.* glitter
ọp ẹp *adj.* rickety
ót *n.* nape

Ô

ô *n.* umbrella
ô mai *n.* sugared or salted dried fruit
ô nhiễm *n.* pollution
ổ bánh mì *n.* loaf of bread
ổ chuột *n.* rat hole; **khu ~** *n.* slum
ổ gà *n.* pothole
ổ khóa *n.* lock
ốc *n.* snail
ốc đảo *n.* oasis
ốc sên *n.* slug
ổi *n.* guava
ôm *v.* hug; carry in one's arms
ốm *adj.* sick; skinny
ốm nhom *adj.* bony, scrawny
ốm yếu *adj.* sickly
ôn *v.* review (*a lesson, the past, etc.*)
ôn tập *v.* review (*a lesson*)
ôn đới *adj.* temperate; **vùng ~** *n.* temperate zone
ôn hòa *adj.* mild, temperate (*character, climate, etc.*)
ồn (*also* **ồn ào**) *adj.* noisy
ổn định *adj.* stable
ông *n.* grandfather (*term of address for grandfather; also used to address an older or senior man [Mr.]*)
ông bà *n.* grandparents (*term of address for grandaparents; also used*

to address an older man and woman [*Mr. and Mrs.*])
Ông Địa *n.* Earth Deity
ông ngoại *n.* maternal grandfather
ông nội *n.* paternal grandfather
Ông Táo *n.* Kitchen Deity
Ông Trời *n.* Creator (*in Vietnamese culture*)
ông xã *n.* husband (*informal*)
ống bô (*also* **ống khói xe**) *n.* tailpipe, exhaust pipe
ống điếu *n.* pipe
ống khói *n.* chimney
ống kiếng/kính *n.* lens
ống nghe *n.* stethoscope
ống nhòm *n.* binoculars
ống nhổ *n.* spittoon
ô-tô *n.* car, automobile

Ơ

ờ *adv.* yes
ở *prep.* at; *v.* live
ợ *v.* belch
ơi *interj.* hey
ơn *n.* favor; **làm ~** *v.* do a favor; **cám ~** *v.* thank; **cảm ~** *v.* thank
ớt *n.* chili pepper

P

pha *v.* make (*tea, coffee, etc.*); mix (*colors, etc.*)
pha lê *n.* crystal
phá *adj.* naughty; *v.* destroy
phá sản *adj.* bankrupt
phà *n.* ferry
phác họa *v.* sketch
phai *v.* fade
phái đoàn *n.* delegation
phải *adj.* right; *adv.* yes
phải chăng *adj.* reasonable
phạm pháp *v.* break the law
phạm vi *n.* scope
phán đoán *v.* judge
phàn nàn *v.* complain
phản *v.* betray
phản ánh/ảnh *v.* reflect
phản bội *v.* betray

phản chiến *adj.* antiwar

phản đối *v.* protest; object; oppose

phản động *adj.* reactionary

phản lực *n.* jet propulsion; **máy bay ~** *n.* jet plane

phản nghĩa *adj.* opposite (*in meaning*); **từ ~** *n.* antonym

phản quốc *v.* betray one's country; **tên/kẻ ~** *n.* traitor

phản ứng *n.* reaction; *v.* react

phản ứng dây chuyền *n.* chain reaction

phản xạ *n.* reflex

phanh *n./v.* brake

phao câu *n.* rump (*of a bird*)

pháo *n.* firecracker

pháo bông/hoa *n.* fireworks

pháo kích *v.* shell

pháo sáng *n.* flare

Pháp *adj.* French; **người ~** *n.* French (*person*)

pháp luật/lý *n.* law

pháp viện *n.* court; **tối cao ~** *n.* supreme court

phát *v.* distribute, pass out

phát âm *v.* pronounce

phát biểu *v.* voice one's opinion

phát đạt *v.* prosper

phát hành *v.* issue

phát minh *v.* invent

phát ngôn viên *v.* spokesperson

phát tài *v.* become affluent

phát triển *v.* develop, grow

phát-xít *adj.* Fascist

phạt *v.* punish, penalize

phẳng *adj.* even, level

phẩm cách *n.* human dignity

phẩm chất *n.* quality

phẩm giá *n.* human dignity

phân *n./pl.* feces; *n.* manure; centimeter

phân biệt *v.* differentiate

phân bón *n.* fertilizer

phân chia *v.* divide

phân hóa học *n.* chemical fertilizer

phân hữu cơ *n.* organic fertilizer

phân khoa *n.* department (*at a university*)

phân loại *v.* classify

phân quyền *v.* decentralize

phân rã *v.* disintegrate

phân tâm *v.* distract

phân tích *v.* analyze

phân tử *n.* molecule

phân vân *v.* waver

phấn *n.* powder; chalk

phấn hoa *n.* pollen

phấn khởi *v.* feel elated

phấn rôm *n.* talcum powder

phần *n.* part, portion

phần cứng *n.* hardware

phần mềm *n.* software

phần thưởng *n.* prize, award

phần trăm *n.* percent

phận *n.* fate, lot

phất trần *n.* feather duster

Phật *n.* Buddha

Phật giáo *n.* Buddhism

Phật tử *n.* Buddhist

phẫu thuật *n.* surgery

phe *n.* side (*in an argument, conflict, etc.*)

phèn (*also* **phèn chua**) *n.* alum (*chemical*)

phép *n.* permission; **cho ~** *v.* allow; **nghỉ ~** *v.* be on leave

phét (*also* **phét lác**) *adj.* boastful

phê (*also* **phê bình**) *v.* criticize

phễu *n.* funnel

phi *v.* gallop

phi chính phủ *adj.* nongovernmental; **tổ chức ~** *n.* nongovernmental organization (*abbr.* NGO)

phi công *n.* pilot

phi cơ *n.* airplane

phi hành đoàn *n.* crew (*of an airplane*)

phi hành gia *n.* astronaut

phi kinh doanh *adj.* nonprofit; **tổ chức ~** *n.* nonprofit organization

Phi Luật Tân (*also* **Phi**) *adj.* Filipino; **người ~** *n.* Filipino (*person*)

phi pháp *adj.* illegal

phi thuyền *n.* spacecraft

phi thường *adj.* extraordinary

phi tiêu *n.* dart

phi trường *n.* airport

phí[1] *n.* fee; **học ~** *n.* tuition

phí[2] (*also* **phí phạm**) *v.* waste

phí tổn *n.* expenditure

phía *n.* direction (*e.g. when walking, driving, etc.*)

phích *n.* thermos

phiên *n.* turn

phiên âm *v.* transcribe phonetically

phiên dịch *v.* interpret

phiến quân *n.* rebel

phiền *v.* bother

phiền muộn *adj.* sorrowful

phiền phức/toái *adj.* troublesome

phiêu lưu *n.* adventure; *adj.* risky

phiếu (*also* **phiếu bầu**) *n.* ballot

phim *n.* film, movie

phim hoạt họa *n.* animated cartoon

phim tài liệu *n.* documentary

phim tuyên truyền *n.* propaganda movie

pho tượng *n.* statue

phó chủ tịch *n.* vice chair

phó giám đốc *n.* vice director

phó mát *n.* cheese

phó tổng thống *n.* vice president (*of a country*)

phó từ *n.* adverb

phong bì *n.* envelope

phong cảnh *n.* scenery

phong cầm *n.* accordion

phong kiến *adj.* feudal; **chế độ ~** *n.* feudalism

phong lan *n.* orchid

phong phú *adj.* rich (*language, natural resources, etc.*)

phong thủy *n.* feng shui

phong trào *n.* movement

phong tục tập quán *n.* customs and traditions

phong vũ biểu *n.* barometer

phóng đại *v.* exaggerate

phóng thanh *v.* broadcast; **loa ~** *n.* loudspeaker; PA system

phóng thích *v.* release (*prisoners*)

phóng viên *n.* reporter

phòng *n.* room

phòng bệnh *n.* prevention (*of diseases*)

phòng ngủ *n.* bedroom

phòng ngừa *n.* prevention

phòng tắm *n.* bathroom

phòng thủ *n.* defense

phòng triển lãm nghệ thuật *n.* art gallery

phỏng *v.* be burned

phỏng nắng *v.* sunburn

phỏng chừng *adv.* approximately

phỏng vấn *v.* interview

phố *n.* street; downtown

phố phường/xá *n.* streets

phổ biến *adj.* popular; *v.* distribute

phổ thông *adj.* popular

phổ hệ *n.* genealogy

phối hợp *v.* coordinate

phổi *n.* lung

phôn *v.* phone

phở *n. popular Vietnamese soup*

phơi nắng *v.* sunbathe

phu nhân *n.* lady; **Đệ Nhất Phu Nhân** *n.* First Lady

phú quý *n.* wealth

phù dâu *n.* bridesmaid

phù du *adj.* ephemeral

phù hiệu *n.* logo

phù hộ *v.* bless

phù hợp *adj.* suitable

phù rể *n.* best man

phù sa *n.* silt

phù thũng *n.* edema

phù thủy *n.* witch; wizard

phủ nhận *v.* deny

phủ quyết *v.* veto

phụ âm *n.* consonant

phụ cận *adj.* neighboring

phụ huynh *n.* parents (*of students*)

phụ khoa *n.* gynecology

phụ lục *n.* appendix

phụ nữ *n.* women

phụ tùng *n.* spare parts

phụ tử *n.* father and son

Phúc âm *n.* the Gospels

phúc lợi *n.* welfare; benefits

phúc trình *v.* report

phục *v.* admire

phục hưng *v.* restore; **thời Phục Hưng** *n.* the Renaissance

phục kích *v.* ambush

phục sinh *v.* resurrect; **Lễ Phục Sinh** *n.* Easter

phục vụ *v.* serve

phun v. spray; erupt (*a volcano*)
phung phí v. squander
phụng dưỡng v. take care of one's parents (*in old age*)
phụng sự v. serve (*one's country*)
phút n. minute
phức tạp adj. complex
phương n. direction
phương diện n. aspect
Phương Đông n. the East
phương ngữ n. dialect
phương pháp n. methodology
Phương Tây n. the West
phương tiện n. means
phường n. subdistrict
phượng hoàng n. phoenix
phượng (*also* **phượng vĩ**) n. flamboyant tree (*flame or Royal Poinciana*)

Q

qua v. come over; prep. across
qua đời v. pass away
quá adv. so, too, to a great extent
quá giang v. hitchhike
quá khích adj. extremist
quá khứ n. the past
quá trình n. process
quà n. present, gift
quà cáp n./pl. gifts
quả classifier for fruits
quả báo n. retribution
quả đất n. earth
quả lắc n. pendulum
quả phụ n. widow
quả tang adj. red-handed; **bắt ~** id. catch someone red-handed
quả thật/thực id. truly
quạ n. crow
quai n. strap
quai bị n. the mumps
quái vật n. monster
quan n. mandarin (*official of royal court*)
quan điểm n. point of view
quan hệ n. relationship
quan khách n. guests
quan liêu n. bureaucracy
quan sát v. observe

quan sát viên n. observer
quan tài n. coffin
quan tâm v. concern oneself (with), pay attention (to)
quan thuế n. customs
quan tòa n. judge
quan trọng adj. important
quán n. inn; cheap eatery
quán cơm bình dân n. cheap eatery
quán giải khát n. drink shop
quán trọ n. inn, lodging
quán xuyến v. take care of (*one's family affairs*)
quản lý v. manage
quản trị v. administer
quản trị kinh doanh n. business administration
quản tượng n. elephant keeper
quang tuyến (X) n. X-ray
quảng cáo n. ad(s); commercial(s); v. advertise
quảng trường n. square (*as an open area*)
quanh adv./prep. around
quanh co adj. winding
quanh năm id. all year round
quanh quẩn v. hang around (*the house*)
quạnh hiu adj. deserted, desolate
quát v. shout; scold
quạt n. fan
quạt điện/máy n. electric fan
quạt trần n. ceiling fan
quay v. revolve; turn (*one's head, etc.*)
quay phim v. shoot a film; **máy ~** n. camcorder
quăn adj. curly
quăng v. throw
quặng n. ore
quân bình n. equilibrium
quân cảnh n. military police
quân chủ n. monarchy
quân đội n. the military
quân lính n. soldiers
quân lực n. the armed forces
quân tử n. noble
quần n. pants
quần áo n. clothes
quần bò (*also* **quần jean**) n. jeans

quần chúng *n.* the masses
quần đảo *n.* archipelago
quần đùi *n.* shorts
quần quật *adv.* arduously
quần vợt *n.* tennis
quận *n.* district (*of a city*)
quận trưởng *n.* district chief
quây quần *v.* gather around
quấy rầy *v.* bother
que *n.* stick
que diêm *n.* matchstick
que đan *n.* knitting needle
quen *v.* be acquainted with; be used to; **người ~** *n.* acquaintance(s)
quen biết *v.* be acquainted with
queo *v.* turn, change direction (*e.g. when driving*)
quét *v.* sweep
quẹt *v.* strike; **hộp ~** *n.* matchbox
quê *n.* hometown; home village; homeland; *adj.* unsophisticated, backward, rustic (*slang*)
quê hương *n.* homeland, native land
quê mùa *adj.* unsophisticated, backward, rustic (*slang*)
quê quán *n.* hometown; home village
quế *n.* cinnamon
quên *v.* forget
quốc ca *n.* national anthem
quốc doanh *adj.* state-run
quốc gia *n.* nation
quốc hội *n.* national assembly; congress
quốc hữu hoá *v.* nationalize
quốc kỳ *n.* national flag
quốc lộ *n.* highway
quốc ngữ *n.* national language
quốc phòng *n.* national defense
quốc tế *adj.* international
quốc tế ngữ *n.* Esperanto
quốc tịch *n.* nationality
quốc trái *n.* government bond
quy hoạch *n.* planning
quy hoạch đô thị *n.* urban planning
quy luật *n.* law
quy mô *n.* scale
quy tắc *n.* rule
quy ước *n.* convention

quy ước xã hội *n./pl.* social conventions
quý *v.* cherish; *adj.* precious
quý giá *adj.* precious, invaluable
quý khách *n./pl.* distinguished guests; visitors; customers
quý kim *n.* silver and gold
quý tộc *n.* aristocrat
quý trọng *v.* hold in high regard/ esteem
quỳ *v.* kneel
quỷ *n.* demon
quỷ quyệt *adj.* devious; perfidious
quỹ *n.* fund
quỹ đạo *n.* orbit
quyến rũ *v.* seduce
quyền *n.* right
quyền hành *n.* authority
quyền lợi *n./pl.* rights; benefits
quyền lực *n.* power
quyển *classifier for books*
quyết (*also* **quyết chí**) *v.* be determined
quyết định *v.* decide
quyết tâm *v.* be determined
quýt *n.* mandarin, tangerine
quỵt *v.* default (*a loan*)

R

ra *adv.* out; *v.* go out
ra đời *v.* be born
ra hiệu *v.* signal
ra lệnh *v.* order (*someone to do something*)
ra mắt *v.* debut
rác *n.* trash; **thùng ~** *n.* trash can
rách *adj.* torn
rán *v.* fry
rang *v.* roast (*peanuts*); pop (*corn*)
ráng *v.* try (*to do something*)
rạng đông *n.* daybreak
ranh giới *n.* border, boundary
rành *adj.* fluent; good; *adv.* fluently; well
rảnh (*also* **rảnh rỗi**) *adj.* free (*time*)
rãnh *n.* ditch
rao vặt *n.* classifieds
rào *n.* fence

rau *n.* vegetable

rau thơm *n.* herbs

rắc rối *adj.* complicated

rằm *n.* fifteenth day of the lunar month; trăng ~ *n.* full moon (*on the fifteenth day of the lunar month*)

rắn *n.* snake

rắn (*also* rắn chắc) *adj.* hard, firm

rắn nước *n.* water snake

răng *n.* tooth

răng cửa *n.* incisor

răng hàm *n.* molar

răng khôn *n.* wisdom tooth

răng nanh *n.* cuspid

răng sữa *n.* milk tooth

rằng *conj.* that

rặng *n.* range

rặng núi *n.* mountain range

râm *adj.* shady; bóng ~ *n.* shade; cây bóng ~ *n.* shade tree

râm rĩ *adv.* noisily

rậm *adj.* dense; rừng ~ *n.* dense forest

rận *n.* head louse

rất (*also* rất là) *adv.* very; very much

râu *n.* mustache; beard

râu mép *n.* mustache

râu quai nón *n.* beard

rầu (*also* rầu rĩ) *adj.* sorrowful

rây *n.* sieve; *v.* sift

rầy (*also* rầy la) *v.* scold

rẻ *adj.* cheap

rẻ mạt *adj.* dirt-cheap

rẻ tiền *adj.* cheap; cheesy

rẽ *v.* turn, change direction (*e.g. when driving*)

rèm *n.* curtain

rèn luyện *v.* train

rét *adj.* cold

rét buốt *adj.* icy

rể *n.* bridegroom; son-in-law

rễ *n.* root

rêm *adj.* sore

rên *v.* moan

rên rĩ *v.* groan

rên xiết *v.* groan

rệp *n.* bedbug

rết *n.* centipede

rêu *n.* moss

rì rào *v.* rustle

rì rầm *v.* murmur

riêng (*also* riêng tư) *adj.* private; personal

rình (*also* rình mò, rình rập) *v.* stalk

rít *n.* earwig

rìu *n.* axe

rõ (*also* rõ ràng) *adj.* clear

róc rách *v.* bubble (*flowing water*)

roi *n.* whip; rod

roi vọt *n./pl.* whips; rods

rọi *v.* shine

rón rén *v.* tiptoe

rong *n.* seaweed

rót *v.* pour

rổ *n.* basket

rỗ *adj.* pockmarked

rồi *adv.* already

rỗi (*also* rỗi rãi) *adj.* free (*time*)

rối *adj.* tangled

rối loạn *adj.* chaotic

rôm *n.* heat rash

rốn *n.* navel

rống *v.* bellow

rồng *n.* dragon

rỗng *adj.* hollow

rộng *adj.* large, spacious; wide

rộng rãi *adj.* spacious; generous

rơi *v.* fall (*rain, ripe fruit, etc.*)

rời *v.* leave; *adj.* loose (*papers*)

rơm *n.* straw

rớt *v.* fall (*inanimate objects*); làm ~ *v.* drop (*something*)

ru *v.* sing a lullaby

ru ngủ *v.* lull (a child) to sleep

rủ *v.* ask a friend to do something with you

rùa *n.* turtle

rủa *v.* curse

rủi (*also* rủi ro) *n.* bad luck

run *v.* shiver, tremble

rung cảm/động *adj.* touching

rùng rợn *adj.* horrendous

rụng *v.* fall (*dead leaves, ripe fruit, etc.*)

ruồi *n.* fly (*insect*)

ruộng *n.* rice paddy

ruột *n.* intestine

ruột (*also* ruột thịt) *adj.* related by blood

ruột thừa *n.* appendix (*anat.*)
rút lui *v.* withdraw, retreat
rút tiền *v.* withdraw money (*from a bank*)
rửa *v.* wash (*one's feet, face, hands, floor, etc.; for hair, see* **gội**; *for clothing, see* **giặt**)
rửa tội *v.* baptize
rữa *v.* decompose
rực rỡ *adj.* magnificent
rừng *n.* forest; jungle
rừng rậm *n.* dense forest
rước *v.* pick up; escort
rưỡi *n.* half
rương *n.* trunk
rường cột *n.* mainstay (*of a community, nation, etc.*)
rượt *v.* chase
rượu *n.* alcohol, liquor
rượu đế *n.* rice liquor
rượu nếp *n.* sticky rice wine
rượu nho/vang *n.* wine (*from grapes*)
rượu vang đỏ *n.* red wine
rượu vang trắng *n.* white wine

S

sa lầy *v.* bog down, mire
sa mạc *n.* desert
sa thải *v.* dismiss, fire
sa trường *n.* battlefield
sà lan *n.* barge
sách *n.* book
sách giáo khoa *n.* textbook
sách tham khảo *n.* reference book
sạch (*also* **sạch sẽ**) *adj.* clean
sai[1] *v.* order (*someone to do something*)
sai[2] *adj.* wrong
sai lầm *adj.* wrong
sám hối *v.* repent
san hô *n.* coral
sàn (*also* **sàn nhà**) *n.* floor
sản khoa *n.* obstetrics
sản phẩm *n.* product
sản xuất *v.* produce
sang *adj.* elegant; *v.* come over
sang năm *id.* next year
sang trọng *adj.* posh; elegant

sáng *n.* morning; *adj.* bright; light
sáng chế *v.* invent
sáng kiến *n.* innovation
sáng lập *v.* found
sáng tác *v.* create (*a work of art*); compose (*a song*)
sáng tạo *adj.* creative
sàng *n.* sieve; *v.* sift
sanh *v.* be born; give birth
sao *n.* star; *ques.* why
sao băng *n.* shooting star
sao biển *n.* starfish
sao chổi *n.* comet
sao đổi ngôi *n.* shooting star
sao xẹt *n.* shooting star
sáo *n.* flute
sáp *n.* wax
sát *adj.* very close; tight
sát nhân *n.* murderer
sát nhập *v.* merge
sát trùng *adj.* antiseptic; **thuốc ~** *n.* antiseptic
sau *prep.* after; behind
sau khi *prep.* after
sáu *n.* six
say *adj.* drunk
say mê *v.* have a passion for
sắc *adj.* sharp
sắc (*also* **sắc đẹp**) *n.* beauty
sắc tộc *adj.* ethnic; **nhóm ~** *n.* ethnic group
sắc tộc học *n./pl.* ethnic studies
sắm *v.* shop (*for clothes*)
săn (*also* **săn bắn**) *v.* hunt
săn sóc *v.* look after
sẵn lòng *adj.* willing
sẵn sàng *adj.* ready
sắn *n.* cassava
sắp *adv.* about to
sắp đặt *v.* arrange
sắp sửa *adv.* about to
sắp xếp *v.* arrange
sắt *n.* iron
sâm *n.* ginseng
sấm *n.* thunder
sấm sét *n.* thunder and lightning
sân *n.* yard; courtyard; (play)ground
sân bay *n.* airport
sân cỏ *n.* lawn

sân khấu *n.* stage
sân thượng *n.* terrace
sân vận động *n.* stadium
sâu[1] (*also* **sâu bướm**) *n.* caterpillar
sâu[2] *adj.* deep; decayed (*tooth*)
sâu đo *n.* inchworm, measuring worm
sâu răng *n.* tooth decay
sầu *adj.* sorrowful; **nỗi ~** *n.* sorrow
sầu riêng *n.* durian
sầu thảm *n./adj.* melancholy
sấu (*also* **cá sấu**) *n.* crocodile
sấy *v.* dehydrate
sấy tóc *v.* blow-dry (*one's hair*);
  máy ~ *n.* hairdryer
sẩy (*also* **sẩy thai**) *v.* have a miscar-
  riage
sậy *n.* reed
se sẻ (*also* **sẻ**) *n.* sparrow
sẽ *aux. v.* will; *adv.* softly, quietly
sen *n.* lotus
sẹo *n.* scar
sét *n.* lightning
sên *n.* snail
si (*also* **si mê**) *v.* be infatuated with
si tình *v.* be madly in love
sỉ nhục *v.* insult
sĩ quan *n.* army officer
siêng năng *adj.* diligent; *adv.*
  diligently
siêu cường *n.* superpower
siêu nhân *n.* superman; superwoman
siêu nhiên *adj.* supernatural
siêu thị *n.* supermarket
siêu vi khuẩn *n.* virus
sinh *v.* be born; give birth
sinh đẻ *n.* childbearing
sinh hóa *n.* biochemistry
sinh hoạt *n.* activities
sinh lý học *n.* physiology
sinh ngữ *n.* living language; second
  language
sinh nhai *n.* livelihood
sinh nhật *n.* birthday
sinh quán *n.* birthplace
sinh sản *v.* reproduce
sinh sống *v.* make a living
sinh thái học *n.* ecology
sinh tố *n.* fresh fruit juice; smoothie
sinh tồn *v.* survive

sinh vật học *n.* biology
sinh viên *n.* university student
sình *n.* mud
so (*also* **so sánh**) *v.* compare
sò *n.* clam; oyster
sọ *n.* skull
soạn *v.* prepare (*a lesson*); compile
  (*a dictionary*)
soạn giả *n.* author
soạn nhạc *v.* compose music; **nhà ~**
  n. composer
sóc *n.* squirrel
sọc *n.* stripe
soi *v.* shine; look (*at oneself*) in a
  mirror
sói *n.* wolf
sỏi *n.* pebble
son *n.* lipstick
son phấn *n.* makeup
song *adv.* however
song ca *v.* sing a duet
song ngữ *adj.* bilingual
song phương *adj.* bilateral
song song *adj.* parallel
sóng *n.* wave
sóng thần *n.* tidal wave, tsunami
sòng phẳng *adj.* fair, square (*deal*)
số[1] *n.* number
số[2] (*also* **số kiếp số phận**) *n.* fate, lot
số chẵn *n.* even number
số học *n.* arithmetic
số lẻ *n.* odd number
số liệu *n.* data
số lượng *n.* quantity
số mệnh *n.* fate, destiny
số một *n.* number one
sổ *n.* ledger, account book
sổ đen *n.* blacklist
sổ mũi *n.* runny nose
sổ sách *n.* bookkeeping
sổ tay *n.* datebook, daily planner
sốc *n.* shock
sôi *adj.* boiling
sồi *n.* oak
sông *n.* river
sống *v.* live; *adj.* live, alive
sống động *adj.* lively
sống sót *v.* survive
sốt *n.* fever

sốt rét *n.* malaria

sốt ruột *adj.* anxious, impatient

sốt sắng *adj.* willing

sốt xuất huyết *n.* hemorrhagic fever

sơ cấp *adj.* elementary

sơ sinh *adj.* newborn; **đứa trẻ ~** *n.* newborn baby

sơ tán *v.* evacuate (*SRV*)

sờ *v.* feel, touch

sở *n.* workplace; office; (municipal) department

sở hữu *n.* ownership

sở thích *n.* (one's) interests

sở thú *n.* zoo

sợ *adj.* afraid, scared; *v.* fear

sởi *n.* measles

sợi *n.* thread, strand

sớm *adv.* early; soon

sớm muộn *id.* sooner or later

sơn *n./v.* paint

sơn dầu *n.* oil paint; **tranh ~** *n.* oil painting

sơn hà *n.* nation (*archaic*)

sơn mài *n.* lacquer; **tranh ~** *n.* lacquer painting

sủa *v.* bark

súc vật *n./pl.* domestic animals

sum họp *v.* reunite

sung sướng *adj.* happy

sùng đạo *adj.* devout

súng *n.* gun

súng lục *n.* revolver

súng trường *n.* rifle

suối *n.* stream; spring

suốt *prep.* throughout

sụp (*also* **sụp đổ**) *v.* collapse

suy dinh dưỡng *n.* malnutrition

suy đoán *v.* guess

suy đồi *adj.* depraved

suy nghĩ *v.* think

suy nhược *v.* break down

suy nhược thần kinh *n.* nervous breakdown

suy thoái *v.* decline (*the economy, society, etc.*)

suy tư *v.* be deep in thought

suy yếu *adj.* weakened

suyễn *n.* asthma

suýt (*also* **suýt nữa**) *adv.* almost

sư *n.* Buddhist monk

sư cô *n.* Buddhist nun

sư phạm *n.* pedagogy

sư phụ *n.* master

sư tử *n.* lion

sứ *n.* china

sứ giả *n.* envoy

sứ mạng *n.* mission

sứ quán *n.* embassy

sử (*also* **sử học/ký**) *n.* history

sử dụng *v.* use

sử gia *n.* historian

sự kiện *n.* event

sự nghiệp *n.* career

sự riêng tư *n.* privacy

sự thật *n.* truth

sự tích *n.* legend

súa *n.* jellyfish

sửa (*also* **sửa chữa**) *v.* repair, fix

sửa soạn *v.* get ready

sữa *n.* milk

sữa bột *n.* powdered milk

sữa chua *n.* yogurt

sữa đậu nành *n.* soymilk

súc *n.* strength

súc ép *n.* pressure

súc khỏe *n.* health

súc mạnh *n.* strength

sưng *v.* swell

sừng *n.* horn

sửng sốt *adj.* astonished

sưởi *v.* warm; **lò ~** *n.* fireplace

sườn[1] *n.* side (*of the body, a mountain*)

sườn[2] (*also* **xương sườn**) *n.* rib

sườn đồi *n.* hillside

sườn núi *n.* mountainside

sương *n.* mist; dew

sương giá *n.* frost

sương mù *n.* fog

sướng *adj.* happy

sưu tầm *v.* collect

Sửu *n.* water buffalo (*in Vietnamese zodiac*); **tuổi ~** *n.* (born in) the year of the water buffalo

T

ta *pron.* I, me (*when referring to oneself, especially in poetry*); we (*short for* **chúng ta**)

tá *n.* dozen

tả[1] *v.* describe

tả[2] *adj.* left; **cánh ~** *n.* left wing

tã *n.* (**tã lót** *n./pl.*) diaper(s)

tạ *n.* weight; 100 kilograms; **tập ~** *v.* practice weightlifting

tạ thế *v.* pass away

tạ từ *v.* take leave of

tác dụng *n.* effect

tác giả *n.* author

tác hại *n./v.* harm

tác nhân *n.* agent

tác phẩm *n.* work (*of art or literature*)

tác phong *n.* manners, conduct

tách *n.* cup

tách (*also* **tách biệt**) *v.* separate

tai *n.* ear

tai biến *n.* catastrophe

tai biến mạch máu não *n.* stroke, cerebral accident

tai hại *adj.* disastrous

tai họa *n.* disaster

tai nạn *n.* accident

tai nạn xe cộ *n.* car accident

tái *adj.* pale; rare (*lightly cooked*)

tái bản *v.* reprint

tái bút *n.* postscript

tái hợp *v.* reunite

tái lập *v.* reestablish

tái ngộ *v.* meet again

tái phát *v.* recur

tái sinh *v.* recycle; regenerate (*a forest*); be reborn (*in Buddhism*)

tài *n.* talent; driver

tài ba *adj.* talented

tài chánh/chính *n.* finance

tài giỏi *adj.* talented

tài liệu *n.* document

tài năng *n.* talent

tài nguyên *n.* resources

tài nguyên thiên nhiên *n.* natural resources

tài phiệt *n.* tycoon

tài sản *n.* property (*all of one's possessions*)

tài trợ *v.* bankroll, fund

tài tử *n.* actor

tài tử xi-nê *n.* movie actor

tài xế *n.* driver, chauffeur

tại *prep.* at; *conj.* because

tam cúc *n.* 'Three Chrysanthemums' card game

tam đoạn luận *n.* syllogism

tam giác *n.* triangle

tám *n.* eight

tạm *adj.* temporary

tạm biệt *v.* say goodbye

tạm thời *adj.* temporary

tan *v.* melt, dissolve

tan rã *v.* disintegrate

tán *v.* flirt

tán dóc *id.* shoot the breeze; *v.* gossip (*slang*)

tán thành *v.* approve

tán tỉnh *v.* flirt

tàn ác *adj.* cruel

tàn bạo *adj.* brutal

tàn nhang *n.* freckles

tàn nhẫn *adj.* ruthless

tàn phá *v.* devastate

tàn sát *v.* massacre

tàn tật *adj.* disabled

tản bộ *v.* take a stroll

tang *adj.* funeral; **đám ~** *n.* funeral

tang chứng *n.* evidence (*of a crime*)

tàng hình *adj.* invisible

tảng sáng *n.* daybreak

tanh *adj.* fishy (*smell*)

tánh *n.* temper

tạnh *v.* stop (*raining*)

tao *pron.* I, me (*very familiar, used with close friends or children; used with* **mày** [*you*])

táo *n.* apple

táo (*also* **táo bón**) *adj.* constipated

Táo Quân *n.* Kitchen Deity

Tạo Hóa *n.* Creator (*in Vietnamese culture*)

tạp chí *n.* magazine

tạp chủng *adj.* multiethnic

tạp-đề *n.* apron

tạp hóa *n./pl.* sundry goods; **tiệm ~** *n.* general store

tát *v.* slap

tát nước *v.* bail water

tát tai *v.* box (someone's ears)

tạt nước *v.* splash

tàu *n.* ship; train

tàu bay *n.* airplane

tàu hỏa *n.* train

tàu ngầm/lặn *n.* submarine

tàu suốt *n.* nonstop train

tàu thủy *n.* ship

tàu tốc hành *n.* express train

tàu vũ trụ *n.* spaceship

tay *n.* hand; **bàn ~** *n.* hand; **cánh ~** *n.* arm

tay lái *n.* steering wheel

tay phải *n.* right hand

tay sai *n.* lackey, hireling

tay trái *n.* left hand

tay trắng *adj.* empty-handed

táy máy *v.* tinker

tắc *adj.* blocked up

tắc kè *n.* gecko

tăm *n.* toothpick

tăm tối *adj.* dark and gloomy

tằm *n.* silkworm

tắm *v.* take a shower/bath, bathe

tắm biển *v.* swim in the sea

tắm nắng *v.* sunbathe

tăng *v.* increase

tăng cường *v.* reinforce

tăng trưởng *v.* grow

tặng *v.* offer a gift; **món quà tặng** *n.* gift, present

tắt *v.* turn off

tắt thở *v.* stop breathing (*die*)

tâm hồn *n.* soul

tâm lý *n.* psychology

tâm sự *v.* confide in

tâm thần *adj.* mental; psychiatric; **bác sĩ ~** *n.* psychiatrist

tấm *classifier*

tấm gương *n.* mirror, glass

tấm gương sáng *n.* role model, shining example

tấm hình *n.* picture

tấm thảm *n.* carpet

tầm thước *adj.* medium height

tầm thường *adj.* mediocre

tân hôn *adj.* nuptial

tân thời *adj.* modern

Tân Ước *n.* New Testament

tần số *n.* frequency

tấn công *v.* attack; **cuộc ~** *n.* offensive

tận dụng *v.* make the most of

tận hưởng *v.* fully enjoy

tận lực *v.* do one's utmost

tận tâm *adj.* devoted; conscientious

tận thế *n.* end of the world

tận tình *adv.* wholeheartedly

tận tuy *adj.* dedicated

tầng *n.* floor; layer

tầng hầm *n.* basement

tầng trệt *n.* ground floor

tấp nập *adj.* bustling

tập (*also* **tập luyện**) *v.* practice, train

tập quán *n.* customs (*cultural practice*)

tập sự *n./v.* intern

tập tạ *v.* lift weights

tập thể *adj.* collective

tập thể dục *v.* work out, exercise

tập thể hóa *v.* collectivize

tập trung *v.* concentrate

tập tục *n.* custom (*cultural practice*)

tất cả *adj.* all

tất nhiên *adv.* naturally

tất niên *n.* year-end

tật *n.* bad habit; disability

tật nguyền *adj.* disabled

tẩu (*also* **tẩu thoát**) *v.* flee

tậu *v.* buy

tây *adj.* western; **Phương Tây** *n.* the West

Tây ba-lô *n.* Western backpacker (*tourist*) (*derogatory*)

Tây y *n.* Western medicine

tẩy *v.* erase

tẩy chay *v.* boycott

tẩy não *v.* brainwash

té *v.* fall down

tẻ nhạt *adj.* dull, boring

tem *n.* stamp

tép *n.* tiny shrimp

tê *adj.* numb

tê giác *n.* rhinoceros

tê liệt *adj.* paralyzed
tê thấp *n.* rheumatism
tế bào *n.* cell
tế nhị *adj.* diplomatic, sensitive
tề tựu *v.* gather together
tệ *adj.* bad
tệ đoan (*also* **tệ nạn**) *n.* ill
tệ đoan xã hội (*also* **tệ nạn xã hội**) *n./pl.* social ills
tên *n.* name
tên lửa *n.* rocket (*SRV*)
tên riêng *n.* proper name
tên trộm *n.* thief, burglar
tên tuổi *adj.* renowned
tết *n.* festival
Tết (*also* **Tết Âm Lịch, Tết Nguyên Đán, Tết Ta**) *n.* Vietnamese New Year (*lunar*)
Tết Dương Lịch (*also* **Tết Tây**) *n.* New Year (*Western*)
Tết Trung Thu *n.* Mid-autumn Festival
tha *v.* forgive; free
tha bổng *v.* acquit
tha hồ *id.* to one's heart's content
tha thiết *adj.* passionate; *adv.* passionately
tha thứ *v.* forgive
thả *v.* set free, release
thác *n.* waterfall
thạc sĩ *n.* M.A., M.S.
thách (*also* **thách đố**) *v.* challenge
thách thức *v.* provoke
thạch nhũ *n.* stalactite; stalagmite
thạch thùng *n.* gecko (*small species found inside homes*)
thai (*also* **thai nghén**) *n.* pregnancy; **mang thai** *v.* be pregnant
thai nhi *n.* fetus
thái bình *adj.* peaceful
thái dương[1] *n.* temple (*anat.*)
thái dương[2] *adj.* solar; **vầng ~** *n.* the sun
thái dương hệ *n.* solar system
thái độ *n.* attitude
thái hòa *adj.* peaceful
Thái Lan *adj.* Thai; **người Thái (Lan)** *n.* Thai (*person*)
thái tử *n.* crown prince

tham *adj.* greedy; **lòng ~** *n.* greed
tham dự *v.* attend; participate (in)
tham gia *v.* participate (in)
tham khảo *v.* consult; **sách ~** *n.* reference book
tham lam *adj.* greedy
tham nhũng *n.* corruption
tham quan *v.* sightsee (*SRV*)
tham vọng *n.* ambition
thám hiểm *v.* explore
thám thính *v.* reconnoiter
thám tử *n.* detective
thảm *n.* carpet, rug
thảm cảnh *n.* plight
thảm họa *n.* catastrophe
thảm kịch *n.* tragedy
thảm thương *adj.* doleful
thảm trạng *n.* plight
than *n.* coal
than (*also* **than phiền**) *v.* complain
thản nhiên *adj.* unflappable, cool
thán khí *n.* carbon dioxide
thán phục *v.* admire
thang *n.* ladder
thang cuốn *n.* escalator
thang máy *n.* elevator
tháng *n.* month
tháng ba *n.* March
tháng bảy *n.* July
tháng chạp *n.* the twelfth lunar month; December
tháng chín *n.* September
tháng giêng *n.* the first lunar month; January
tháng hai *n.* February
tháng một *n.* January
tháng mười *n.* October
tháng mười hai *n.* December
tháng mười một *n.* November
tháng năm *n.* May
tháng sáu *n.* June
tháng tám *n.* August
tháng tư *n.* April
thanh *classifier*
thanh *n.* tone; *adj.* clear, fine (*voice*)
thanh bình *adj.* peaceful
thanh đạm *adj.* frugal
thanh điệu *n.* tone
thanh gươm *n.* sword

thanh kiếm *n.* sword
thanh khiết *adj.* pure
thanh la *n.* gong
thanh lịch *adj.* elegant
thanh liêm *adj.* honest and upright
thanh lọc *v.* screen
thanh minh *v.* justify, explain
thanh niên *n.* young adult(s)
thanh thiếu niên *n./pl.* young people
thanh toán *v.* liquidate
thanh tra *v.* inspect; **viên ~** *n.* inspector
thanh trừng *v.* purge
thanh vắng *adj.* quiet and peaceful
thanh xuân *adj.* young; **tuổi ~** *n.* youth
thánh *n.* saint
thánh ca *n.* hymn
thánh chiến *n.* crusade
Thánh Địa *n.* Holy Land
thánh giá *n.* cross, crucifix
Thánh Kinh *n.* Bible
thánh nhân *n.* saint
thành *n.* citadel, wall; *v.* become
thành công *n.* success; *v.* succeed
thành hôn *v.* get married
thành kiến *n.* prejudice
thành lập *v.* establish
thành ngữ *n.* idiom
thành niên *adj.* mature, of legal age
thành phần *n.* component
thành phố *n.* city
thành quả *n.* result, fruit of one's labor
thành tâm *adj.* wholehearted, sincere, honest; *adv.* wholeheartedly, sincerely, honestly
thành thạo *adj.* fluent; skillful; *adv.* fluently; skillfully
thành thật *adj.* sincere
thành thị *adj.* urban; *n./pl.* urban areas
thành thử *adv.* therefore
thành tích *n.* achievement
thành trì *n.* citadel
thành tựu *n.* achievement
thành viên *n.* member
thành thơi *adj.* leisurely, free
tháo vát *adj.* resourceful

thảo cầm viên *n.* zoo and botanical garden
thảo luận *v.* discuss
thảo mộc *n./pl.* plants, flora
thảo nào *id.* no wonder, that's why
thảo nguyên *n.* prairie; steppe
thạo *adj.* fluent, skillful; *adv.* fluently; skillfully
tháp *n.* tower
tháp ngà *n.* ivory tower
tháp nước *n.* cistern
tháp tùng *v.* tag along; escort
thay *v.* replace
thay đổi *v.* change
thay mặt *id.* on behalf of; *v.* represent
thay thế *v.* replace
thắc mắc *v.* seek clarification
thăm (*also* **thăm viếng**) *v.* visit
thắm *adj.* passionate, ardent
thắm thiết *adj.* passionate, ardent; *adv.* passionately, ardently
thằn lằn *n.* gecko (*small species found inside homes*)
thăng bằng *n./v.* balance
thăng trầm *n.* vicissitude
thắng *v.* win; brake
thắng cảnh *n.* scenic spot
thắng cử *v.* win an election
thằng *classifier for men* (*showing contempt or condescension*)
thẳng *adj.* straight (*a road, a person, etc.*); straightforward
thẳng tính *adj.* straight, straightforward (*a person*)
thắp *v.* light (*a candle, oil lamp, etc.*)
thắt *v.* tie, fasten
thắt lưng *n.* belt
thâm (*also* **thâm độc, thâm hiểm**) *adj.* treacherous
thâm nhập *v.* infiltrate
thâm niên *n.* seniority; *adj.* senior
thấm *v.* permeate; steep
thấm thoắt *adv.* soon
thầm kín *adj.* secretive
thẩm mỹ *adj.* aesthetic
thẩm mỹ viện *n.* beauty parlor
thẩm phán *n.* judge
thẩm quyền *n.* jurisdiction, authority
thẩm vấn *v.* interrogate

thậm chí *adv.* even

thân *adj.* close, intimate; **người ~** *n.* loved one(s)

Thân *n.* monkey (*in Vietnamese zodiac*); **tuổi ~** *n.* (born in) the year of the monkey

thân mến *adj.* dear (*used in letters*)

thân mẫu *n.* mother (*very formal*)

thân nhân *n.* relatives

thân phận *n.* one's lot, fate, destiny

thân phụ *n.* father (*very formal*)

thân thể *n.* one's body

thân thiện *adj.* friendly

thân yêu *adj.* loving

thần *n.* deity, god

thần diệu *adj.* miraculous

thần đồng *n.* prodigy

thần giao cách cảm *n.* telepathy

thần học *n.* theology

thần kinh *n.* nerves

thần kinh hệ (*also* **hệ thần kinh**) *n.* nervous system

thần thoại *n.* mythology

thần tiên *n./pl.* deities and fairies; **truyện ~** *n.* fairy tale

thần tượng *n.* idol, icon

thận *n.* kidney

thận trọng *adj.* cautious

thấp *adj.* short (*in stature*); low

thấp khớp *n.* rheumatism

thập cẩm *adj.* having many different ingredients; assorted

thập niên (*also* **thập kỷ**) *n.* decade

thất bại *n.* failure; *v.* fail

thất hiếu *adj.* neglectful of one's filial obligations; *v.* neglect one's filial obligations

thất học *adj.* uneducated

thất hứa *v.* break a promise

thất lạc *adj.* lost, misplaced

thất nghiệp *adj.* unemployed

thất vọng *adj.* disappointed

thật *adj.* true, real

thật ra *id.* as a matter of fact

thật sự *adv.* really

thật thà *adj.* sincere; naive

thật tình *adv.* honestly, really

thâu *v.* record; collect

thây *n.* corpse

thấy *v.* see, perceive

thầy *n.* male teacher, master; father

thầy bói *n.* fortuneteller

thầy chùa *n.* Buddhist monk

thầy giáo *n.* male teacher

thầy lang *n.* medicine man

thầy tu *n.* priest; monk

thầy tướng (số) *n.* physiognomist

thè lưỡi *v.* stick out one's tongue

thẻ *n.* card

thẻ tín dụng *n.* credit card

thèm (*also* **thèm khát, thèm muốn**) *v.* crave

then *n.* latch

thẹn (*also* **thẹn thùng**) *adj.* shy

theo *v.* follow

theo dõi *v.* keep tabs on, watch

theo đuổi *v.* pursue

thẹo *n.* scar

thép *n.* steel

thét *v.* yell, scream

thê thảm *adj.* pitiful; distressful

thế chiến *n.* world war

thế giới *n.* world

thế giới thứ ba *n.* third world

thế hệ *n.* generation

thế kỷ *n.* century

Thế vận hội *n.* Olympics

thề *v.* swear, vow; **lời ~ ước** *n.* vow, pledge

thể diện *n.* face, prestige

thể dục *n.* physical education

thể dục dụng cụ *n.* gymnastics

thể dục nhịp điệu *n.* aerobics

thể loại *n.* genre

thể lực *n.* physical strength

thể nào *id.* for sure

thể thao *n.* sport

thể xác *n.* body

thêm *v.* add; *adj./adv.* more

thết đãi *v.* fete

thêu *v.* embroider

thi *v.* compete; take an exam

thi đấu *v.* compete (*in a sport*)

thi đua *v.* compete (*in one's studies, profession, productivity, etc.*)

thi hài *n.* corpse

thi hành *v.* carry out (*an order*)

thi nhân/sĩ *n.* poet

thi vấn đáp *n.* take an oral exam

thí dụ *id.* for example

thí nghiệm *n./v.* experiment

thì *v.* be; *adv.* then

thì giờ *n.* time

thì phải *adv.* perhaps

thì ra *id.* it turns out that

thì thào/thầm *v.* whisper

thị giác *n.* sight (*one of the senses*)

thị hiếu *n.* trend; đúng ~ *adj.* trendy

thị lực *n.* eyesight

thị thực *v.* certify

thị trấn *n.* town

thị trường *n.* market

thị trường chứng khoán *n.* stock market

thị trưởng *n.* mayor

thị xã *n.* town

thìa *n.* spoon

thích *v.* like

thích hợp *v.* suit; *adj.* suitable

thích nghi/ứng *v.* adapt, adjust

thiếc *n.* tin

Thiên Chúa *n.* God; đạo ~ *n.* Christianity

thiên đàng *n.* paradise, heaven

thiên đầu thống *n.* glaucoma

thiên đình *n.* Heavenly Court (*in Vietnamese culture*)

thiên đường *n.* paradise, heaven

thiên hạ *n.* the whole world; *pron.* others

thiên kỷ *n.* millennium

thiên nga *n.* swan

thiên nhiên *n.* nature

thiên sứ *n.* angel

thiên tai *n.* natural disaster

thiên tài *n.* genius

thiên thần *n.* angel

thiên văn *n.* astronomy

thiên vị *adj.* partial, unfair

thiến *v.* castrate

thiền *v.* meditate

thiển cận *adj.* shortsighted, without foresight

thiện chí *n.* good will

thiêng *adj.* prophetic

thiêng liêng *adj.* sacred

thiếp *n.* card; bưu ~ *n.* postcard; danh ~ *n.* business card

thiếp *n.* concubine; *pron.* I (*antiquated, wife to husband*)

thiệp cưới *n.* wedding invitation (*card*)

thiết kế *v.* design

thiết lập *v.* establish

thiết thực *adj.* practical

thiết yếu *adj.* essential

thiệt *adj.* true, real; getting the short end of the stick

thiệt (*also* thiệt hại) *n.* damage

thiệt mạng *v.* lose one's life

thiêu *v.* cremate

thiêu hủy *v.* burn down

thiếu *v.* lack

thiếu gì *id.* no lack (*of something*)

thiếu nhi *n.* young child

thiếu niên *n.* adolescent boy

thiếu nợ *v.* be in debt

thiếu nữ *n.* adolescent girl

thiếu phụ *n.* woman

thiếu thốn *v.* be needy

thiếu số *n.* minority

thím *pron.* aunt (*term of address for paternal uncle's wife*)

Thìn *n.* dragon (*in Vietnamese zodiac*); tuổi ~ *n.* (born in) the year of the dragon

thính *adj.* sharp (*hearing, sense of smell, etc.*)

thính giả *n.* listener(s), audience

thính giác *n.* sense of hearing

thình lình *adv.* suddenly

thỉnh thoảng *adv.* sometimes

thịnh hành *adj.* popular

thịnh soạn *adj.* sumptuous (*meal*)

thịnh vượng *adj.* prosperous

thịt *n.* meat

thiu *adj.* stale

thỏ *n.* rabbit

thọ *n.* longevity; *v.* live a long life

thoa *v.* smear, rub

thỏa mãn *v.* satisfy; be satisfied

thoát *v.* escape

thoạt đầu/tiên *id.* at the beginning

thóc *n.* paddy; harvested rice (*still in the husk*)

thọc *v.* poke

thọc lét *v.* tickle
thói (*also* **thói quen**) *n.* habit
thon *adj.* slender
thong thả *adj./adv.* leisurely
thòng long *n.* noose
thô lỗ *adj.* rude
thô sơ *adj.* primitive
thô tục *adj.* vulgar
thổ dân *n.* aborigine
thổ ngữ *n.* dialect
thôi *v.* stop, cease
thôi miên *v.* hypnotize
thôi thúc *v.* urge
thôi việc *v.* quit one's job; be laid off
thối *adj.* stinky
thối chí *v.* become discouraged
thối nát *adj.* corrupt
thổi *v.* blow; cook (*rice*)
thổi phồng *v.* exaggerate
thôn dã *n.* countryside
thôn nữ *n.* country girl
thôn quê *n.* countryside
thông báo *v.* announce
thông cảm *v.* sympathize (with)
thông cáo *n.* announcement
thông dịch *v.* interpret
thông dịch viên *n.* interpreter
thông dụng *adj.* popular, commonly used
thông hành *n.* passport; **giấy ~** *n.* passport
thông minh *adj.* intelligent
thông ngôn *n.* interpreter; *v.* interpret (*used infrequently*)
thông tấn xã *n.* news agency
thông thạo *adj.* fluent; *adv.* fluently
thông tin *n.* information; *v.* communicate
thống kê *n.* statistics
thống nhất *v.* unify
thống trị *v.* rule, govern
thơ *n.* poetry; **bài ~** *n.* poem
thơ ấu *adj.* pertaining to childhood; **thời thơ ấu** *n.* childhood
thơ mộng *adj.* romantic (*scenery*)
thơ ngây *adj.* innocent
thờ (*also* **thờ cúng**) *v.* worship
thờ cúng tổ tiên *n.* ancestor worship
thờ ơ *adj.* indifferent

thở *v.* breathe
thở dài *v.* sigh
thợ *n.* worker
thợ điện *n.* electrician
thợ hớt tóc *n.* barber
thợ may *n.* tailor, seamstress
thợ mộc *n.* carpenter
thợ nề *n.* bricklayer
thời bình *n.* peacetime
thời chiến *n.* wartime
thời cơ *n.* propitious moment/time
thời đại *n.* era
thời gian/giờ *n.* time
thời hạn *n.* deadline
thời kỳ *n.* time, period
thời Phục Hưng *n.* the Renaissance
thời sự *n./pl.* current events; **tin ~** *n.* news of current events
thời tiết *n.* weather
thời trang *n.* fashion
thơm *adj.* fragrant
thớt *n.* cutting board
thu *n.* autumn; *v.* record; collect
thu hút *v.* attract
thu lôi *n.* lightning rod (*as in* **cột thu lôi**)
thu nhập *n.* income (*SRV*)
thu xếp *v.* arrange
thú *n.* hobby; pleasure; beast
thú dữ *n.* wild beast
thú nhận *v.* confess
thú thật *v.* admit, confess
thú tiêu khiển *n.* pastime
thú tội *v.* confess (*to a crime*)
thú vật *n.* animal(s)
thú vị *adj.* enjoyable, pleasurable
thú vui *n.* pastime
thú y *n.* veterinary medicine; **bác sĩ ~** *n.* veterinarian
thù (*also* **thù ghét**) *v.* feel deep hatred for; **kẻ ~** *n.* enemy
thù hằn *v.* feel hostile (towards)
thù lao *n.* fee, payment
thủ công *adj.* handmade; **hàng ~** *n.* handicraft
thủ cựu *adj.* conservative
thủ đô *n.* capital city
thủ môn *n.* goalkeeper
thủ phạm *n.* culprit, perpetrator

thủ quỹ *n.* treasurer

thủ tiêu *v.* dispose of (*one's enemies, in secret*)

thủ trưởng *n.* office head

thủ tục *n.* procedure

thủ tướng *n.* prime minister, premier

thụ động *adj.* passive

thua *v.* lose (*a contest, bet, etc.*)

thuần tuý *adj.* pure, genuine

thuận lợi *adj.* favorable

thuận tiện *adj.* convenient

thúc bách *adj.* pressing

thúc đẩy/giục *v.* urge, push

thuê *v.* rent; hire

thuế *n.* tax

thuế quan *n.* customs (*at the airport*)

thúi *adj.* stinky

thun *adj.* elastic; **dây ~** *n.* rubber band

thung lũng *n.* valley

thúng *n.* big basket

thùng *n.* big box; barrel

thùng phiếu *n.* ballot box

thùng rác *n.* trash can

thuốc *n.* medicine

thuốc bắc *n.* Chinese herbal medicine

thuốc bổ *n.* tonic

thuốc độc *n.* poison

thuốc lá *n./pl.* cigarettes; *n.* tobacco; **điếu thuốc lá** *n.* cigarette

thuốc lào *n.* Vietnamese tobacco

thuốc men *n.* medication

thuốc mê *n.* anesthetic

thuốc nam *n.* Vietnamese herbal medicine

thuốc ngủ *n./pl.* sleeping pills, soporifics; **viên ~** *n.* sleeping pill

thuốc nhuộm *n.* dye

thuốc nổ *n.* explosive

thuốc phiện *n.* opium

thuốc sát trùng *n.* antiseptic

thuốc ta *n.* Vietnamese medicine

thuốc tây *n.* Western medicine

thuốc trường sinh *n.* elixir of life

thuộc địa *n.* colony

thuộc lòng *v.* know (*by heart*)

thuồng luồng *n.* octopus

thụt két *v.* embezzle

thụt lùi *v.* move backward

thùy dương *n.* weeping willow

thùy mị *adj.* sweet and meek

thủy chung *n.* fidelity

thủy đậu *n.* chicken pox

thủy quân lục chiến *n.* Marine

thủy sản *n.* marine product

thủy thủ *n.* sailor

thủy thủ đoàn *n.* crew (*of a ship*)

thủy tiên *n.* narcissus

thủy tinh *n.* glass

thủy triều *n.* tide

thuyên giảm *v.* abate, diminish

thuyền *n.* boat

thuyền bè *n./pl.* boats

thuyền chài *n.* fishing boat

thuyền nhân *n.* boat person/people

thuyền trưởng *n.* captain (*of a ship*)

thuyết *n.* theory, hypothesis

thuyết giáo *v.* preach

thuyết hiện sinh *n.* existentialism

thuyết pháp *v.* preach

thuyết phục *v.* persuade

thuyết tiến hóa *v.* evolutionism

thuyết trình *v.* lecture; give a presentation

thuyết tương đối *n.* relativism

thuyết vô thần *n.* atheism

thư *n.* letter (*correspondence*)

thư bảo đảm *n.* registered letter

thư ký *n.* secretary

thư từ *n./pl.* letters; mail

thư viện *n.* library

thứ *n.* rank; order; stuff

thứ ba *n.* third; Tuesday

thứ bảy *n.* seventh; Saturday

thứ hai *n.* second; Monday

thứ hạng *n.* ranking

thứ lỗi *v.* forgive

thứ năm *n.* fifth; Thursday

thứ nhất *n.* first

thứ sáu *n.* sixth; Friday

thứ tư *n.* fourth; Wednesday

thứ tự *n.* order

thử *v.* try (*a new food, etc.*); try on (*clothing*)

thử thách *n.* trial; *v.* test

thưa *adj.* dear (*polite, precedes a term of address*)

thưa kiện *v.* sue, file a lawsuit

thừa hưởng/kế v. inherit

thừa n. plot (of land)

thức v. stay up; adj. awake

thức ăn n. food

thức giải khát n./pl. beverages

thực adj. true, real

thực dân n. colonialist

thực dụng adj. pragmatic

thực đơn n. menu

thực hành v. practice

thực hiện v. carry out

thực phẩm n. foodstuff

thực ra id. as a matter of fact

thực sự adv. really

thực tại n. reality

thực tập v. practice

thực tế n. reality; **trên ~** id. in reality

thực thà adj. sincere; naive

thực vật học n. botany

thừng (also **dây thừng**) n. rope

thước n. meter

thước dây n. tape measure

thước kẻ n. ruler (for measuring)

thương[1] v. love; pity

thương[2] adj. injured, wounded; **bị ~** v. be injured; **nhà ~** n. hospital

thương gia n. merchant

thương hại v. pity

thương hàn n. typhoid

thương lượng v. negotiate

thương mại n. commerce

thương mến adj. dear

thương nghiệp n. commerce, trade

thương nhớ v. miss (someone)

thương thuyết v. negotiate

thương tích n. injury, wound

thương vong n. casualty

thương yêu v. love

thường adv. often, usually; v. compensate

thường dân n. civilian

thường nhật adj. daily

thường niên adj. annual

thường phục n. civilian clothes

thường trú v. reside permanently

thường trú nhân n. permanent resident

thường xuyên adv. regularly

thưởng v. reward

thưởng ngoạn v. appreciate, admire (a view)

thưởng thức v. enjoy

thượng du n. upland

Thượng Đế n. God, Supreme Being

thượng đỉnh n. summit; **hội nghị ~** n. summit meeting

thượng hạng adj. first-class

thượng hảo hạng adj. highest quality

thượng lộ bình an id. have a safe trip

thượng lưu adj. of the upper class; **giai cấp ~** n. the upper class

thượng nghị sĩ n. senator

thượng sách n. best course of action

thượng tầng kiến trúc n. superstructure

Thượng Viện n. Senate

tỉ dụ n. example; id. for example

tỉ lệ n. ratio

tỉ mỉ adj. meticulous

tỉ phú n. billionaire

Tí n. rat (in Vietnamese zodiac); **tuổi ~** n. (born in) the year of the rat

tí chút id. a little bit

tí xíu id. very little

Tị n. snake (in Vietnamese zodiac); **tuổi Tị** n. (born in) the year of the snake

tị nạn v. seek refuge; **người ~** n. refugee

tia nắng n. sunray, sunbeam

tía adj. purple

tỉa v. trim, prune

tích cực adj. zealous; positive

tích lũy v. accumulate

tích trữ v. hoard

tịch thâu/thu v. confiscate

tiếc v. regret

tiệc n. party; **đi ăn ~** v. go to a party; **dự ~** v. attend a party

tiệc tùng n. parties

tiêm v. inject

tiêm chủng v. inoculate

tiềm năng n. potential

tiềm thủy đỉnh n. submarine

tiềm thức n. the subconscious

tiềm vọng kính n. periscope

tiệm *n.* store, shop

tiệm ăn *n.* cheap restaurant

tiệm giặt ủi *n.* laundromat

tiệm hấp tẩy *n.* dry cleaner

tiệm sách *n.* bookstore

tiệm tạp hóa *n.* small shop selling a variety of goods

tiên *n.* fairy

tiên đoán *v.* predict

tiên liệu *v.* foresee

tiên nga/nữ *n.* fairy

tiên tiến *adj.* advanced, highly developed

tiên tri *v.* prophesy; **đấng ~** *n.* prophet

tiến *v.* advance, make progress

tiến bộ *n.* progress

tiến hành *v.* carry out

tiến hóa *v.* evolve

tiến sĩ *n.* Ph.D., doctor

tiến triển *v.* progress, develop

tiến trình *n.* process

tiền (*also* **tiền bạc**) *n.* money

tiền cắc *n.* small change

tiền công *n.* fee, wages

tiền đạo *n.* forward (*in soccer*)

tiền giấy *n.* paper money

tiền hưu (trí) *n.* pension

tiền lẻ *n.* pocket change

tiền lệ *n.* precedent

tiền lương *n.* salary, wages

tiền mặt *n.* cash

tiền vệ *n.* halfback (*in soccer*)

tiễn (*also* **tiễn chân, tiễn đưa**) *v.* see someone off

tiện *n./v.* lathe; *adj.* convenient

tiện dụng *adj.* handy

tiện lợi *adj.* convenient

tiện nghi *n.* conveniences

tiếng *n.* language; sound; voice; reputation; **nổi tiếng** *adj.* famous

tiếng Ả Rập *n.* Arabic (*language*)

tiếng Anh *n.* English (*language*)

tiếng Bồ Đào Nha *n.* Portuguese (*language*)

tiếng Đại Hàn (*also* **tiếng Triều Tiên**) *n.* Korean (*language*)

tiếng địa phương *n.* dialect

tiếng động *n.* sound, noise

tiếng Đức *n.* German (*language*)

tiếng Hindi *n.* Hindi (*language*)

tiếng Khmer *n.* Khmer (*language*)

tiếng Lào *n.* Lao (*language*)

tiếng lóng *n.* slang

tiếng Mã Lai *n.* Malay (*language*)

tiếng mẹ đẻ *n.* mother tongue

tiếng Miên *n.* Khmer (*language*)

tiếng Miến Điện *n.* Burmese (*language*)

tiếng Mỹ *n.* American English (*language*)

tiếng Nam Dương *n.* Indonesian (*language*)

tiếng Nga *n.* Russian (*language*)

tiếng Nhật *n.* Japanese (*language*)

tiếng nói *n.* voice; speech

tiếng Pháp *n.* French (*language*)

tiếng Phi Luật Tân (*also* **tiếng Phi**) *n.* Filipino (*language*)

tiếng Phổ Thông *n.* Mandarin (*language*)

tiếng Quan Thoại *n.* Mandarin (*language*)

tiếng Quảng Đông *n.* Cantonese (*language*)

tiếng tăm *n.* fame

tiếng Tây Ban Nha *n.* Spanish (*language*)

tiếng Thái *n.* Thai (*language*)

tiếng Trung Quốc *n.* Chinese (*language*)

tiếng Việt *n.* Vietnamese (*language*)

tiếng Ý *n.* Italian (*language*)

tiếp *v.* continue; receive (*a guest*)

tiếp đãi *v.* receive and entertain (*guests, tourists, etc.*)

tiếp đón *v.* welcome, greet

tiếp tân *n.* reception (*at a hotel*); *v.* receive and welcome (*in a hotel, at a function, etc.*)

tiếp tế *v.* supply, aid

tiếp tục *v.* continue

tiếp xúc *v.* contact; interact, socialize (with)

tiết kiệm *v.* save, economize

tiết mục *n.* act (*musical, circus, etc.*)

tiêu *v.* digest; spend (*money*)

tiêu biểu *adj.* typical

tiêu chí *n.* criterion
tiêu chuẩn *n./adj.* standard
tiêu chuẩn hóa *v.* standardize
tiêu cực *adj.* negative
tiêu diệt *v.* annihilate
tiêu dùng *v.* consume; **hàng ~** *n./pl.* consumer goods; **món hàng ~** *n.* commodity
tiêu hóa *v.* digest
tiêu hủy *v.* destroy
tiêu khiển *v.* do something for fun; **thú tiêu khiển** *n.* pastime
tiêu phí *v.* waste
tiêu thụ *v.* consume; **người ~** *n.* consumer
tiêu xài *v.* spend (*money*)
tiều phu *n.* woodcutter
tiểu *n.* young monk
tiểu *v.* urinate; **nước ~** *n.* urine
tiểu ban *n.* subcommittee
tiểu bang *n.* state (*of the fifty U.S. states*)
tiểu học (*also* **trường tiểu học**) *n.* elementary school
tiểu luận *n.* thesis
tiểu sử *n.* biography
tiểu thuyết *n.* fiction; novel
tiểu tiện *v.* urinate
tiểu tư sản *n.* petit bourgeois
tim *n.* heart
tím *adj.* violet
tìm *v.* look for
tìm thấy *v.* find
tin *n.* news; *v.* believe, trust
tin cậy *v.* trust
tin học *n.* information systems
Tin Lành *n.* Protestantism
tin mừng *n.* good news
tin thời sự *n.* news of current events
tin tức *n.* news
tin tưởng *v.* believe; have faith in
tin vắn *n.* news in brief
tin vịt *n.* canard, baseless rumor
tin vui *n.* happy news
tín dụng *n.* credit; **thẻ ~** *n.* credit card
tín đồ *n.* follower, adherent (*of a religion*)
tín hiệu *n.* signal
tín ngưỡng *n.* worship; **tự do ~** *n.* freedom of worship
tín nhiệm *v.* trust
tinh *adj.* keen (*eyesight*)
tinh hoa *n.* cream (*of the crop*)
tinh khiết *adj.* pure; **nước mắm ~** *n.* pure fish sauce
tinh thần *n.* spirit
tinh trùng *n.* sperm
tính *n.* temperament; *v.* intend to do something; **máy ~** *n.* calculator
tính mạng *n.* life
tính nết *n.* character
tính toán *v.* calculate
tính từ *n.* adjective
tình (*also* **tình ái**) *n.* love; **làm ~** *v.* make love
tình báo *n.* intelligence (*secret information*)
tình ca *n.* love song
tình cảm *n.* sentiment
tình cờ *id.* by chance
tình dục *n.* sex; sexuality
tình duyên *n.* love
tình hình *n.* situation
tình huống *n.* circumstance
tình nguyện *v.* volunteer
tình nhân *n.* lover
tình thương *n.* affection, love
tình tiết *n.* plot (*of a novel*)
tình trạng *n.* condition, situation
tình yêu *n.* love
tỉnh *n.* province (*of a country*); *adj.* conscious
tỉnh lẻ *n.* provincial town
tĩnh mạch *n.* vein
tĩnh từ *n.* adjective
tĩnh vật *n.* still life; **tranh ~** *n.* still life (*painting*)
to (*also* **to lớn**) *adj.* big
tò mò *adj.* curious
tỏ vẻ *v.* seem
toa *n.* car (*of a train*); prescription
tòa (*also* **tòa án**) *n.* court
toại nguyện *adj.* completely satisfied
toán (*also* **toán học**) *n.* math
toàn bộ *adj.* all, entire
toàn cầu *adj.* global
toàn diện *adj.* all-round
toàn mỹ *adj.* perfect

toàn năng *adj.* omnipotent
toàn quốc *adj.* nationwide
tóc *n.* hair
tọc mạch *v.* pry (*into others' affairs*)
tỏi *n.* garlic
tóm *v.* nab; **nói ~ lại** *id.* to sum up
tóm tắt *v.* summarize
tòng phạm *n.* accomplice
tô *n.* big bowl
tố (*also* **tố cáo**) *v.* denounce
tổ *n.* nest, hive
tổ chức *v.* organize
tổ chức bất vụ lợi (*also* **tổ chức vô vụ lợi, tổ chức phi kinh doanh**) *n.* nonprofit organization
tổ chức phi chính phủ *n.* nongovernmental organization (*abbr.* NGO)
tổ quốc *n.* fatherland
tổ tiên *n.* ancestors
tốc độ *n.* speed
tốc hành *adj.* express (*train*)
tốc ký *n.* stenography
tốc lực *n.* speed
tộc trưởng *n.* patriarch
tôi *pron.* I, me (*used with peers, and to a general, mixed-age audience*)
tối *n.* night; *adj.* dark
tối cao *adj.* supreme
tối cao pháp viện *n.* supreme court
tối đa *adj.* maximum
tối hậu thư *n.* ultimatum
tối hôm qua *adv.* last night
tối huệ quốc *adj.* most-favored-nation (*status*)
tối khẩn *adj.* most urgent
tối nay *adv.* tonight
tối tân *adj.* high-tech (*equipment*)
tối thiểu *adj.* minimum
tồi *adj.* bad; poor (*quality*)
tội *n.* crime; sin; *adj.* pitiable
tội ác *n.* crime
tội lỗi *n.* sin
tội nghiệp *adj.* pitiful
tội nhân *n.* convict
tội phạm *n.* criminal
tôm *n.* shrimp
tôm hùm *n.* lobster
tôn *n.* corrugated iron
tôn giáo *n.* religion

tôn kính *v.* revere
tôn nghiêm *adj.* solemn
tôn sùng *v.* idolize
tôn thờ *v.* worship
tôn trọng *v.* respect
tốn *v.* cost; *adj.* costly
tốn kém *adj.* costly
tồn tại *v.* survive
tông đồ *n.* apostle
tống (*also* **tống cổ**) *v.* kick out
tống giam *v.* jail
tống khứ *v.* kick out
tống tiền *v.* blackmail
Tổng Bí Thư *n.* Secretary General
tổng biên tập *n.* editor in chief
tổng cộng *n.* total
tổng đài *n.* switchboard
tổng giám mục *n.* archbishop
tổng lãnh sự *n.* consul general
tổng sản lượng *n.* gross national product
tổng số *n.* total
tổng thống *n.* president (*of a nation*)
tổng thư ký *n.* secretary-general
tổng tuyển cử *n.* general election
tốp *n.* group
tốt *adj.* good
tốt bụng *adj.* kind, good-natured
tốt nghiệp *v.* graduate
tốt số *adj.* lucky (*fate*)
tột cùng *adj.* to the highest degree
tột đỉnh/độ *adj.* to the highest degree
tơ *n.* silk
tơ tưởng *v.* long for
tớ *pron.* I, me (*among close friends*)
tờ *classifier for a newspaper, menu, sheet of paper, etc.*
tới *v.* come
tới *prep./conj.* until; to
tới số *id.* meet one's maker
tra *v.* look up (*in the dictionary*)
tra cứu *v.* research
tra hỏi *v.* interrogate, question
tra tấn *v.* torture
trá hình *v.* disguise
trà *n.* tea
trả *v.* return (*something*); pay
trả đũa *v.* retaliate
trả giá *v.* bargain

trả lời *v.* answer

trả thù *v.* revenge

trách (*also* **trách móc**) *v.* reproach

trách nhiệm *n.* responsibility

trai *adj.* male; **con ~** *n.* son; boy; **chàng ~** *n.* young man

trái *adj.* left

trái *classifier for fruits*

trái đất *n.* the earth

trái lại *id.* on the contrary

trái luật *adj.* illegal

trái nghĩa *adj.* opposite in meaning; **từ ~** *n.* antonym

trái phép *adj.* illegal

trái rạ *n.* chicken pox

trái tim *n.* heart

trái xoan *adj.* oval

trải *v.* spread

trại *n.* camp; **cắm ~** *v.* camp; **đi cắm ~** *v.* go camping

trại cải tạo *n.* reeducation camp

trại hè *n.* summer camp

trại lao động khổ sai *n.* forced labor camp

trại mồ côi *n.* orphanage

trại tập trung *n.* concentration camp

trại tị nạn (*also* **trại ty nạn**) *n.* refugee camp

trám *v.* fill

trám răng *v.* fill (*a cavity in a tooth*); have a tooth filled

trạm *n.* station

trạm xá *n.* dispensary

trạm xe buýt *n.* bus stop

trán *n.* forehead

tràn *v.* overflow

trang bị *v.* equip

trang điểm *v.* put on makeup

trang hoàng *v.* decorate

trang nghiêm *adj.* solemn

trang nhã *adj.* elegant

trang phục *n.* dress

trang trại *n.* ranch

trang trí *v.* decorate

trang trọng *adj.* solemn, formal

tráng *v.* rinse (*dishes, bowls, etc.*)

tráng lệ *adj.* magnificent

tráng miệng *v.* eat dessert; **món ~** *n.* dessert

tràng hạt *n.* rosary

trạng từ *n.* adverb

tranh *v.* compete; *n.* painting

tranh ảnh *n.* photos

tranh biếm họa *n.* cartoon

tranh cử *v.* run for office

tranh đấu *v.* fight (*for freedom, justice, etc.*)

tranh đua *v.* compete

tranh lụa *n.* silk painting

tranh luận *v.* debate

tranh sơn dầu *n.* oil painting

tranh sơn mài *n.* lacquer painting

tranh tĩnh vật *n.* still-life painting

tránh *v.* avoid

trao *v.* hand

trao đổi *v.* exchange

trào lưu *n.* trend

trát *n.* warrant

trau dồi *v.* improve, cultivate (*a skill*)

trắc nghiệm *v.* test

trăm *n.* hundred

trăn *n.* python

trăn trọc *v.* toss and turn

trăng *n.* moon

trăng khuyết *n.* waning moon

trăng lưỡi liềm *n.* crescent moon

trăng mật *n.* first few days after a wedding; **tuần ~** *n.* honeymoon

trăng rằm/tròn *n.* full moon

trắng *adj.* white

trắng án *v.* be acquitted

trắng tay *v.* lose everything (*in business, a card game, etc.*)

trâm *n.* hairpin

trầm lặng *adj.* quiet

trầm trọng *adj.* serious, grave

trầm trồ *v.* ooh and aah

trầm tư (*also* **trầm tư mặc tưởng**) *v.* be deep in thought

trân châu *n.* pearl

trân trọng *adv.* respectfully

trấn an *v.* reassure

trấn áp *v.* suppress

trấn lột *v.* rob

trần gian *n.* this world (*versus hell or heaven*)

trần nhà *n.* ceiling

trần truồng *adj.* naked

trần tục *adj.* worldly

trật *adj.* wrong

trật tự *n.* order; giữ ~ *v.* maintain order

trâu *n.* water buffalo

trâu nước *n.* hippopotamus

trầu *n.* leaf of the betel vine

trầu cau *n.* betel and areca nut

trầy *n.* scratch

tre *n.* bamboo

trẻ *adj.* young

trẻ con *n./pl.* kids, children; *adj.* childish

trẻ em *n.* children

treo *v.* hang (up)

treo cổ *v.* hang (*a person*)

trèo *v.* climb

trễ *adj.* late

trên *prep.* on; above; in (*the tree, sky, world, etc.*)

trên thực tế *id.* in reality

trêu (*also* trêu chọc) *v.* tease

trêu ghẹo *v.* flirt

tri thức *n.* knowledge

trí *n.* mind

trí nhớ *n.* memory

trí óc *n.* brain

trí thức *n.* intellectual; giới ~ *n.* intelligentsia

trì hoãn *v.* procrastinate, delay

trí *n.* mind

trí óc *n.* brain

trĩ *n.* hemorrhoids

trị *v.* cure, treat

trị giá *v.* be worth (*money*)

trị liệu *v.* treat; vật lý ~ *n.* physical therapy

trích *v.* excerpt

trích dẫn *v.* quote

triển lãm *v.* exhibit; phòng ~ nghệ thuật *n.* art gallery

triển vọng *n.* prospect(s)

triết *n.* philosophy

triết gia *n.* philosopher

triết học/lý *n.* philosophy

triều *n.* imperial court; dynasty

triều đại *n.* dynasty

triều đình *n.* imperial court

triệu *n.* million

triệu chứng *n.* symptom

triệu phú *n.* millionaire

trinh *adj.* virgin, chaste

trinh nữ *n.* virgin

trinh thám *v.* scout; truyện ~ *n.* detective novel

trình (*also* trình bày) *v.* present

trình diễn *v.* perform

trình diện *v.* present oneself

trình độ *n.* level

trịnh trọng *adv.* solemnly

tro *n.* ash

trò chơi *n.* game

trò chuyện *v.* chat

trò đùa *n.* joke

trò hề *n.* farce

trỏ *v.* point; ngón tay ~ *n.* index finger

trọ *v.* lodge; quán ~ *n.* inn

trọc *adj.* shaven (*head*); bare (*hill*); đầu trọc *n.* shaven head

trói *v.* tie up, bind

tròn *adj.* round

trọn *adj.* complete

trong *prep.* in; inside; *adj.* clear

trong lành *adj.* clear and clean

trong trắng *adj.* pure, chaste

tròng đen *n.* iris (*of the eye*)

tròng trắng *n.* white (*of the eye*)

trọng đại *adj.* very important

trọng lượng *n.* weight

trọng tài *n.* referee

trọng tâm *n.* crux

trọng thương *adj.* gravely wounded

trọng thưởng *v.* reward generously

trọng tội *n.* serious crime

trôi *v.* flow; float

trôi chảy *adv.* fluently; smoothly

trộm *v.* steal; tên ~ *n.* thief, burglar

trôn ốc *adj.* spiral

trốn *v.* hide oneself

trốn lính *v.* dodge military service

trốn tránh *v.* evade

trộn *v.* mix; món rau ~ *n.* mixed salad

trông *v.* appear; long for; look after; babysit

trông đợi *v.* long for

trông nom *v.* look after

trống[1] *adj.* empty, vacant
trống[2] male (*bird, chicken*); **gà ~** *n.* rooster
trống[3] *n.* drum; **~ đồng** *n.* bronze drum
trống không/rỗng *adj.* empty
trồng *v.* plant; grow
trồng trọt *n.* cultivation
trơ trọi *adj.* solitary
trở lại *v.* go back
trở nên *v.* become (*+ adjective*)
trở ngại *n.* obstacle
trở thành *v.* become (*+ noun*)
trợ cấp *n./v.* assist (*with money*)
trợ động từ *n.* auxiliary verb
trợ giúp *v.* help, aid
trời *n.* sky; the weather
Trời đất ơi! *interj.* Good Heavens!
trơn *adj.* slippery
trớn *n.* momentum
trợn mắt *v.* glower
trợt *v.* slip
trù (*also* **trù éo**) *v.* jinx
trù trừ *v.* waver, hesitate
trú *v.* seek shelter
trú ẩn *v.* hide out
trú mưa *v.* seek shelter (*from the rain*)
trú ngụ *v.* reside
trụ (*also* **trụ cột**) *n.* pillar
trụ sinh *n.* antibiotic
trụ sở *n.* headquarters
trúc *n.* a type of green bamboo
trục *n.* axis; axle
trục trặc *v.* hit a snag
trục xuất *v.* deport
trùm *n.* leader (*of a gang*); *v.* cover
trung bình *adj.* average
trung cấp *adj.* intermediate
Trung Cổ *n.* Middle Ages
trung du (*also* **trung nguyên**) *n.* midlands
trung gian *n.* go-between
trung học *n.* high school
trung lập *adj.* neutral, nonaligned
trung lưu *adj.* of the middle class; **giai cấp trung lưu** *n.* the middle class
trung niên *adj.* middle-aged
trung phong *n.* center forward (*soccer*)

Trung Quốc *adj.* Chinese; **người ~** *n.* Chinese (*person*)
trung tâm *n.* center
trung thành *adj.* loyal
trung thực *adj.* truthful
trung tín *adj.* trustworthy
trung trực *adj.* straightforward
trung ương *adj.* central
trung vệ *n.* center halfback (*soccer*)
trúng *v.* hit (*a target*); win (*the lottery, an election, etc.*)
trúng cử *v.* get elected
trúng đạn *v.* get shot
trúng độc *v.* get food poisoning
trúng gió *v.* catch an ill wind
trúng số *v.* win the lottery; be lucky
trúng thực *v.* have serious indigestion
trúng tuyển *v.* pass a college entrance exam
trùng *n.* earthworm; *v.* coincide
trùng dương *n.* oceans
trùng hợp *v.* coincide
truồng *adj.* naked
truy nã *v.* hunt (*for a suspect, criminal, etc.*)
truy quét *v.* wipe out (*crime, decadence, etc.*)
truy tố *v.* sue
truy lạc *adj.* degenerate
truyền đạo *v.* proselytize
truyền đơn *n.* leaflet
truyền giáo *v.* proselytize; **nhà ~** *n.* missionary
truyền hình *n.* television
truyền khẩu *adj.* of the oral tradition; **văn chương ~** *n.* folklore
truyền máu *n.* blood transfusion
truyền miệng *id.* by word of mouth
truyền nhiễm *adj.* contagious
truyền thống *n.* tradition
truyền thuyết *n.* legend
truyện cổ tích *n.* folk tale
truyện dài *n.* novel
truyện ngắn *n.* short story
truyện phim *n.* movie script
truyện thần tiên *n.* fairy tale
truyện trinh thám *n.* detective novel
trừ *prep.* except; *v.* exterminate
trừ phi *conj.* unless

trử *v.* store
trưa *n.* noon
trực giác *n.* intuition
trực thăng *n.* helicopter
trực tiếp *adj.* direct; *adv.* directly, face to face
trực tính *adj.* outspoken
trưng bày *v.* display
trưng cầu dân ý *v.* hold a referendum
trứng *n.* egg
trừng phạt/trị *v.* punish
trước *prep.* before
trước đây *id.* formerly
trước hết *id.* first of all
trước khi *conj.* before
trước kia *id.* formerly
trước tiên *id.* first of all
trườn *v.* creep
trường *n.* school
trường ca *n.* epic poem/song
Trường Chinh *n.* Long March (*in Chinese history*)
trường công *n.* public school
trường đại học *n.* university, college
trường đại học cộng đồng *n.* community college
trường đua *n.* race track
trường học *n.* school
trường hợp *n.* case
trường phái *n.* school (*of art*)
trường sinh *n.* long life; **thuốc ~** *n.* elixir of life
trường tiểu học *n.* elementary school
trường tư *n.* private school
trường thành *n.* long wall; **Vạn Lý Trường Thành** *n.* Great Wall (*of China*)
trưởng nam *n.* eldest son
trưởng nữ *n.* eldest daughter
trưởng thành *adj.* mature
trượt *v.* slip (*as on ice*); fail (*an exam*)
trượt băng *v.* ice-skate
trượt tuyết *v.* ski
trừu tượng *adj.* abstract
tu *v.* enter priesthood, nunhood, or monkhood
tu hành *adj.* of priesthood, of nunhood, of monkhood
tu huýt *n.* whistle

tu sửa *v.* repair, remodel
tu viện *n.* monastery; convent
tú tài *n.* high school diploma
tù *n.* prison
tù binh *n.* prisoner of war
tù nhân *n.* prisoner
tù treo *n.* suspended sentence
tù trưởng *n.* tribal chief
tủ *n.* wardrobe, cupboard, cabinet
tủ đứng *n.* wardrobe (*piece of furniture*)
tủ lạnh *n.* refrigerator, fridge
tủ sách *n.* bookcase
tủ sắt *n.* safe
tụ họp/tập *v.* gather together
tua *n.* tour
túa *v.* stream (out)
tuần *n.* week
tuần báo *n.* weekly newspaper
tuần lễ *n.* week
tuần tiễu *v.* patrol (*military*)
tuần trăng mật *n.* honeymoon
Tuất *n.* dog (*in Vietnamese zodiac*); **tuổi ~** *n.* (born in) the year of the dog
tục *adj.* vulgar
tục lệ *n.* custom
tục ngữ *n.* proverb
tục tĩu *adj.* obscene
tục truyền (rằng) *id.* as the legend goes
tui *pron.* I, me (*in the Southern dialects*)
túi *n.* pocket; bag
tủi *v.* experience self-pity
tủi nhục *n.* shame, humiliation
tụi mình *pron.* we, us (*intimate*)
túm *v.* grab
tủm tỉm *v.* smile (*a hint of a smile*)
tung tăng *v.* frolic
tung tích *n.* whereabouts
túng thiếu *v.* be impoverished, be needy
tụng kinh *v.* chant prayers
tuổi *n.* age
tuổi Dần *n.* (born in) the year of the tiger
tuổi Dậu *n.* (born in) the year of the rooster

tuổi Hợi *n.* (born in) the year of the pig

tuổi Mão *n.* (born in) the year of the cat

tuổi Mùi *n.* (born in) the year of the goat

tuổi Ngọ *n.* (born in) the year of the horse

tuổi Sửu *n.* (born in) the year of the water buffalo

tuổi ta *n.* one's age with one year added (*a common practice in Vietnamese culture*)

tuổi tây *n.* one's age based on one's date of birth

tuổi thanh xuân *n.* youth

tuổi Thân *n.* (born in) the year of the monkey

tuổi Thìn *n.* (born in) the year of the dragon

tuổi thơ (*also* **tuổi thơ ấu**) *n.* childhood

tuổi trẻ *n.* youth

tuổi Tuất *n.* (born in) the year of the dog

tuổi Tý *n.* (born in) the year of the rat

tuổi Tỵ *n.* (born in) the year of the snake

tuổi xanh *n.* youth

tuôn *v.* gush

tuột *v.* slip

túp lều *n.* cabin, hut

tụt *v.* slip; pull down (*one's pants*); slip off (*one's shoes*) (*slang*)

tuy *conj.* though, even though

tuy nhiên *adv.* however

tuy rằng *conj.* though, even though

tuy thế/vậy *adv.* however

túy lúy *adv.* dead drunk

tùy *v.* be up to (*you, her, etc.*)

tùy thuộc *v.* depend on

tùy tùng *n.* entourage

tùy ý *id.* as you please

tủy *n.* marrow

tuyên án *v.* sentence

tuyên bố *v.* declare

tuyên ngôn *n.* declaration, manifesto

tuyên thệ *v.* take an oath

tuyên truyền *n.* propaganda; *v.* propagandize

tuyến *n.* route

tuyến xe buýt *n.* bus route

tuyển (*also* **tuyển chọn**) *v.* select

tuyển cử *v.* elect

tuyển dụng *v.* employ, hire

tuyển lựa *v.* select

tuyển mộ *v.* recruit

tuyển tập *n.* anthology

tuyết *n.* snow

tuyệt *adj.* terrific

tuyệt bút *n.* masterpiece

tuyệt chủng *adj.* extinct

tuyệt diệu *adj.* marvelous

tuyệt đối *adj.* absolute

tuyệt tác (*also* **tuyệt tác phẩm**) *n.* masterpiece

tuyệt thực *v.* hunger-strike

tuyệt vọng *v.* despair

tuyệt vời *adj.* terrific

tư *adj.* private

tư bản *n.* capital; **chủ nghĩa ~** *n.* capitalism

tư cách *n.* conduct; personality; capacity

tư doanh *n.* private enterprise

tư hữu *n.* private ownership

tư lợi *n.* self-interest

tư nhân *adj.* privately owned

tư pháp *n.* judiciary

tư sản *adj.* bourgeois; **giai cấp ~** *n.* the bourgeoisie

tư tưởng *n.* thought

tư vấn *n.* consultant

tứ kết *n.* quarterfinals

tứ sắc *n.* 'Four Colors' card game

từ *prep.* from; *v.* disown

từ biệt *v.* bid farewell (to)

từ bỏ *v.* abandon, give up

từ chối *v.* refuse; decline

từ chức *v.* resign

từ điển *n.* dictionary

từ điển bách khoa *n.* encyclopedia

từ điển song ngữ *n.* bilingual dictionary

từ đồng âm *n.* homonym

từ đồng nghĩa *n.* synonym

từ giã *v.* say goodbye (to)

từ láy *n.* reduplication

từ loại *n.* part of speech

từ nguyên học *n.* etymology
từ phản nghĩa *n.* antonym
từ thiện *n.* charity
từ trái nghĩa *n.* antonym
từ trần *v.* pass away
từ từ *adv.* gradually; slowly
từ vựng *n.* lexicon; vocabulary
từ vựng học *n.* lexicology
tử *v.* die
tử chiến *v.* fight to the death
tử cung *n.* uterus
tử hình *n.* death penalty
tử nạn *v.* die (*in an accident*)
tử ngữ *n.* dead language
tử tế *adj.* kind
tử thần *n.* Grim Reaper
tử thi *n.* corpse
tử trận *v.* die (*in battle*)
tử tù *n.* inmate on death row
tử vi *n.* horoscope
tử vong *n.* casualties
tự ái *n.* self-love
tự cao *adj.* conceited
tự chủ *n.* self-control
tự do *n.* freedom
tự do báo chí *n.* freedom of the press
tự do hội họp *n.* freedom of assembly
tự do ngôn luận *n.* freedom of speech
tự do tín ngưỡng *n.* freedom of worship
tự động *adj.* automatic
tự hào *adj.* proud (of)
tự kiểm *n.* self-criticism (*SRV*)
tự lập *adj.* independent (*of one's parents*), on one's own
tự lực *adj.* self-reliant
Tự Lực Văn Đoàn *n.* Self-Reliant Literary Group
tự nhiên *adj.* natural; at home
tự phê bình *v.* perform self-criticism
tự phụ *adj.* conceited
tự quyết *v.* exercise the right to self-determination
tự sát *v.* kill oneself
tự thiêu *v.* perform self-immolation
tự thú *v.* confess
tự ti *adj.* having an inferiority complex; **mặc cảm ~** *n.* inferiority complex

tự tin *adj.* self-confident
tự tôn *adj.* having a superiority complex; **mặc cảm ~** *n.* superiority complex
tự trị *adj.* autonomous
tự trọng *adj.* self-respecting
tự túc *adj.* self-supporting
tự tử/vẫn *v.* commit suicide
tự vệ *n.* self-defense; *v.* defend oneself
tựa[1] (*also* **tựa đề**) *n.* title (*of a book, article, etc.*)
tựa[2] *v.* lean on
tức *adj.* angry, upset
tức cười *adj.* funny
tức giận *adj.* angry
tức khắc *adv.* at once
tưng bừng *adv.* festively
từng *adj.* each; *v.* used to
từng trải *adj.* experienced
tước vị *n.* status
tươi *adj.* fresh
tươi mát *adj.* fresh; refreshing
tưới *v.* water
tương *n.* soybean sauce
tương đối *adv.* relatively
tương hợp *adj.* compatible
tương lai *n.* future
tương ớt *n.* chili sauce
tương trợ *v.* help one another
tương tư *adj.* lovesick
tương tự *adj.* similar
tương xứng *adj.* proportionate; compatible
tướng *n.* army general
tướng (*also* **tướng mạo**) *n.* physiognomy (*facial features*)
tướng số *n.* physiognomic divination; **thầy ~** *n.* physiognomist
tường *n.* wall
tường thuật *v.* recount
tường trình *v.* report
tưởng *v.* think mistakenly
tưởng nhớ/niệm *v.* commemorate
tưởng tượng *v.* imagine
tượng *n.* statue
tượng hình *adj.* hieroglyphic
Tượng Nữ Thần Tự Do *n.* Statue of Liberty

tượng thanh *adj.* onomatopoeic
tượng trưng *v.* symbolize
tửu *n.* liquor
tựu trường *v.* begin the school year;
   ngày ~ *n.* first day of school
Tý *n.* rat (*in Vietnamese zodiac*); **tuổi**
   ~ *n.* (born in) the year of the rat
tỷ dụ *id.* for example
tỷ lệ *n.* ratio
tỷ phú *n.* billionaire
Tỵ *n.* snake (*in Vietnamese zodiac*);
   tuổi ~ *n.* (born in) the year of the
   snake
tỵ nạn *v.* seek refuge; **người ~** *n.*
   refugee

uy *n.* authority
uy nghi/nghiêm *adj.* majestic
uy quyền *n.* power, authority
uy tín *n.* trustworthiness and
   prestige
ủy ban *n.* committee
ủy Ban Nhân Dân *n.* People's Com-
   mittee (*Comm.*)
ủy nhiệm/quyền *v.* authorize
uyên bác/thâm *adj.* erudite
uyên ương *n.* usually used in the
   expression **đôi uyên ương,** mean-
   ing devoted couple
uyển chuyển *adj.* supple, flexible

U

u ám *adj.* overcast
u buồn *adj.* dejected
u già *n.* elderly nanny
u mê *adj.* doltish
u sầu *adj.* melancholy
ú tim *n.* hide-and-seek
ù tai *n.* clogged ear(s)
úa (*also* **úa tàn**) *v.* wilt, yellow
   (*leaves, flowers, etc.*)
ùa *v.* rush
ủa *interj.* used to express mild
   surprise
Úc (*also* **Úc Đại Lợi**) *adj.* Australian;
   người ~ *n.* Australian (*person*)
uể oải *adj.* sluggish
ui ui *adj.* sultry (*weather*)
ủi *v.* bulldoze; iron
um tùm *adj.* dense (*vegetation*)
ung dung *adj.* calm and unflappable
ung thư *n.* cancer
ủng *n.* boot(s)
ủng hộ *v.* support
uốn *v.* curve; curl; bend
uốn khúc *v.* meander
uốn nắn *v.* mold, shape
uốn tóc *v.* curl one's hair; get a perm
uốn ván *n.* tetanus
uống *v.* drink
uổng *v.* waste
úp *v.* cover
út *adj.* youngest (*child, sibling*)

Ư

ừ *adv.* yes (*informal*)
ưa *v.* like
ưa chuộng/thích *v.* like
ưng (*also* **ưng thuận**) *v.* agree; accept
ứng *v.* advance (*money*)
ứng cử *v.* run for office
ứng cử viên *n.* candidate
ứng dụng *v.* apply, put into use
ứng khẩu *v.* ad lib
ước *v.* wish
ước lệ *n.* convention
ước lượng *v.* estimate
ước mong *v.* yearn for
ước mơ *v.* dream
ước muốn *v.* wish
ước nguyện *n.* wish, aspiration
ước tính *v.* estimate
ước vọng *n.* wish, aspiration
ướm *v.* hold up (*a shirt, pair of pants,
   etc. to see if it fits*)
ướp *v.* marinate
ướt *adj.* wet
ướt át *adj.* sentimental; wet (*weather*)
ưu đãi *v.* favor
ưu điểm *n.* strength(s)
ưu khuyết điểm *n./pl.* strengths and
   weaknesses
ưu phiền/sầu *n.* sorrow
ưu tiên *n.* priority

V

vá *v.* mend

và *conj.* and

vả lại *adv.* besides

vác *v.* carry on one's shoulder

vách *n.* wall

vạch mặt *v.* unmask

vai *n.* shoulder; role

vai trò *n.* role

vái *v.* bow (*with hands pressed together*)

vài *adj.* several; **một vài** *id.* a few

vải *n.* fabric, cloth

van *v.* plead

van nài/xin *v.* plead

ván *n.* plank; game (*chess, cards, etc.*)

vạn *n.* ten thousand

vạn cổ *adj.* eternal

Vạn Lý Trường Thành *n.* Great Wall (*of China*)

vạn sự như ý *v.* have all one's wishes granted (*sentiment expressed during Tet*)

vạn vật *n.* all things; nature

vang *v.* echo

vàng *n.* gold; *adj.* yellow

vàng anh *n.* oriole

vào *v.* enter; *prep.* into; on; in

vào khoảng *adv.* approximately, about

vạt áo *n.* flap of Vietnamese *ao dai*

vay *v.* take out a loan, borrow money; **cho vay** *v.* lend money

váy (*also* **váy đầm**) *n.* skirt

văn *n.* literature; prose

văn bằng *n.* diploma, degree

văn chương *n.* literature

văn hóa *n.* culture

văn học *n.* literature

văn khoa *n.* letters

văn minh *n.* civilization

văn nghệ sĩ *n./pl.* authors and artists

văn phạm *n.* grammar

văn phong *n.* writing style

văn phòng *n.* office

văn phòng phẩm *n./pl.* office supplies

văn sĩ *n.* writer, novelist

văn thơ *n.* prose and verse

văn vần *n.* verse

văn xuôi *n.* prose

vắn tắt *adj.* brief; *adv.* briefly

vằn *n.* striped; **ngựa ~** *n.* zebra

vặn *v.* twist, turn

văng tục *v.* swear, use profanity

vắng *adj.* deserted; not at home

vắng lặng *adj.* still and quiet

vắng mặt *adj.* absent

vắng nhà *adj.* not at home

vắt *v.* squeeze

vân vân *adv.* et cetera

vấn đáp *v.* question and answer; **thi ~** *v.* take an oral exam

vấn đề *n.* problem; issue

vần *v.* rhyme

vẫn *adv.* still

vẫn thạch *n.* meteorite

vận *n.* luck

vận may *n.* good luck

vận rủi *n.* bad luck

vận chuyển *v.* transport

vận động *v.* exercise

vận động viên *n.* athlete

vận mạng *n.* fate

vận tải *v.* transport; **xe ~** *n.* truck

vận tốc *n.* speed

vâng *adv.* yes

vầng thái dương *n.* the sun

vầng trăng *n.* the moon

vấp *v.* trip (over)

vất *v.* throw away

vất vả *adj.* full of hardship; *adv.* hard

vật *n.* object, thing; *v.* wrestle

vật chất *n.* material; matter; *adj.* materialistic

vật giá *n.* price(s) (*of goods*)

vật liệu *n.* material (*in construction*)

vật lộn *v.* wrestle; struggle

vật lý *n.* physics

vật lý hạt nhân *n.* nuclear physics

vật lý học *n.* physics

vật lý trị liệu *n.* physical therapy

vây (*also* **vây bọc, vây bủa**) *v.* surround

vẩy *n.* scale (*on a fish*)

vẫy *v.* wave

vậy *particle used at the end of a*

sentence to soften the tone; adv. in that case

ve áo *n.* lapel

ve sầu *n.* cicada

ve vuốt *v.* caress

vé *n.* ticket

vẻ *n.* outward appearance; **có ~** *v.* appear to be

vẻ vang *adj.* glorious

vẽ *v.* paint; draw

ven *n.* side

ven đường *n.* curbside

ven hồ *n.* lakeside

vén *v.* pull (*a curtain*); roll (up) (*one's sleeves*)

véo *v.* pinch

vét *v.* dredge (*river*); scrape (*pan*)

vẹt *n.* parrot

về *v.* go/come back

về hưu *v.* retire

về vườn *v.* sack, fire

vệ sĩ *n.* bodyguard

vệ sinh *n.* hygiene; **nhà ~** *n.* restroom

vệ tinh (*also* **vệ tinh nhân tạo**) *n.* satellite

vết *n.* trace; stain

vết suốt *n.* scratch

vết thương *n.* wound

vết xước *n.* scratch

vi khuẩn *n.* bacterium; **siêu ~** *n.* virus

vi phạm *v.* violate (*a rule, a law*)

vi-ta-min *n.* vitamin

vi trùng *n.* bacterium, germ, microbe

ví *n.* purse; wallet

ví dụ *id.* for example

vì *conj.* because

vì thế/vậy *adv.* therefore

vỉ *n.* grill

vĩ cầm *n.* violin

vĩ đại *adj.* great

vĩ nhân *n.* great person

vĩ tuyến *n.* parallel

vị giác *n.* sense of taste

vị hôn phu *n.* fiancé

vị hôn thê *n.* fiancée

vị tha *adj.* altruistic

vị thành niên *n.* minor (*underage person*)

vị trí *n.* position

vỉa hè *n.* sidewalk

việc *n.* work; chore

việc làm *n.* job

viêm *n.* inflammation

viêm họng *n.* sore throat

viêm xoang *n.* sinus infection

viên *n.* capsule, tablet

viên chức *n.* official

viên thanh tra *n.* inspector

viễn liên *adj.* long-distance; **điện thoại ~** *n.* long-distance phone call

viễn thị *adj.* far-sighted, hyperopic

viễn thông *n.* telecommunications

viễn tưởng *n.* fiction; **khoa học ~** *n.* science fiction

viễn vọng kính *n.* telescope

viện *n.* institute

viện bảo tàng *n.* museum

viện trợ *v.* aid (*foreign, economic, etc.*)

viếng (*also* **viếng thăm**) *v.* visit; **chuyến ~ thăm** *n.* visit

viết *n.* pen; pencil; *v.* write

viết chì *n.* pencil

viết mực *n.* pen

Việt *adj.* Vietnamese; **người ~** *n.* Vietnamese (*person*)

Việt kiều *n.* Vietnamese national living abroad

Việt Nam *adj.* Vietnamese; **người ~** *n.* Vietnamese (*person*)

việt vị *n.* offside (*in soccer*)

vinh dự/hạnh *n.* honor; *adj.* honored

vinh quang *adj.* glorious

vĩnh biệt *v.* part (*from someone, permanently*)

vĩnh viễn *adj.* eternal; *adv.* forever

vịnh *n.* bay

vít *n.* screw

vịt *n.* duck

vịt trời *n.* wild duck

vo ve *v.* buzz

vỏ *n.* skin; rind; shell; cover; bark

võ *n.* martial arts

võ bị *adj.* military; **trường ~** *n.* military academy

võ đài *n.* boxing ring; arena

võ lực *n.* force

vô sĩ *n.* boxer; samurai
vô thuật *n.* martial arts
vóc dáng *n.* physique, stature
voi *n.* elephant
vòi *n.* trunk (*elephant*); faucet
vòm *n.* vault (*an arched structure*)
vòm miệng *n.* palate
vòm trời *n.* firmament
vong ân *adj.* ungrateful
vong bản *adj.* forgetful of one's origins
vong quốc *adj.* without a country
vòng *n.* bracelet; tour, walk (*around a city, lake, etc.*); **đi vòng ~** *id.* go around
vòng tròn *n.* circle
vòng hoa *n.* wreath
vòng vo *id.* beat around the bush
võng *n.* hammock
vọp bẻ *n.* cramp
vọt *n.* rod, whip; *v.* sprint; accelerate suddenly
vô *v.* enter
vô chính phủ *adj.* anarchic
vô danh *adj.* anonymous
vô dụng *adj.* worthless, useless
vô duyên *adj.* charmless
vô địch *n.* champion
vô điều kiện *adj.* unconditional
vô gia cư *adj.* homeless
vô giá *adj.* priceless
vô giá trị *adj.* valueless
vô hại *adj.* harmless
vô hình *adj.* invisible
vô học *adj.* uneducated
vô ích *adj.* futile
vô lễ *adj.* rude, impolite
vô liêm sỉ *adj.* shameless
vô luân *adj.* immoral
vô lý *adj.* illogical, absurd
vô nghĩa *adj.* meaningless
vô nhân đạo *adj.* inhuman
vô ơn *adj.* ungrateful
vô số *adj.* countless
vô sự *adj.* unscathed
vô tài *adj.* incompetent
vô thần *adj.* atheistic
vô tích sự *adj.* good-for-nothing
vô tội *adj.* innocent, guiltless

vô trách nhiệm *adj.* irresponsible
vô tư *adj.* carefree; impartial
vô vị *adj.* meaningless; tasteless
vô vọng *adj.* hopeless
vô vụ lợi *adj.* nonprofit; **tổ chức ~** *n.* nonprofit organization
vô ý *adj.* unintentional; careless; *adv.* unintentionally; carelessly
vồ ếch *v.* fall flat on one's face
vỗ *v.* clap
vỗ tay *v.* applaud
vỗ về *v.* comfort
vôi *n.* lime (*from limestone*)
vội *v.* be in a hurry
vốn *n.* capital (*money*); *v.* used to
vớ *n.* sock; stocking
vớ vẩn *adj.* silly
vở *n.* notebook
vỡ *v.* break
vỡ nợ *v.* go bankrupt
vợ *n.* wife
vợ chồng *n.* husband and wife, married couple
vợ chưa cưới *n.* fiancée
vợ con *n.* wife and children
với *prep.* with; *v.* reach (*for something physical*)
vợt *n.* racquet
vu khống *v.* slander
vú *n.* breast
vú em *n.* wet nurse
vũ hội *n.* gala ball
vũ khí *n.* weapon
vũ khí hóa học *n.* chemical weapon
vũ khí hạt nhân *n.* nuclear weapon
vũ lực *n.* force
vũ nữ *n.* bar girl, dancing girl
vũ phu *n.* brute
vũ trụ *n.* universe
vũ trường *n.* dance hall
vua *n.* king
vua chúa *n./pl.* kings, rulers
vui *adj.* happy, merry, joyful
vui mừng *adj.* glad
vui sướng/thích *adj.* happy, delighted
vui vẻ *adj.* cheerful
vùng *n.* area
vùng kinh tế mới *n.* new economic zone

vùng ôn đới n. temperate zone
vũng n. puddle
vụng (also **vụng về**) adj. clumsy
vuông adj. square
vuốt (also **vuốt ve**) v. caress, stroke
vừa adv. just, recently; moderately
vừa qua/rồi adj. recent, past
vừa vặn adj. fit; right size
vừng n. sesame
vững adj. firm
vững bền adj. stable
vững chắc adj. solid
vươn v. stretch
vườn n. garden
vườn bách thảo n. botanical garden
vườn bách thú n. zoological garden, zoo
vườn trẻ n. kindergarten
vượn n. ape
vương n. king
vương miện n. crown
vương quốc n. kingdom
vượt v. cross
vượt biên v. escape from one's country (specifically Vietnamese boat people)
vượt ngục v. escape from prison
vứt v. throw away

X

xa adj./adv. far
xa lạ adj. alien
xa lộ n. freeway
xa-lông n. living room set
xa-tanh n. satin
xa xỉ adj. luxurious
xa xỉ phẩm n. luxury(ies)
xa xôi adj. remote, distant
xá tội v. pardon
xà-bông n. soap
xà-lách n. lettuce
xà-phòng n. soap
xả hơi v. take a breather
xã n. village
xã hội n. society; **chủ nghĩa ~** n. socialism
xã hội học n. sociology
xác chết n. corpse
xác định v. determine
xác nhận v. verify
xác ướp n. mummy
xách v. carry (by the handle)
xách tay adj. portable
xài v. spend (money)
xám adj. gray
xanh adj. blue; green
xanh da trời adj. (sky-) blue
xanh dương adj. blue
xanh nước biển adj. blue
xanh lục adj. green
xanh lá cây adj. green
xanh xao adj. pallid
xao xuyến adj. fluttered; flustered
xào v. stir-fry
xảo quyệt/trá adj. cunning, wily
xạo v. lie; kid; **nói ~** v. lie; kid
xảy ra v. happen
xắc tay n. handbag
xăm v. tattoo
xăng n. gasoline
xăng-đan n. sandal
xâm v. tattoo
xâm chiếm v. occupy (militarily)
xâm lăng v. invade (militarily)
xâm phạm v. intrude on (someone's privacy); violate (a nation's sovereignty)
xấp xỉ adv. approximately
xâu v. pierce; string
xâu chuỗi n. necklace; rosary
xấu adj. ugly; bad; poor quality
xấu hổ v. feel ashamed; adj. ashamed
xây (also **xây dựng**) v. build
xe n. vehicle
xe bò n. ox cart
xe buýt n. bus
xe chữa lửa n. fire engine
xe cộ n. traffic
xe cứu hỏa n. fire engine
xe cứu thương n. ambulance
xe đạp n. bicycle
xe điện n. streetcar
xe điện ngầm n. subway
xe đò n. coach (long-distance bus)
xe đổ rác n. garbage truck
xe gắn máy n. moped
xe hỏa n. train

xe hơi *n.* car
xe lửa *n.* train
xe máy *n.* moped, motorbike
xe mô-tô *n.* motorcycle
xe ngựa *n.* horse-drawn cart
xe nhà binh *n.* military vehicle
xe ô-tô *n.* automobile
xe ôm *n.* motorcycle taxi
xe rác *n.* garbage truck
xe tải *n.* truck
xe tang *n.* hearse
xe tắc-xi *n.* taxi
xe tăng *n.* tank
xe thiết giáp *n.* armored car
xe thổ mộ *n.* buggy
xe thơ/thư *n.* mail truck
xe trượt tuyết *n.* sleigh
xe ủi đất *n.* bulldozer
xe vận tải *n.* truck
xe xích-lô *n.* cyclo
xé *v.* tear
xem *v.* watch; consider; read
xem lại *v.* reconsider, review
xem thường *v.* pay little attention to; look down on
xem tướng *v.* read someone's physiognomy
xẻng *n.* shovel
xẹp *adj.* deflated
xẹp bánh *n.* flat tire
xét *v.* consider; search
xét lại *v.* reconsider; **chủ nghĩa ~** *n.* revisionism
xét nghiệm *v.* test
xê dịch *v.* move
xếp *n.* boss; *v.* arrange; fold
xếp đặt *v.* arrange
xếp hạng *v.* rank
xếp loại *v.* classify
xi-măng *n.* cement
xi-nê *n.* movie
xi-rô *n.* syrup
xí nghiệp *n.* enterprise
xì dầu *n.* soy sauce
xì-gà *n.* cigar
xì ke ma túy *n./pl.* drugs; **nạn ~** *n.* drug addiction
xì lốp *n.* flat tire
xích *n.* chain; *v.* scoot over

xích đạo *n.* equator
xích đu *n.* swing
xích-lô *n.* cyclo
xiếc (*also* **xiệc**) *n.* circus
xiềng xích *n./v.* chain, fetter
xiêu lòng *v.* yield, give in
xin *v.* ask; beg
xin lỗi *v.* apologize
xinh *adj.* pretty
xinh đẹp/xắn *adj.* pretty
xíu *adj.* tiny; **chút ~** *id.* a little bit
xỉu *v.* faint
xó *n.* corner
xỏ *v.* pierce
xỏ lá *adj.* villainous
xỏ mũi *v.* lead around by the nose
xỏ tai *v.* have one's ears pierced
xoa *v.* smear, rub (*ointment*)
xoa bóp *v.* massage
xóa *v.* erase, delete
xoài *n.* mango
xoang *n.* sinus; **viêm ~** *n.* sinus infection
xoàng *adj.* mediocre
xoay (*also* **xoay quanh**) *v.* revolve
xoay xở *v.* manage
xoăn *adj.* curly
xoắn ốc *adj.* spiral
xói mòn *v.* erode
xóm *n.* hamlet
xong *adj.* finished, done
xoong *n.* saucepan
xô *n.* bucket; *v.* push, shove
xô đẩy *v.* jostle
xô-viết *n.* Soviet
xồ *v.* rush at (*someone, as a dog might do*)
xổ *v.* purge (*one's system*)
xổ số *n.* lottery
xôi *n.* steamed sticky rice
xối *v.* pour down
xông *v.* rush; raid; inhale (*medicinal vapors, in a vapor 'tent'*)
xông đất/nhà *v.* be the first person to cross the threshold on the first day of Tet
xốt *n.* sauce
xơ *n.* fiber
xơ-cua *adj.* spare; **bánh ~** *n.* spare tire

xơ gan *n.* cirrhosis
xơi *v.* eat (*formal*)
xới *v.* scoop (rice) into one's bowl; upturn (*soil*)
xu *n.* penny, cent
xu-chiêng *n.* bra
xu hướng *n.* tendency
xu nịnh *v.* fawn (over)
xuân *n.* spring (*season*)
xuất bản *v.* publish
xuất cảng *v.* export
xuất cảnh *v.* leave the country on an exit visa; **giấy ~** *n.* exit visa
xuất chúng *adj.* eminent, outstanding
xuất hiện *v.* appear
xuất huyết *n.* hemorrhage
xuất khẩu *v.* export
xuất ngoại *v.* go overseas
xuất nhập cảng/khẩu *n.* export and import; **công ty ~** *n.* import-export company
xuất thân *v.* come from
xuất trình *v.* show (one's documents)
xuất xứ *n.* source
xúc động *adj.* moving; moved
xúc giác *n.* sense of touch
xúc phạm *v.* hurt
xui *adj.* unlucky; *v.* incite
xúi giục *v.* incite
xúm quanh *v.* surround
xung đột *n.* conflict
xung phong *v.* charge (*military*)
xung quanh *adv.* around
xuôi dòng *adv.* downstream; with the current
xuống *adv.* down
xuống cân *v.* lose weight
xuống dốc *v.* go downhill; tank (*as in the economy*)
xuống đường *v.* demonstrate, protest, take to the street
xuồng *n.* boat
xúp *n.* soup
xuyên bang *adj.* interstate; **đường xuyên bang** *n.* interstate
xứ *n.* land; area; region; country
xứ đạo *n.* parish
xứ sở *n.* homeland, country
xử *v.* try (*in a court of law*)

xử tệ *v.* mistreat
xử thế *v.* behave (*towards other people*)
xử tử *v.* put to death
xưa *adj.* old; ancient; **ngày xửa ngày ~** *id.* a long, long time ago
xưng *v.* refer to oneself as
xưng tội *v.* confess (*to a priest*)
xứng *v.* be worthy of
xứng danh *v.* be worthy of one's reputation
xứng đáng *v.* be worthy of
xước *v.* be scratched; **vết ~** *n.* scratch
xương *n.* bone; **bộ ~** *n.* skeleton
xương sống *n.* spine
xương sườn *n.* rib (*anat.*)
xưởng *n.* factory

Y

y *n.* medicine; **trường ~** *n.* medical school
y hệt *adj.* identical
y học/khoa *n.* medicine
y phục *n.* dress, clothing
y sĩ *n.* physician
y tá *n.* nurse
y tế *n.* health
y tế công cộng *n.* public health
ý *n.* idea
ý chí *n.* will
ý định *n.* intention
ý đồ *n.* scheme
ý kiến *n.* idea; opinion; comment
ý nghĩ *n.* thought
ý nghĩa *n.* meaning; **có ~** *adj.* meaningful
ý nguyện *n.* wish; aspiration
ý thức hệ *n.* ideology
yếm thế *adj.* pessimistic
yểm trợ *v.* aid, assist
yên *n.* saddle
yên *adv.* still; peaceful; safe; **đứng ~** *v.* stand still
yên lặng *adj.* quiet
yên phận *v.* feel content (*with life*)
yên tâm *v.* feel reassured
yên tĩnh *adj.* quiet, tranquil

yêu *v.* love
yêu cầu *v.* request, demand
yêu đời *adj.* passionate (*about life*)
yêu quái *n.* ghosts and demons
yêu quý/thương *v.* cherish, love
yếu *adj.* weak, feeble
yếu điểm *n.* crux (*of an issue*); strategic position (*in a military sense*)

yếu nhân *n.* V.I.P. (very important person)
yếu tố *n.* element; factor
yểu *adj.* having a short life (*person*)

Appendix I

Vietnamese-English Food Terms

anh đào *n.* cherry

bạc hà *n.* peppermint; type of stem used in sour soup
bánh *n.* cake; pastry; bun; dumpling; noodle
bánh bao *n.* steamed bun dumpling
bánh bèo *n.* steamed rice-flour pancake (*sweet or savory; Hue specialty*)
bánh bò *n.* sponge cake
bánh canh *n.* rice noodle soup
bánh chưng *n.* square sticky rice cake (*filled with pork and mung beans; a Tet specialty*)
bánh cốm *n.* sweet green rice cake
bánh cuốn *n.* steamed and rolled rice pancake with pork
bánh cưới *n.* wedding cake
bánh dầy *n.* round cake made from sticky rice dough (*a Tet specialty*)
bánh dẻo *n.* sweet sticky rice cake filled with mung bean and lotus seeds (*Mid-Autumn festival specialty*)
bánh đa (*also* **bánh tráng mè**) *n.* rice cracker with sesame seeds
bánh đậu xanh *n.* sweet mung bean cake
bánh đúc *n.* steamed rice flour cake (*eaten with fish sauce and other condiments*)
bánh ga-tô *n.* cake
bánh gai *n.* black sticky rice cake
bánh giò *n.* rice dumpling (*filled with pork and wrapped in banana leaves*)
bánh hỏi *n.* rice vermicelli (*extra-thin*)
bánh ít *n.* rice flour dumpling (*filled with pork and mung bean paste*)
bánh khoai *n.* sweet potato cake
bánh khoái *n.* small stuffed rice crepe (*Hue specialty*)

bánh mì *n.* baguette; bread
bánh mì thịt *n.* Vietnamese sandwich
bánh ngọt *n.* pie; cake; pastry
bánh nướng *n.* type of moon cake (*made with pork, preserved eggs, seeds, nuts and candied fruit; Mid-Autumn festival specialty*)
bánh phồng tôm *n.* shrimp chip
bánh phở *n./pl.* flat rice noodles, rice sticks
bánh phu thê (*also* **bánh su sê**) *n.* 'husband and wife' rice cake (*made with coconut and mung beans*)
bánh tét *n.* cylindrical glutinous rice cake
bánh tôm *n.* shrimp fritter (*Hanoi specialty*)
bánh tráng *n.* dried rice paper
bánh tráng mè (*also* **bánh đa**) *n.* rice cracker with sesame seeds
bánh Trung Thu *n.* Mid-Autumn festival cake, moon cake
bánh ú *n.* pyramid-shaped rice cake (*filled with pork, mung bean and other ingredients; served for Tet*)
bánh ướt *n.* fresh sheets of uncut rice noodles
bánh xèo *n.* large stuffed rice flour crepe (*southern specialty*)
bánh sừng bò *n.* croissant
bắp *n.* corn
bắp cải *n.* cabbage
bắp chuối *n.* banana blossom
bầu *n.* squash
bí (*also* **bí đỏ, bí ngô**) *n.* pumpkin
bia *n.* beer
bia hơi *n.* draft beer
bít-tết *n.* beefsteak
bò kho *n.* beef stew
bò lá lốt *n.* grilled beef in wild betel leaves
bò lúc lắc *n.* shaking beef
bò viên *n.* beef balls
bột báng *n.* tapioca pearls

bột cà-ri *n.* curry powder
bột gạo (tẻ) *n.* rice flour
bột (gạo) nếp *n.* glutinous rice flour
bột nghệ *n.* turmeric powder
bột ngọt *n.* MSG
bột ngũ vị hương (*also* **hương liệu**) *n.* five-spice powder
bột sắn *n.* tapioca
bơ *n.* avocado; butter
bún *n.* rice vermicelli
bún bò Huế *n.* spicy Hue-style beef and rice noodle soup
bún chả *n.* grilled pork with rice vermicelli
bún ốc *n.* snails with rice vermicelli
bún riêu cua *n.* sour crab with rice vermicelli soup
bún tàu *n./pl.* cellophane noodles, mung bean noodles, bean thread noodles
bún thang *n.* special Hanoi soup (*with chicken, pork sausage, rice vermicelli, and egg*)
bún thịt nướng *n.* grilled pork and rice noodle
bưởi *n.* pomelo

cá *n.* fish
cá bông lau *n.* catfish
cá hấp *n.* steamed fish
cá kho tộ *n.* catfish in caramel sauce (*traditionally in a clay pot*)
cá thịt gói su *n.* soup with cabbage pork rolls
cá tra *n.* basa fish
cá xào chua ngọt *n.* sweet and sour fish
cà chua *n.* tomato
cà pháo *n.* globe eggplant
cà-phê sữa *n.* coffee with condensed milk
cà-phê sữa đá *n.* iced coffee with condensed milk
cà-rốt *n.* carrot
cà tím *n.* Japanese eggplant
cái tộ *n.* clay pot (*for cooking*)
cải bắp *n.* cabbage
cải bẹ trắng *n.* bok choy

cải chua *n./pl.* pickled mustard greens
cam *n.* orange
canh chua cá *n.* hot and sour fish soup
canh chua tôm *n.* hot and sour shrimp soup
cần tây *n.* celery
cầy (*also* **thịt cầy**) *n.* dog meat (*slang*)
chả *n.* Vietnamese pork sausage
chả cá *n.* braised fish with herbs
chả giò (*also* **nem Sài Gòn, nem rán**) *n.* spring rolls (*fried*)
chả lụa (*also* **giò lụa**) *n.* Vietnamese sausage
chả quế *n.* cinnamon sausage
chanh *n.* lime; lemon
cháo *n.* rice porridge
cháo cá *n.* rice porridge with fish
cháo gà *n.* chicken rice porridge
chạo tôm *n.* minced shrimp on sugarcane
chè *n.* sweet pudding or 'soup'; tea
chè chuối *n.* sweet banana pudding or 'soup'
chè đậu/đỗ *n.* sweet bean pudding or 'soup'
chè đậu đen (*also* **chè đỗ đen**) *n.* black bean pudding or 'soup'
chè đậu trắng (*also* **chè đỗ trắng**) *n.* black-eyed pea rice pudding or 'soup'
chè đậu xanh *n.* mung bean pudding or 'soup'
chè hạt sen long nhãn *n.* lotus seed and longan sweet pudding or 'soup'
chè thập cẩm *n.* sweet pudding with ten ingredients
chè xanh/tươi *n.* green tea
chôm chôm *n.* rambutan
chồi hành *n.* scallion, spring onion
chuối *n.* banana
cốm *n.* young, green rice
cơm *n.* cooked rice; meal
cơm chiên/rang *n.* fried rice
cơm gà *n.* chicken and vegetable clay pot rice
cơm Huế *n.* rice with vegetables
cơm nắm *n.* pressed rice

cơm tay cầm *n.* rice specially cooked in a clay pot; Vietnamese baguette sandwich (*slang*)

cơm tấm *n.* steamed broken rice (*usually served with grilled pork*)

củ cải trắng *n.* daikon radish

củ đậu *n.* jicama

củ sắn *n.* cassava

củ sen *n.* lotus root

cua *n.* crab

cua rang muối *n.* crab roasted with salt

dâu (*also* **dâu tây**) *n.* strawberry

dầu *n.* cooking oil

dầu hào *n.* oyster sauce

dầu me *n.* sesame oil

dưa *n.* pickles

dưa cải chua *n./pl.* pickled mustard greens

dưa chuột/leo *n.* cucumber

dưa giá *n./pl.* pickled bean sprouts

dưa hấu *n.* watermelon

dứa (*also* **khóm, thơm**) *n.* pineapple

dừa *n.* coconut

đào *n.* peach

đại hồi *n.* star anise

đậu *n.* pea, bean

đậu đen *n.* black bean

đậu đỏ *n.* red bean

đậu đũa *n.* long bean

đậu Hà Lan *n.* snow pea

đậu hũ (*also* **đậu phụ**) *n.* bean curd (tofu)

đậu nành *n.* soybean

đậu phộng/phụng (*also* **lạc**) *n.* peanut

đậu phụ (*also* **đậu hũ**) *n.* bean curd (tofu)

đậu phụ (**đậu hũ**) **chấm mắm tôm** *n.* tofu in fermented shrimp paste

đậu tây *n.* haricot bean

đậu xanh *n.* mung bean

đỗ *n.* pea, bean

đu đủ *n.* papaya

đu đủ xanh *n.* green papaya

đường *n.* sugar

đường cát *n.* granulated sugar

đường phèn *n.* rock candy, rock sugar

ếch *n.* frog

gà kho gừng *n.* clay pot chicken with ginger

gà tần *n.* stewed chicken in medicinal herbs

gà tiềm *n.* chicken noodle soup in herbs

gạo *n.* rice (*raw*)

gạo nếp *n.* sticky rice (*raw*)

gạo thơm *n.* fragrant rice

gia vị *n.* spice

giá *n.* mung bean sprouts

giấm *n.* vinegar

gioi *n.* rose apple

giò *n.* meat paste (*used to make sausages, meatballs, dumplings*); any log-shaped charcuterie

giò lụa (*also* **chả lụa**) *n.* Vietnamese sausage

gỏi cuốn *n.* spring roll (*fresh with pork and shrimp*)

gỏi cuốn chay *n.* vegetarian spring roll

gừng *n.* ginger

hải sản *n.* seafood

hành *n.* onion

hành lá *n.* scallion, spring onion

hành phi *n./pl.* fried shallots

hạnh nhân/nhơn *n.* almond

hạt (*also* **hột**) *n.* nut, seed

hạt dưa (*also* **hột dưa**) *n.* watermelon seeds

hạt điều (*also* **hột điều**) *n.* cashews

hạt điều đỏ (*also* **hột điều đỏ**) *n.* annatto seed

hạt hồi *n.* anise

hạt sen (*also* **hột sen**) *n.* lotus seeds

hạt tiêu (*also* **hột tiêu**) *n.* pepper

hầm *v.* stew

hấp *v.* steam

hẹ *n.* garlic chives

hoa quả *n.* fruits

hồi (*also* **hồi hương**) *n.* star anise

hồng *n.* persimmon

hồng xiêm (*also* **sa-bô-chê**) *n.* sapodilla

hột (*also* **hạt**) *n.* nut, seed

hột vịt lộn *n.* fetal duck egg(s), balut

hủ tiếu *n.* a kind of noodle soup

hương liệu (*also* **bột ngũ vị hương**) *n.* five-spice powder

kem *n.* ice cream; cream

kẹo *n.* candy, confection

khế *n.* starfruit, carambola

kho *v.* simmer; braise

khoai (*also* **khoai lang**) *n.* sweet potato

khoai mì/sắn *n.* cassava, manioc

khoai môn/sọ *n.* taro root

khoai mì luộc *n.* steamed cassava

khoai tây *n.* potato

khóm (*also* **dứa, thơm**) *n.* pineapple

khô mực *n.* dried squid, cuttlefish

khổ qua (*also* **mướp đắng**) *n.* bitter melon

kim châm *n.* lily bud

kinh giới *n.* Vietnamese balm herb

lá chuối *n.* banana leaf

lá lốt *n.* wild betel leaf, pepper leaf

lạc (*also* **đậu phụng/phộng**) *n.* peanut

lạp xưởng *n.* Chinese sweet sausage

lẩu *n.* hot pot

lẩu thập cẩm *n.* hot pot with many ingredients

lươn *n.* eel

lựu *n.* pomegranate

măng cầu (ta) *n.* custard apple, sugar apple

măng cầu xiêm *n.* soursop

mắm *n.* fish paste

mắm tôm/ruốc *n.* fermented shrimp paste

măng *n.* bamboo shoot

măng cụt *n.* mangosteen

măng tây *n.* asparagus

mặn *adj.* salty

mận *n.* java apple, rose apple, water apple

mật ong *n.* honey

me *n.* tamarind

mè (*also* **vừng**) *n.* sesame

mì *n./pl.* egg noodles

mì ăn liền *n./pl.* instant noodles

mì chính *n.* MSG

mì gói *n./pl.* packaged egg noodles

mì tô *n./pl.* instant noodles in a foam cup

mía *n.* sugarcane

miến *n./pl.* noodles (*cellophane, mung bean, bean thread*)

miến gà *n.* chicken and cellophane noodle soup

miến xào cua *n./pl.* crab and cellophane noodles

mít *n.* jackfruit

món rau trộn *n.* mixed salad

mơ *n.* apricot

mù-tạt *n.* mustard

muối *n.* salt

muối tiêu *n.* salt and pepper

mực *n.* squid, cuttlefish

mực khô *n.* dried squid, cuttlefish

mướp *n.* luffa

mướp đắng (*also* **khổ qua**) *n.* bitter melon

mứt *n.* candied fruit and vegetables; jam

mứt gừng *n.* candied ginger; ginger jam

na *n.* custard apple

nấm *n.* mushroom

nấm hương *n.* shiitake mushroom; black mushroom

nấm mèo *n.* wood ear mushroom; black fungus

nấm rơm *n.* straw mushroom (*canned*)

nem *n.* fermented pork

nem nướng *n.* grilled fermented pork with rice noodles

nem Sài Gòn (*also* **chả giò, nem rán**) *n.* spring roll (fried)

ngò *n.* cilantro

ngò gai *n.* saw-leaf herb

ngò om (*also* **rau om**) *n.* rice paddy herb

ngô *n.* corn

nhãn *n.* longan

nhân sâm *n.* ginseng

nho *n.* grape

nộm hoa chuối *n.* banana blossom salad

nước cam *n.* orange juice

nước chanh *n.* lime juice

nước chấm *n.* dipping sauce (*made from fish sauce, lime, garlic, sugar and chili pepper*)

nước chè/trà *n.* tea

nước cốt dừa *n.* coconut milk

nước dưa hấu *n.* watermelon juice

nước dừa *n.* coconut water, coconut juice

nước đá *n.* ice

nước hàng (*also* **nước mầu**) *n.* caramel sauce

nước khoáng *n.* mineral water

nước lọc *n.* filtered water

nước mắm *n.* fish sauce

nước mắm tinh khiết *n.* pure fish sauce

nước mầu (*also* **nước hàng**) *n.* caramel sauce

nước mía *n.* sugarcane juice

nước ngọt *n.* soft drink, soda

nước trà/chè *n.* tea

nước tương (*also* **xì dầu**) *n.* soy sauce

nước uống *n.* drinking water

ô mai *n.* sugared or salted dried fruit, such as apricot

ốc *n.* snail

ổi *n.* guava

ớt *n.* chili pepper

pa-tê *n.* pâté

pa-tê sô *n.* pâtés chaud (*meat-filled pastry*)

phật thủ *n.* Buddha's hand, fingered citron

phó-mát (*also* **phô-mai**) *n.* cheese

phở *n.* noodle soup

phở bò *n.* beef noodle soup

quất *n.* kumquat

quế *n.* cinnamon

quýt *n.* mandarin

rau *n.* vegetable

rau bí *n.* pumpkin buds

rau càng cua *n.* crab claw herb

rau chua *n.* sorrel

rau diếp cá *n.* fish mint

rau húng (*also* **rau húng lủi**) *n.* spearmint

rau húng cay *n.* spicy mint

rau húng quế *n.* Thai basil

rau muống *n.* water spinach

rau ngò *n.* cilantro

rau om (*also* **ngò om**) *n.* rice paddy herb

rau răm *n.* Vietnamese coriander

rau thì là *n.* dill

rau thơm *n.* sweet herbs

rau trộn *n.* mixed salad

rau xà-lách *n.* lettuce

riềng *n.* galangal

rượu *n.* wine, liquor

rượu cần *n.* fermented rice wine drunk with straws

rượu đế (*also* **rượu trắng**) *n.* rice wine

rượu huýt-ki *n.* whisky

rượu nếp *n.* sweet rice liquor

rượu nho (*also* **rượu vang**) *n.* wine (*from grapes*)

rượu rắn *n.* snake wine

rượu rum *n.* rum

rượu trắng (*also* **rượu đế**) *n.* rice wine

rượu vang (*also* **rượu nho**) *n.* wine (*from grapes*)

sa-bô-chê (*also* **hồng xiêm**) *n.* sapodilla

sả *n.* lemon grass

sâm *n.* ginseng

sâm-banh *n.* champagne

sầu riêng *n.* durian

sinh tố *n.* smoothie

sò *n.* clam; oyster

sô-cô-la *n.* chocolate

su-su *n.* chayote

súp-lơ *n.* cauliflower

súp-lơ xanh *n.* broccoli

sữa *n.* milk

sữa bột *n.* powdered milk

sữa chua *n.* yogurt

sữa đậu nành *n.* soymilk

táo *n.* apple

tép *n.* a kind of tiny shrimp
thạch *n.* jellied dessert
thanh long *n.* dragon fruit
thính *n.* roasted rice powder
thịt *n.* meat
thịt bò *n.* beef
thịt bò nướng sả *n.* grilled lemon-grass beef skewers
thịt cầy/chó *n.* dogmeat
thịt cừu (*also* **thịt trừu**) *n.* lamb
thịt gà *n.* chicken
thịt heo (*also* **thịt lợn**) *n.* pork
thịt heo băm *n.* minced pork
thịt heo kho trứng *n.* pork and eggs simmered in coconut water
thịt lợn (*also* **thịt heo**) *n.* pork
thịt nướng *n.* grilled meat
thịt rắn *n.* snake meat
thịt trừu (*also* **thịt cừu**) *n.* lamb
thịt vịt *n.* duck
thịt xá xíu *n.* char siu pork
thơm (*also* **dứa, khóm**) *n.* pineapple
tía tô *n.* red perilla
tiêu *n.* pepper (*spice*)
tỏi *n.* garlic
tôm *n.* shrimp
tôm hùm *n.* lobster
tôm lớn/to *n.* prawn
trà (*also* **chè**) *n.* tea
trái cây (sấy) khô *n.* dried fruits
trứng *n.* egg
trứng chiên tôm *n.* egg and shrimp pancake

trứng muối *n.* salted preserved egg
trứng ốp-la *n.* omelet
trứng ốp-lét *n.* fried egg (*sunny side up*)
trứng tráng *n.* omelet
trứng vịt lộn *n.* fetal duck egg, balut
tương *n.* fermented soybean sauce
tương đậu phộng/phụng *n.* peanut sauce
tương đen *n.* hoisin sauce
tương đỏ *n.* chili sauce
tương lạc *n.* peanut sauce
tương ngọt *n.* hoisin sauce
tương ớt *n.* chili sauce

vải *n.* litchi
vịt quay *n.* roast duck
vú sữa *n.* star apple
vừng (*also* **mè**) *n.* sesame

xà-lách *n.* salad
xì-dầu *n.* soy sauce
xoài *n.* mango
xôi (nếp) *n.* steamed sticky rice
xôi gấc *n.* red sweet sticky rice
xúc-xích *n.* sausage
xúp *n.* soup
xúp cua *n.* crab soup
xúp măng tây cua *n.* crab and asparagus soup

Appendix II

Vietnamese-English Geographical Terms

A Phú Hãn Afghanistan

Ai Cập Egypt

Ai-len Ireland (*informal*)

Ái Nhĩ Lan Ireland (*formal*)

Anh (*also* **Anh Cát Lợi, Anh Quốc**) England

Ăng Lê England (*informal*)

Ấn Độ India

Ấn Độ Dương Indian Ocean

Ba Lan Poland

Ba Lê Paris

Ba Tây Brazil

Bắc Cực North Pole

Bắc Hàn North Korea

Bắc Kinh Beijing

Bắc Mỹ North America

Băng Cốc Bangkok

Bỉ Belgium

Biển Đông South China Sea

Bồ Đào Nha Portugal

Buôn Mê Thuột Buon Ma Thuot

Ca-li California

Ca-Na-Đa Canada (*informal*)

Cam Bốt (*also* **Cao Miên**) Cambodia

Cần Thơ Can Tho

Châu Á Asia

Châu Âu Europe

Châu Mỹ America

Châu Mỹ La-tinh Latin America

Châu Phi Africa

Châu Úc Australia

Chợ Lớn Cholon

Cu Ba Cuba

Cựu Kim Sơn San Francisco (*also* **San Fran**, *informal, colloquial*)

Do Thái Israel

Đà Lạt Dalat

Đà Nẵng Danang

Đài Loan Taiwan

Đại Hàn Korea

Đại Tây Dương Atlantic Ocean

Đan Mạch Denmark

Đảo Cát Bà Cat Ba Island

Đảo Phú Quốc Phu Quoc Island

Điện Biên Phủ Dien Bien Phu

Đông Âu Eastern Europe

Đông Dương Indochina

Đông Kinh Tokyo

Đông Nam Á Southeast Asia

Đồng bằng Sông Cửu Long (*also* **Đồng bằng Sông Mê Kông**) Mekong Delta

Đồng bằng Sông Hồng (*also* **Vùng châu thổ Sông Hồng**) Red River Delta

Đức Germany

Gia Nã Đại Canada

Hà Nội Hanoi

Hạ Uy Di Hawaii

Hải Phòng Haiphong

Hàn Quốc (*also* **Nam Hàn**) South Korea

Hiệp/Hợp Chủng Quốc Hoa Kỳ United States of America

Hoa Kỳ the U.S.

Hoa Thịnh Đốn Washington D.C.

Hoàng Liên Sơn (*also* **Dãy Núi Hoàng Liên Sơn**) Hoang Lien Son Mountains

Hồ Tây West Lake

Hội An Hoi An

Hồng Hà (*also* **Sông Hồng**) Red River

Hồng Kông Hong Kong

Huế Hue

Hung Gia Lợi Hungary

Hương Cảng Hong Kong

Hương Giang (*also* **Sông Hương**) Perfume River

Hy Lạp Greece

117

In-đô-nê-xi-a Indonesia (*informal*)

Lào Laos
Lào Cai Lao Cai
Liên Minh Châu Âu European Union
Liên Xô Soviet Union (*former*)
Lốt An-giơ-lét (*also* **Los**) Los Angeles (*informal*)
Luân Đôn London

Mã Lai (*also* **Mã Lai Á**) Malaysia
Mạc Tư Khoa (*also* **Mát-xcơ-va**) Moscow
Mê-hi-cô (*also* **Mễ**) Mexico (*informal*)
Mễ Tây Cơ Mexico (*formal*)
Miến Điện Myanmar (Burma)
Mỹ (*also* **Mỹ Quốc**) America
Mỹ La-tinh Latin America
Mỹ Tho My Tho

Na Uy Norway
Nam Dương Indonesia
Nam Hàn (*also* **Hàn Quốc**) South Korea
Nam Mỹ South America
Nam Phi South Africa
Nam Vang Phnom Penh
Nga Russia
Nha Trang Nha Trang
Nhật (*also* **Nhật Bản, Nhật Bổn**) Japan
Nữu Ước New York

Pa-ri Paris
Phan Thiết Phan Thiet
Phan Xi Păng (*also* **Ngọn Phan Xi Păng**) Fansipan Mountain
Pháp France
Phần Lan Finland
Phi-líp-pin (*also* **Phi**) Philippines (*informal*)
Phi Luật Tân Philippines (*formal*)
Phương Đông the East
Phương Tây the West

Quận Cam Orange County

Sa Pa Sapa
Sài Gòn Saigon
Sài Gòn Nhỏ Little Saigon

Scốt-len Scotland (*informal*)
Sing-ga-po Singapore (*informal*)
Sông Bến Hải Ben Hai River
Sông Cổ Chiên Co Chien River
Sông Cửu Long (*also* **Sông Mê Kông**) Mekong River
Sông Hồng (*also* **Hồng Hà**) Red River
Sông Hương Perfume River

Tân Gia Ba Singapore (*formal*)
Tân Tây Lan New Zealand
Tây Âu Western Europe
Tây Ban Nha Spain
Tây Tạng Tibet
Tô Cách Lan Scotland (*formal*)
Thái Bình Dương Pacific Ocean
Thái Lan Thailand
Thành phố Hồ Chí Minh Ho Chi Minh City
Thổ Nhĩ Kỳ Turkey
Thụy Điển Sweden
Thụy Sĩ Switzerland
Tô-ky-ô Tokyo (*informal*)
Trung Cộng China (*Comm.*)
Trung Đông the Middle East
Trung Hoa China
Trung Quốc China

Úc (*also* **Úc Đại Lợi**) Australia

Vạn Tượng (*also* **Viên Chăn**) Vientiane
Viễn Đông Far East
Việt Nam Vietnam
Vĩnh Long Vinh Long
Vịnh Bắc Bộ Gulf of Tonkin
Vịnh Hạ Long Halong Bay
Vịnh Thái Lan Gulf of Thailand
Vùng châu thổ Sông Hồng (*also* **Đồng bằng Sông Hồng**) Red River delta
Vùng Phi Quân Sự DMZ (Demilitarized Zone)
Vùng Vịnh Cựu Kim Sơn San Francisco Bay Area
Vũng Tàu Vung Tau
Vương Quốc Anh United Kingdom

Ý (*also* **Ý Đại Lợi**) Italy

English-Vietnamese
Dictionary

A

a, an *art.* một; **a lot** *id.* nhiều

abandon *v.t.* bỏ rơi

abbreviate *v.t.* viết tắt

abbreviation *n.* sự viết tắt, chữ viết tắt

abdomen *n.* bụng

ability *n.* khả năng

able *adj.* có thể

abnormal *adj.* không bình thường, khác thường

aboard *adv.* lên (*train, bus, etc.*); **all ~** yêu cầu tất cả (hãy) lên

abortion *n.* sự phá thai

about *prep.* về (*concerning*); sắp (*to do something*); *adv.* khoảng, độ, chừng, cỡ (*approximately*)

above *adv.* trên; **~ all** *adv.* quan trọng hơn cả, quan trọng hơn hết

abroad *adv.* ra ngoại quốc, ra nước ngoài (*go, study, travel, etc.*); **be ~** ở ngoại quốc, ở nước ngoài; **go ~** *v.* đi ra ngoại quốc, đi ra nước ngoài

absence *n.* sự vắng mặt

absent *adj.* vắng mặt

absentminded *adj.* lơ đãng

absolute *adj.* tuyệt đối

absolutely *adv.* dĩ nhiên, đương nhiên

absorb *v.t.* hút nước, thấm nước (*water*); hấp thụ, tiếp thu (*book, movie, etc.*)

abstract *adj.* trừu tượng

absurd *adj.* vô lý, phi lý

abundance *n.* sự dồi dào, sự phong phú, sự giàu có

abundant *adj.* dồi dào, phong phú, giàu có

abuse *n.* sự hành hạ, sự ngược đãi, sự lạm dụng (*physical*); *v.t.* mắng nhiếc, nhiếc mắng (*verbally*); ngược đãi (*physically*)

abusive *adj.* ngược đãi

academic *adj.* khoa bảng

academy *n.* học viện, việc hàn lâm (*school*)

accelerate *v.i.* gia tăng

accelerator *n.* chân ga, bàn đạp ga (*auto*)

accent *n.* giọng (*when speaking*); dấu nhấn (*mark*)

accept *v.t.* nhận (*a gift, etc.*); chấp nhận

acceptable *adj.* chấp nhận được, thoả đáng

acceptance *n.* sự tán thành, sự chấp nhận (*approval*)

access *n.* khả năng tiếp cận (*to a person or thing*); *v.t.* có quyền tiếp cận (*a computer file*)

accessory *n.* đồ chưng diện (*jewelry, etc.*)

accident *n.* tai nạn; **car ~** *n.* tai nạn xe

accidental *adj.* tình cờ, ngẫu nhiên

accidentally *adv.* một cách tình cờ, một cách ngẫu nhiên

accident-prone *adj.* thường gặp tai nạn, thường gặp xui xẻo

accommodate *v.t.* giúp đỡ cho (*oblige*); chứa, đủ chỗ cho (*house*)

accommodations *n./pl.* chỗ ăn ở

accompany *v.t.* đi cùng (*go with*); đi theo, đi kèm, đệm theo (*in music*)

accomplishment *n.* thành tích, sự thành đạt

according to *prep.* theo, theo ý kiến

account *n.* lời tường thuật, sự mô tả (*of an event*); trương mục, tài khoản (*bank*); **on ~ of** *id.* vì; **~ for** *v.t.* giải thích, là lý do

accountant *n.* kế toán viên, nhân viên kế toán

accounting *n.* ngành kế toán

accumulate *v.t.* tích lũy, gom góp (*objects, wealth*)

accurate *adj.* chính xác

accusation *n.* sự kết tội, sự buộc tội

accuse *v.t.* buộc tội, kết tội

accustom *v.i.* tập, làm quen với

accustomed to *id.* quen với

ace *n.* (con) ách, (con) xì (*playing card*)

ache *n.* sự đau nhức; *v.i.* đau nhức (*pain*); khao khát (*yearning*)

achieve *v.t.* đạt được

achievement *n.* thành tích, sự thành đạt

acid *n.* chất a-xít (*chemical compound*)

acidic *adj.* chua (*sour, tart*); mỉa mai, khinh bỉ (*caustic*)

acknowledge *v.t.* thừa nhận, công nhận

acknowledgment *n.* sự thừa nhận, sự công nhận

acne *n.* mụn trứng cá

acquaint *v.t.* làm quen với

acquaintance *n.* sự quen biết (*state of*); người quen (*person*)

acquainted with *id.* quen biết với

acquire *v.t.* đạt được (*a skill, a degree*); mua (*house, car, things*); tiếp thu (*knowledge*)

acquisition *n.* sự tiếp thu (*of knowledge*); sự sở hữu (*of a factory, property, art, etc.*)

acre *n.* mẫu Anh

acrid *adj.* hắc (*smell*); đắng, chát (*taste*); mỉa mai (*remarks*)

acrobat *n.* người nhào lộn

across *prep.* qua (*from one side to another*); bên kia (*on other side of*); *adv.* qua bên kia (*to or on opposite side*); **~ from** đối diện

across-the-board *adj.* toàn bộ, đồng bộ

act *n.* hành động, hành vi (*of bravery, of mercy, etc.*); hồi (*in a play*); *v.i.* đóng phim, diễn kịch (*on stage, in a movie, etc.*); hành động (*take action*); cư xử (*behave*)

action *n.* hành động; **take ~** *v.i.* hành động

active *adj.* năng động, năng nổ

activity *n.* hoạt động, sinh hoạt

actor *n.* nam diễn viên

actress *n.* nữ diễn viên

actual *adj.* thật sự

acupressure *n.* (phép) bấm huyệt

acupuncture *n.* (phép) châm cứu

acute *adj.* cấp tính, nghiêm trọng

A.D. (*abbr.* **Anno Domini**) sau Công Nguyên, sau Thiên Chúa Giáng Sinh

adamant *adj.* cương quyết

adapt *v.t.* thích ứng

adapter *n.* (cái) a-đáp-tơ, cục biến điện (*for an appliance*)

add *v.t.* thêm vào, nói thêm; cộng

addict *n.* người nghiện ngập

addiction *n.* sự nghiện ngập

addition *n.* sự thêm vào, sự bổ sung; tính cộng; **in ~** *id.* ngoài ra, thêm vào đó

additional *adj.* thêm

address *n.* bài diễn văn (*speech*); địa chỉ (*location*); *v.t.* nói chuyện (*communicate*); ghi địa chỉ (*an envelope*)

adequate *adj.* đầy đủ

adhere *v.i.* bám chặt vào (*to one's beliefs*); theo sát, bám sát (*to a plan*)

adhesive *adj.* dính

ad hoc *adj.* chuyên biệt

adjacent *adj.* kế cận

adjective *n.* tĩnh từ, tính từ

adjoin *v.i.* tiếp giáp với, tiếp nối

adjoining rooms *n./pl.* những căn phòng nối liền

adjust *v.i.* thích nghi (*to a situation*); *v.t.* điều chỉnh, thay đổi cho phù hợp (*change*)

administer *v.t.* điều hành, quản lý

administration *n.* sự điều hành, sự quản lý (*of a company/business*); hành chính, hành chánh (*of a university*); chính quyền, chánh quyền (*gov.*)

administrative *adj.* hành chính, hành chánh; quản trị

admirable *adj.* đáng khâm phục

admiral *n.* đô đốc

admiration *n.* sự khâm phục, sự ngưỡng mộ

admire *v.t.* khâm phục (*a person*); ngưỡng mộ (*beauty, talent*); ngắm (*a view, a sunset, etc.*)

admission *n.* sự công nhận (*acknowledgment*); sự thu nhận (*to a university, etc.*); sự cho vào (*to a concert, etc.*); **free ~** *n.* vào cửa tự do, vào cửa miễn phí; **no ~** cấm vào

admission fee *n.* tiền vào cửa

admit *v.t.* thú nhận, công nhận (*acknowledge*); cho vào, cho vào cửa (*allow entry*)

ad nauseam *adv.* quá nhiều, quá độ

adolescence *n.* tuổi niên thiếu

adolescent *n.* thiếu niên; *adj.* niên thiếu

adopt *v.t.* nhận làm con nuôi (*a child*)

adoption *n.* việc nhận làm con nuôi

adoption agency *n.* dịch vụ con nuôi

adorable *adj.* đáng yêu

adore *v.t.* ngưỡng mộ, ái mộ

adult *n.* người lớn; *adj.* thành niên

advance *n.* sự tiến bộ (*in medicine, etc.*); sự ứng trước, tiền ứng trước (*of money*); *v.t.* ứng trước (*money*); đẩy mạnh (*a cause*); **in ~** *id.* trước

advanced *adj.* tiến bộ, cao cấp

advantage *n.* sự thuận lợi; **take ~ of** *id.* lợi dụng

adventure *n.* sự phiêu lưu mạo hiểm, cuộc phiêu lưu

adventurous *adj.* có óc phiêu lưu mạo hiểm, thích phiêu lưu

adverb *n.* trạng từ, phó từ

adversary *n.* đối thủ (*opponent*); kẻ thù (*enemy*)

advertise *v.t./v.i.* quảng cáo

advertisement *n.* tờ quảng cáo; sự quảng cáo (*act of*)

advice *n.* lời khuyên

advise *v.t.* khuyên, khuyên bảo

adviser *n.* cố vấn

aerial *n.* ăng-ten (*antenna*); *adj.* trên không

aerobics *n.* thể dục nhịp điệu

aesthetic *adj.* thẩm mỹ, có óc thẩm mỹ

affair *n.* việc, công việc; vụ ngoại tình (*romantic*)

affect *v.t.* ảnh hưởng đến, tác động đến

affection *n.* cảm tình, sự quý mến

affectionate *adj.* trìu mến

affiliate *v.t.* liên kết, là thành viên

affirm *v.t.* khẳng định, xác nhận

affirmation *n.* sự khẳng định, sự xác nhận

afflict *v.t.* gây bệnh, gây đau khổ

affliction *n.* tình trạng đau khổ, tình trạng đau bệnh

afford *v.t.* có đủ khả năng, có đủ tiền

afraid *adj.* sợ

African *n.* người Phi Châu; *adj.* Phi Châu

after *adv.* đằng sau, phía sau (*behind*); sau (*later*); *prep.* sau (*later in time*); **~ all** *id.* cuối cùng, nói cho cùng

afternoon *n.* buổi chiều

aftertaste *n.* dư vị

afterward *adv.* sau đó

again *adv.* lại, lần nữa; **~ and ~** *id.* nhiều lần, hết lần này sang lần khác

against *prep.* chống lại (*fight, struggle, etc.*); dựa vào (*lean, sit, etc.*); đấu với (*play, compete, etc.*); **~ the law** trái luật, phạm luật

age *n.* tuổi (*in years*); thời đại, thời kỳ (*in history*)

agency *n.* cục, sở, cơ quan (*gov.*); văn phòng, công ty (*private*)

agenda *n.* chương trình họp; chương trình hành động

agent *n.* nhân viên; **travel ~** *n.* nhân viên du lịch; **secret ~** *n.* mật thám, mật vụ

aggravate *v.t.* làm trầm trọng thêm

aggressive *adj.* hung hăng

agile *adj.* nhanh nhẹn

agitate *v.t.* khích động

ago *adv.* cách đây, về trước; **a long time ~** ngày xưa, ngày xửa ngày xưa

agonize *v.i.* đau đớn, giày vò

agony *n.* cơn đau đớn, sự giày vò

agrarian *adj.* nông nghiệp, nông thôn

agree *v.t./v.i.* đồng ý

agreeable *adj.* dễ chịu

agreement *n.* sự đồng ý

agricultural *adj.* nông nghiệp

agriculture *n.* nông nghiệp

agroforestry *n.* nông lâm nghiệp

agronomy *n.* nông học

ahead *adv.* trước, về phía trước; *adj.* dẫn trước (*in a competition*); **~ of** *id.* trước, đằng trước; **get ~** *v.* thăng tiến; **straight ~** thẳng trước mặt

aid *n.* viện trợ, sự trợ giúp (*assistance*); người phụ tá (*helper*); *v.t.* giúp đỡ

AIDS (*abbr.* **Acquired Immunodeficiency Syndrome**) bệnh sida, bệnh xi-đa, bệnh aids

aim *n.* mục tiêu (*objective, e.g. of a project*); mục đích (*purpose, e.g. in life*); *v.t.* nhắm, nhắm vào

air *n.* không khí; **up in the ~** *id.* không chắc chắn, chưa được quyết định, lửng lơ; **go by ~** đi bằng máy bay

air base *n.* căn cứ không quân (*mil.*)

air-condition *v.t.* làm điều hòa không khí

air-conditioned *adj.* điều hòa không khí

air-conditioner *n.* máy điều hòa không khí, máy lạnh

air-conditioning *n.* hệ thống điều hòa không khí

air-dry *v.t./v.i.* phơi khô

air force *n.* không quân

airline *n.* hãng hàng không

airmail *n.* thư hàng không, thư máy bay

airplane *n.* máy bay, phi cơ

airport *n.* phi trường, sân bay

airsick *adj.* bị say máy bay

aisle *n.* lối đi (*in a plane, theater, etc.*)

ajar *adv.* mở hé

alarm *n.* còi báo động (*fire, burglar, etc.*); tiếng chuông báo thức (*sound of an alarm clock going off*); *v.t.* làm hoang mang, làm sợ hãi (*frighten*)

alarm clock *n.* đồng hồ báo thức

albatross *n.* gánh nặng

album *n.* (quyển) album, (cuốn) albom (*photograph*)

alcohol *n.* cồn (*cleaning solution*); rượu (*liquor*); **rubbing ~** *n.* cồn thoa bóp

alcoholic *n.* người nghiện rượu; *adj.* có chất cồn; có chất rượu

alcove *n.* phòng nhỏ trong hốc tường

alert *n.* sự báo động; **on the ~** *id.* trong tình trạng báo động

algae *n.* rong rêu

algebra *n.* đại số, đại số học

alias *n.* biệt hiệu, biệt danh

alien *n.* người xa lạ (*stranger*); người hành tinh (*extraterrestrial*); *adj.* xa lạ

alienate *v.t.* làm xa lạ, đẩy ra xa

align *v.t.* xếp thẳng (*physically*); theo phe (*e.g. with a political party*)

alike *adj.* giống nhau, tương tự

alive *adj.* sống, sống động

all *adj.* tất cả; *pron.* tất cả; **~ the time** *id.* thường xuyên; **at ~** *id.* gì cả, một chút nào cả

all-around *adj.* toàn diện

all-day *adj.* cả ngày

allergic *adj.* bị dị ứng (với)

allergy *n.* dị ứng

alley *n.* ngõ; **bowling ~** *n.* phòng chơi bô-linh, nơi chơi bô-linh

alliance *n.* liên minh

alligator *n.* cá sấu

all-inclusive *adj.* cho mọi thứ, bao

all-night *adj.* suốt đêm

allocate *v.t.* cấp cho, phân chia cho

allocation *n.* sự phân phát, sự phân chia

allover *adj.* bao phủ toàn bộ, cùng kiểu

allow *v.t.* cho phép

all-purpose *adj.* nhiều công dụng

all right *adj.* tốt, đúng, cũng được; *adv.* tốt, được

ally *n.* đồng minh

almanac *n.* niên lịch

almost *adv.* hầu hết, hầu như

aloft *adv.* trên cao

alone *adj.* một mình

along *adv.* theo; *prep.* dọc theo (*the road, the river, etc.*); **~ with** cùng với; **get ~** hợp với nhau

aloof *adj.* tách biệt, xa cách

aloud *adv.* lớn, to, ồn

alphabet *n.* bảng chữ cái, mẫu tự

alphabetical order theo thứ tự abc

alphabetize *v.t.* xếp theo thứ tự abc

already *adv.* rồi, xong rồi

also *adv.* cũng, hơn nữa, ngoài ra

altar n. bàn thờ

alter v.t. sửa đổi; cắt may lại (*clothing*)

alteration n. sự sửa đổi; sự cắt may lại (*of clothing*)

alternate v.t. thay; v.i. thay phiên, luân phiên, lần lượt

alternative n. sự lựa chọn; adj. khác biệt

although conj. mặc dù, cho dù

altitude n. độ cao

altogether adv. hoàn toàn, toàn bộ (*completely*); tổng cộng (*in total*); nói chung (*on the whole*)

alum n. phèn, phèn chua

aluminum n. nhôm; adj. làm bằng nhôm

always adv. luôn, luôn luôn

a.m. (*abbr. ante meridiem, i.e. before noon*) sáng

amateur n. tài tử, người không chuyên; adj. tài tử, nghiệp dư

amaze v.t. làm kinh ngạc, làm sửng sốt

amazing adj. đáng kinh ngạc, tuyệt vời

ambassador n. đại sứ (*representing a government*); sứ giả (*of good-will, peace, etc.*)

ambiguous adj. không rõ nghĩa, mập mờ

ambition n. tham vọng

ambitious adj. nhiều tham vọng

ambivalence n. sự phân vân

ambivalent adj. phân vân

ambulance n. xe cứu thương

amendment n. điều luật tu chỉnh (*to a law*)

American n. người Mỹ; adj. nước Mỹ, Châu Mỹ

amiable adj. dễ mến, hòa nhã

amicable adj. thân thiện

amid prep. giữa, ở giữa

ammonia n. chất a-mô-ni-ắc

amnesia n. sự mất trí nhớ

amnesty n. sự ân xá

among prep. giữa, ở giữa; trong số

amount n. số, số lượng, tổng số

amphitheater n. hí trường

ample adj. nhiều, rộng rãi, dư dả

amplifier n. máy khuếch âm, ăm-pli (*of sound*)

amplify v.t. phóng đại, thêu dệt thêm (*a story*); phóng lớn, khuếch đại (*sound*)

amputate v.t. cắt cụt chân tay

amputation n. sự cắt cụt chân tay

amputee n. người cụt chân (*leg*); người cụt tay (*hand, arm*)

amuse v.t. chọc cười; giải trí

amusement n. trò vui chơi, trò giải trí

amusement park n. công viên giải trí, công viên vui chơi

analogy n. sự tương tự

analysis n. sự phân tích; **in the final** ~ nói cho cùng

analyze v.t. phân tích

anarchy n. tình trạng vô chính phủ

anatomy n. cơ thể học

ancestor n. tổ tiên

ancestor worship n. thờ cúng tổ tiên

ancestry n. tổ tiên, dòng họ, tổ tông

anchor n. mỏ neo (*of a ship*); v.i. thả neo; v.t. neo chặt (*a boat*)

ancient adj. xưa, cổ xưa

ancient history n. lịch sử cổ xưa

and conj. và, với; ~ **so forth** id. vân vân; ~ **so on** id. vân vân

anecdote n. giai thoại

anemia n. bệnh thiếu máu

anemic adj. thiếu máu

anesthesia n. sự gây tê, sự gây mê, thuốc gây tê, thuốc gây mê

anesthetize v. gây tê, gây mê

angel n. thiên thần

anger n. cơn tức, cơn giận; v.i. nổi giận

angle n. góc (*in math*); quan điểm, cách nhìn, góc cạnh (*point of view*)

angry adj. giận, tức giận

anguish n. nỗi khổ, nỗi dần vặt

animal n. thú vật, động vật, súc vật

animal husbandry n. ngành chăn nuôi

ankle n. mắt cá chân

annex n. tòa nhà phụ (*of a building*); v.t. sát nhập (*territory*)

annihilate v. hủy diệt

anniversary *n.* ngày kỷ niệm, lễ kỷ niệm (thường niên); **death** ~ *n.* ngày giỗ

announce *v.t.* thông báo

announcement *n.* thông báo, lời thông báo, tờ thông báo

annoy *v.t.* làm bực mình

annoyance *n.* sự bực mình, sự quấy rầy

annual *adj.* hàng năm, thường niên

annul *v.t.* hủy bỏ, bãi bỏ

anonymous *adj.* vô danh, nặc danh

another *adj.* một ... nữa, thêm một ... nữa; *pron.* một ... nữa (*additional*); một ... khác (*different*)

answer *n.* câu trả lời; *v.t.* trả lời; ra mở cửa (*the door*)

answering machine *n.* máy nhắn của điện thoại

ant *n.* (con) kiến

antacid *n.* chất khử a-xít

antagonize *v.t.* gây thù oán, làm người khác ghét

antenna *n.* ăng-ten (*radio, TV, etc.*); râu (*insect*)

anthology *n.* tuyển tập

anti- *pref.* chống

antibiotic *n.* thuốc trụ sinh, thuốc kháng sinh; *adj.* trụ sinh, kháng sinh

anticipate *v.t.* tiên đoán; tiên liệu; mong đợi

anticipation *n.* sự tiên đoán; sự tiên liệu; sự mong đợi

antihistamine *n.* thuốc chống dị ứng

antique *n.* đồ cổ; *adj.* cổ, xưa

antique shop *n.* hiệu đồ cổ, tiệm (bán) đồ cổ

antiseptic *n.* thuốc sát trùng, thuốc khử trùng

anxiety *n.* mối lo âu, sự bồn chồn

anxious *adj.* lo lắng, lo âu, bồn chồn

any *adj.* bất cứ ... nào

anybody *pron.* bất cứ người nào, bất cứ ai

anymore *adv.* (không) ... nữa, (không) còn nữa

anyone *pron.* bất cứ người nào, bất cứ ai

anything *pron.* bất cứ cái gì, bất cứ việc gì

anytime *adv.* bất cứ lúc nào

anywhere *adv.* bất cứ nơi nào, bất cứ ở đâu

apart *adv.* thành từng miếng (*in pieces*); tách biệt (*separated*)

apartment *n.* căn nhà thuê, căn nhà mướn

apathetic *adj.* thờ ơ, lãnh đạm

apathy *n.* sự thờ ơ, sự lãnh đạm

ape *n.* loài khỉ, loài vượn

apex *n.* đỉnh cao

apocalypse *n.* sự hủy diệt

apologize *v.i.* xin lỗi, tạ lỗi

apology *n.* sự xin lỗi, sự tạ lỗi, lời xin lỗi, lời tạ lỗi

apparatus *n.* thiết bị, dụng cụ

apparel *n.* y phục

apparent *adj.* hiển nhiên

appeal *n.* lời thỉnh cầu (*plea*); *v.i.* khiếu nại (*a case*); thu hút (*color, clothing, art, etc.*)

appear *v.i.* xuất hiện; có vẻ (*seem*)

appearance *n.* sự xuất hiện (*arrival*); sự có mặt (*attendance*); bề ngoài (*look*)

appendicitis *n.* viêm ruột thừa

appendix *n.* phụ lục (*of a book*); ruột thừa (*anat.*)

appetite *n.* sự ngon miệng, khẩu vị

appetizer *n.* món khai vị, rượu khai vị

applaud *v.t.* vỗ tay hoan hô, vỗ tay khen ngợi, vỗ tay tán thưởng

applause *n.* sự vỗ tay khen ngợi, tán dương

apple *n.* (quả) táo, (trái) táo, (trái) bôm

appliance *n.* thiết bị, dụng cụ, đồ gia dụng

application *n.* đơn xin (*for a visa, job, etc.*); sự áp dụng

apply *v.t.* áp dụng, thực hiện, thực thi (*rules*); *v.i.* nộp đơn (*for a visa, job, etc.*)

appoint *v.t.* bổ nhiệm

appointment *n.* buổi hẹn (*with someone*); sự bổ nhiệm (*to a position*)

appraisal *n.* sự đánh giá

appraise *v.* đánh giá

appreciate *v.t.* biết ơn, cảm kích (*to value, to be grateful for*)

appreciation *n.* lòng biết ơn, sự cảm kích (*gratitude*); nhận thức giá trị (*recognition*)

apprehension *n.* sự lo âu, sự lo sợ

apprehensive *adj.* lo lắng, không yên tâm, lo âu, lo sợ, sợ hãi

apprentice *n.* người tập sự, người học nghề, người học việc

approach *n.* phương pháp (*to a problem*); *v.t.* đến với, tới gần; *v.i.* gần đến/tới (*come near*)

appropriate *adj.* thích hợp, phù hợp

approval *n.* sự tán thành, sự chấp thuận, sự bằng lòng

approve *v.t.* tán thành, chấp thuận, bằng lòng

approximate *adj.* khoảng, giống, xấp xỉ; *v.t.* gần giống, tới gần

approximately *adv.* khoảng

April *n.* tháng tư

apron *n.* (cái) tạp-dề

apt *adj.* thích hợp, đúng

aptitude *n.* khiếu, năng khiếu

aquarium *n.* hồ cá

aquatic *adj.* dưới nước

Arab *n.* người Ả Rập; *adj.* Ả Rập

Arabic *n.* tiếng Ả Rập (*language*)

arable *adj.* trồng trọt được

arbitrary *adj.* võ đoán, tùy tiện

arch *n.* vòm

archaeological *adj.* khảo cổ

archaeology *n.* khảo cổ học

archaic *adj.* cổ

architect *n.* kiến trúc sư

architecture *n.* kiến trúc, ngành kiến trúc, công trình kiến trúc

archive *n.* kho lưu trữ văn thư, kho lưu trữ tài liệu; *v.t.* lưu trữ

arctic *adj.* giá băng, rét cóng, lạnh cóng

arduous *adj.* khó khăn, gian khổ

area *n.* khu, khu vực, vùng

area code *n.* mã số khu vực

areca *n.* cây cau; **~ nut** *n.* (quả) cau, (trái) cau

arena *n.* vũ đài, võ đài, đấu trường

argue *v.t.* bàn cãi, tranh cãi, tranh luận; *v.i.* lý luận, tranh cãi, cãi lộn

argument *n.* sự tranh luận (*debate, disagreement*); sự tranh cãi, cuộc cãi lộn (*quarrel*); sự lý luận (*legal*)

arise *v.i.* thức dậy, ngủ dậy (*wake up*); đứng lên (*get up*); xuất hiện (*appear*)

arithmetic *n.* số học

arm *n.* cánh tay (*limb*); nhánh (*branch*); **an ~ and a leg** *id.* tốn quá nhiều tiền; **~ in ~** *id.* khoác tay nhau

armchair *n.* ghế bành

armed forces *n.* quân đội

armistice *n.* sự đình chiến

armoire *n.* tủ quần áo

armor *n.* áo giáp

armored car *n.* xe thiết giáp

armpit *n.* nách

arms *n./pl.* vũ khí (*weapons*)

army *n.* quân đội; đạo quân; lục quân

aroma *n.* hương vị, mùi thơm

around *adv.* bao quanh (*on all sides*); vòng vo, lòng vòng, vòng vòng (*in a circle*); chung quanh, xung quanh (*circumference*); xoay tròn (*rotating movement*); gần (*nearby*); vòng lại (*in opposite direction*); *prep.* chung quanh, xung quanh (*on all sides*); khoảng, độ (*approximately*); trong, gần (*in or near*); nhiều nơi (*to various parts of*)

around-the-clock *adj.* suốt ngày đêm, hai mươi bốn trên hai mươi bốn

arrange *v.t.* sắp xếp, sắp đặt (*a room, books, etc.*); chuẩn bị (*a trip, a schedule, etc.*)

arrangement *n.* sự dàn xếp (*settlement*)

arrangements *n./pl.* sự sắp xếp (*plans*)

arrest *n.* sự bắt giữ; *v.t.* bắt giữ

arrival *n.* sự đến nơi

arrive *v.i.* đi đến, tới nơi

arrogance *n.* sự kiêu căng, sự ngạo mạn

arrogant *adj.* kiêu căng, ngạo mạn

arrow *n.* mũi tên

art *n.* nghệ thuật, mỹ thuật

artery *n.* mạch giao thông (*roadway*); động mạch (*blood vessel*)

art gallery *n.* phòng triển lãm nghệ thuật

arthritis *n.* chứng thấp khớp

article *n.* mục, điều khoản (*an item*); bài báo (*in a newspaper*)

artifact *n.* đồ thủ công được khai quật

artificial *adj.* nhân tạo; giả

artisan *n.* thợ thủ công

artist *n.* hoạ sĩ, nghệ sĩ

artistic *adj.* nghệ thuật

as *adv.* bằng, như; *conj.* bằng; ~ **is** *id.* y như vậy; ~ **far** ~ *id.* cho tới; ~ **for** *id.* về phần

ash *n.* tro, tro tàn

ashamed *adj.* xấu hổ, hổ thẹn

ashtray *n.* (cái) gạt tàn thuốc

Asian *n.* người Á Châu; *adj.* Á Châu

aside *adv.* sang một bên; ~ **from** *id.* ngoại trừ

ask *v.t.* hỏi (*a question*); xin (*a favor*); yêu cầu (*make a request*); mời (*invite*)

asleep *adj./adv.* ngủ, đang ngủ

aspect *n.* mặt, khía cạnh

asphalt *n.* nhựa đường, dầu hắc

aspirin *n.* thuốc aspirin, thuốc trị đau nhức

assassin *n.* tên ám sát, thích khách

assassinate *v.* ám sát

assault *n.* sự tấn công, sự hành hung; *v.t.* tấn công, hành hung

assemble *v.t.* ráp, lắp ráp; *v.i.* tập họp, tụ tập

assembly *n.* sự lắp ráp (*of equipment, etc.*); sự hội họp (*group meeting*); hạ viện (*gov.*); **national** ~ *n.* quốc hội

assert *v.t.* xác định, khẳng định

assertion *n.* sự xác định, sự khẳng định

assess *v.t.* đánh giá, định giá

assessment *n.* sự đánh giá, sự định giá

assign *v.t.* phân chia, chỉ định

assignment *n.* nhiệm vụ (*in school, at work, etc.*); chức vụ (*to a position*)

assimilate *v.t.* hội nhập (*adapt to*); hấp thụ (*absorb*)

assimilation *n.* sự hấp thụ, sự hội nhập

assist *v.t./v.i.* giúp đỡ, trợ giúp

assistance *n.* sự trợ giúp, sự giúp đỡ; viện trợ

assistant *n.* người phụ tá

associate *n.* thành viên, đồng nghiệp

association *n.* hội, hiệp hội (*organization*); sự liên kết, sự phối hợp (*connection*)

assume *v.t.* cho là, giả định (*suppose*)

assumption *n.* sự giả định

assurance *n.* sự đảm bảo, sự quả quyết, sự trấn an

assure *v.t.* đảm bảo (*guarantee*); quả quyết (*affirm*); trấn an (*reassure*)

asterisk *n.* dấu hoa thị (*)

asthma *n.* bệnh suyễn, bệnh hen, bệnh hen suyễn

asthmatic *adj.* bị suyễn, bị hen, bị hen suyễn

astigmatism *n.* loạn thị

astonish *v.t.* làm kinh ngạc, làm sửng sốt

astray *adj./adv.* lạc đường, lạc hướng

astringent *n.* chất cầm máu; *adj.* cầm máu

astrologer *n.* chiêm tinh gia

astrology *n.* phép/thuật chiêm tinh

astronaut *n.* phi hành gia

astronomy *n.* thiên văn học

astute *adj.* tinh khôn

asylum *n.* bệnh viện tâm thần (*mental institution*); tị nạn (*refuge*); **political** ~ *n.* tị nạn chính trị

at *prep.* ở, tại (*position*); lúc, vào lúc (*time*)

atheism *n.* thuyết vô thần

atheist *n.* người vô thần

athlete *n.* vận động viên

athletic *adj.* lực lưỡng

athletics *n./pl.* điền kinh

atlas *n.* tập bản đồ

ATM *n.* (*abbr.* **automated teller machine**) máy rút tiền

atmosphere *n.* không khí, không trung (*air*); không khí, trạng thái (*mood*)

atom *n.* nguyên tử

atom bomb *n.* bom nguyên tử

attach *v.t.* dán (*with glue*); gắn (*other than glue*); gửi kèm, gởi kèm (*to an email or letter*)

attack *n.* cuộc tấn công (*mil.*); lời công kích (*verbal*); *v.t.* tấn công, công kích

attempt *n.* sự cố gắng, sự nỗ lực; *v.t.* cố gắng, nỗ lực

attend *v.t.* dự, tham dự (*a party, a meeting, etc.*); lo, giải quyết (*to someone's needs*)

attendance *n.* số người tham dự (*at a meeting, etc.*); sự hiện diện

attendant *n.* người phục vụ; **flight ~** *n.* tiếp viên hàng không, chiêu đãi viên hàng không

attention *n.* sự chú ý, sự quan tâm; **pay ~** chú ý, quan tâm

attentive *adj.* ân cần, chú ý, quan tâm

attic *n.* gác xép

attitude *n.* thái độ

attorney *n.* luật sư

attract *v.t.* thu hút, hấp dẫn, lôi cuốn

attraction *n.* sự thu hút, sự hấp dẫn, sự lôi cuốn

attractive *adj.* duyên dáng, hấp dẫn, quyến rũ

attribute *n.* đặc điểm; *v.t.* gán cho

auction *n.* cuộc bán đấu giá; *v.t.* đấu giá

audience *n.* khán giả

audit *v.t.* kiểm tra (*accounts*); dự thính (*a class*)

audition *n.* buổi thử khả năng; *v.i.* thử khả năng

auditorium *n.* giảng đường

augment *v.t.* làm tăng thêm

August *n.* tháng tám

aunt *n.* bác (*term of address for parents' older sister[s] or woman older than one's parents*); cô (*term of address for father's younger sister or older woman who is younger than one's parents*); dì (*term of address for maternal aunt, in South*); mợ (*term of address for maternal uncle's wife*); thím (*term of address for paternal uncle's wife*)

auspices *n./pl.* sự bảo trợ

Australian *n.* người Úc, người Úc Đại Lợi; *adj.* Úc, Úc Đại Lợi

authentic *adj.* thật, thực

author *n.* tác giả

authoritarian *adj.* độc đoán, độc tài

authorities *n./pl.* giới chức trách

authority *n.* quyền lực (*power*); chuyên gia (*expert*)

authorization *n.* sự ủy quyền, sự cho phép

authorize *v.t.* ủy quyền, cho phép

autobiography *n.* tiểu sử tự thuật

autograph *n.* chữ ký

automatic *adj.* tự động

automatic transmission *n.* hệ thống sang số (xe) tự động

automation *n.* hệ thống tự động

automobile *n.* ô-tô, xe ô-tô, xe hơi

autonomous *adj.* tự trị

autonomy *n.* quyền tự trị

autopsy *n.* sự khám nghiệm tử thi

autumn *n.* mùa thu

available *adj.* có sẵn (*in stock*); có thời gian, có thì giờ (*to meet, to work, etc.*)

avenue *n.* đại lộ (*street*)

average *n.* mức trung bình, lượng trung bình; *adj.* trung bình, bình thường; **on (the) ~** *id.* tính trung bình là, trung bình

aviation *n.* ngành hàng không

avid *adj.* mê

avoid *v.t.* tránh, tránh né

awake *v.i.* thức giấc; *v.t.* đánh thức; *adj.* thức, tỉnh táo

award *n.* giải thưởng, phần thưởng; *v.t.* tặng, thưởng, tặng thưởng

aware *adj.* ý thức, biết

away *adj.* đi vắng (*absent*); xa (*distant*); *adv.* cách xa (*at a distance*)

awful *adj.* dở, tệ, bết, bết bát

awhile *adv.* một chút, một lát

awkward *adj.* vụng về (*movement*);

ngột ngạt (*atmosphere, feeling, etc.*)

ax *n.* (cái) rìu

axis *n.* trục, đường trục

axle *n.* trục xe hơi, trục xe ô-tô

B

B.A. (*abbr.* **Bachelor of Arts**) cử nhân

baby *n.* em bé

babysitter *n.* người trông trẻ em, người giữ trẻ

bachelor *n.* thanh niên độc thân

back *n.* lưng (*anat.*); đằng sau (*rear*); *adj.* sau; *adv.* về; lại (*original place*); **come ~** *v.t.* trở về, trở lại; **give ~** *v.t.* trả lại

back and forth *id.* tới lui

back down *v.i.* thối lui

backache *n.* đau lưng

backbone *n.* xương sống (*spine*); có bản lĩnh, có bản lãnh (*strength of character*)

background *n.* lý lịch, sơ yếu lý lịch, lai lịch

backpack *n.* ba-lô, túi đeo lưng

backseat *n.* băng sau, băng ghế sau

backslash *n.* dấu chéo phải (\ *on a keyboard*)

backspace *n.* nút lui (*on a keyboard*)

back-to-back *adj.* liên tục, liền nhau

back up *v.i.* lùi xe, de xe (*auto*); sao chép (*computer file*)

backup *n.* hồ sơ sao chép, hồ sơ hỗ trợ (*of a computer file*)

backward *adj./adv.* lạc hậu (*uncivilized*); lui (*in direction*)

backyard *n.* sân sau

bacteria *n.* vi khuẩn, vi trùng; **bacterial infection** *n.* nhiễm trùng

bad *adj.* kém (*inadequate*); xấu (*naughty*); có hại (*harmful*); nghiêm trọng, nặng (*severe*); đáng tiếc (*regretful*); ốm, bệnh, bịnh (*ill*)

badge *n.* huy hiệu, phù hiệu

badly *adv.* sai (*incorrectly*); nghiêm trọng, nặng (*severely*)

badminton *n.* vũ cầu, cầu lông

bag *n.* túi, bao, bị

baggage *n.* hành lý

baggy *adj.* rộng, thùng thình

baguette *n.* ổ bánh mì dài

bail *n.* tiền thế chân; *v.t.* đóng tiền thế chân (*someone out of jail*)

bait *n.* mồi (*fishing*)

bake *v.t.* nướng

baker *n.* người nướng bánh, chủ lò nướng, chủ tiệm nướng bánh

bakery *n.* hiệu bán bánh, tiệm bán bánh, lò nướng bánh

balance *n.* cân số (*unpaid difference*); *v.t.* thăng bằng (*achieve equilibrium*)

balcony *n.* ban-công, bao lơn

bald *adj.* hói

bale *n.* bó cỏ khô (*of hay*)

ball *n.* (quả) bóng, (trái) banh

ballet *n.* múa ba-lê, ba-lê

balloon *n.* (quả) bong bóng, (trái) bong bóng

ballot *n.* phiếu bầu, lá phiếu

balm *n.* cao (*medicinal*)

balmy *adj.* dễ chịu

bamboo *n.* tre; **~ shoot** *n.* măng

ban *n./v.t.* cấm

banana *n.* (quả) chuối, (trái) chuối

band *n.* ban nhạc (*musical*)

bandage *n.* băng, băng cứu thương

Band-Aid *tm.* băng (cứu thương) cá nhân

bandana *n.* khăn quấn

bandwidth *n.* tần số

bang *n.* tiếng đập (*sound*); *v.t.* đập (*a hammer, etc.*)

bank *n.* bờ (*of a river*); ngân hàng, nhà băng (*financial institution*); **~ account** *n.* trương mục ngân hàng; **~ card** *n.* thẻ ngân hàng

banker *n.* chủ ngân hàng

bankrupt *adj.* phá sản

banner *n.* lá cờ (*flag*); biểu ngữ (*slogan*)

banquet *n.* yến tiệc, đại tiệc

banyan *n.* cây đa, cây bàng

baptism *n.* lễ rửa tội

baptize *v.t.* làm lễ rửa tội

bar *n.* thanh (*metal*); quầy rượu,

quán rượu, ba (*for drinking*); cục, thỏi (*bar-shaped object*); **candy ~** *n.* thỏi kẹo; **~ of soap** *n.* thỏi xà-phòng, cục xà-bông

barbecue *n.* buổi nướng thịt; *v.t.* nướng thịt

barbed wire *n.* dây thép gai, dây kẽm gai

barber *n.* thợ hớt tóc

barbershop *n.* tiệm hớt tóc

bare *adj.* trụi, trơ trụi, trần trụi

barefoot *adj.* chân không

barely *adv.* suýt

bargain *n.* món đồ rẻ; *v.i.* mặc cả, mà cả, trả giá

bark *n.* tiếng chó sủa (*of a dog*); vỏ cây (*of a tree*); *v.i.* sủa

barn *n.* vựa

barnyard *n.* sân vựa

barrack *n.* trại lính

barrel *n.* thùng gỗ

barren *adj.* khô cằn

barrette *n.* kẹp tóc

barricade *n.* rào chắn

barrier *n.* rào cản; hàng rào mậu dịch (*trade*)

bartender *n.* nhân viên quầy rượu

barter *v.i./v.t.* trao đổi (*for goods*)

base *n.* nền móng, nền tảng (*foundation*); căn cứ (*mil.*); *v.t.* dựa vào; **touch ~** *id.* gọi hỏi thăm

baseball *n.* dã cầu, bóng chày (*game*); banh dã cầu, banh bóng chày (*ball*)

basement *n.* hầm, tầng hầm

basic *adj.* căn bản

basically *adv.* chính yếu là

basin *n.* (cái) chậu (*container*)

basket *n.* (cái) rổ

basketball *n.* bóng rổ (*game*); banh bóng rổ (*ball*)

bassinet *n.* nôi nhỏ

bat *n.* chày, gậy (*in baseball*); con dơi (*animal*)

bath *n.* tắm

bathe *v.t./v.i.* tắm

bathing suit *n.* bộ đồ bơi, bộ đồ tắm

bathrobe *n.* áo khoác tắm

bathroom *n.* phòng tắm

bathtub *n.* bồn tắm

batter *n.* bột bánh (*pancake, cake, etc.*); *v.t.* đập (*beat*)

battery *n.* pin; bình ắc-quy (*car*)

battle *n.* trận chiến; *v.t.* chiến đấu

battlefield *n.* trận địa, chiến địa, chiến trường

bay *n.* vịnh

B.C. (*abbr.* **before Christ**) trước Công Nguyên, trước Thiên Chúa Giáng Sinh

be *v.i.* là (*state*); ở (*location*); bị (*passive voice, negative*); được (*passive voice, positive*)

beach *n.* bãi biển

bead *n.* hạt, hột (*jewelry*)

beak *n.* mỏ

beam *n.* xà (*in a ceiling, etc.*)

bean *n.* đỗ, đậu; **~ sprout** *n.* giá

bear *n.* (con) gấu (*animal*) ; *v.t.* gánh vác (*weight*); sinh đẻ, sanh đẻ (*a child*); chịu đựng (*endure*); **~ with** *v.i.* kiên nhẫn, chịu đựng

beard *n.* râu quai nón

beast *n.* (con) thú

beat *n.* đánh nhịp (*music*); *v.t./v.i.* đánh (*strike*); đánh bại (*defeat*); **~ around the bush** *id.* nói quanh co, nói vòng vo

beautiful *adj.* đẹp, xinh đẹp

beauty *n.* vẻ đẹp, sắc đẹp

because *conj.* vì, bởi vì

become *v.i.* trở thành, trở nên

bed *n.* giường

bedpan *n.* (cái) bô

bed rest *n.* nằm nghỉ

bedridden *adj.* nằm liệt giường

bedroom *n.* phòng ngủ

bedtime *n.* giờ đi ngủ

bee *n.* (con) ong

beef *n.* thịt bò

beehive *n.* tổ ong

beep *n.* tiếng bíp; *v.i.* kêu bíp bíp

beer *n.* bia

beetle *n.* (con) bọ hung

before *prep.* trước, trước khi

beg *v.i.* năn nỉ

beggar *n.* người ăn mày, kẻ ăn xin

begin *v.i.* bắt đầu

beginner *n.* người mới bắt đầu

beginning *n.* lúc đầu

behalf *n.* nhân danh; **on ~ of** *id.* thay mặt, nhân danh, đại diện

behave *v.i.* cư xử

behavior *n.* cách cư xử

behind *prep./adv.* sau; đằng sau (*rear of*); sau (*after*)

beige *adj.* (màu) be

belated *adj.* trễ tràng, muộn màng

belief *n.* niềm tin

believe *v.t.* tin, tin tưởng

bell *n.* (cái) chuông

bellhop *n.* người bồi phòng

belly *n.* bụng

belong *v.i.* thuộc về, của

belongings *n./pl.* đồ đạc, vật dụng cá nhân

below *prep./adv.* dưới, bên dưới

belt *n.* dây (thắt) lưng, dây nịt (*clothing*)

bench *n.* băng ghế, ghế dài

bend *v.t.* cúi xuống, cúi lưng, cúi; **~ over backward** *id.* làm mọi cách

beneath *prep.* dưới, bên dưới

beneficial *adj.* có lợi

beneficiary *n.* người thừa hưởng

benefit *n.* lợi; *v.t.* có lợi cho

benign *adj.* nhân từ, hiền lành; lành tính (*med., e.g. tumor*)

bent *adj.* cong

beret *n.* mũ bê-rê

berry *n.* (quả) dâu, (trái) dâu

beside *prep.* bên cạnh, gần

besides *adv.* ngoài ra; *prep.* ngoài ... ra

best *adj.* nhất; *adv.* nhất; **make the ~ of** *id.* tận dụng

bestseller *n.* sách bán chạy

bet *n.* tiền cá độ, sự đánh cuộc; *v.t.* cá độ, đánh cuộc

betel leaf *n.* trầu

betel nut *n.* cau

betray *v.t.* phản bội

better *adj./adv.* hơn

better off *id.* giàu có hơn

between *prep.* giữa

beverage *n.* thức uống

beware *v.i.* đề phòng, coi chừng

beyond *prep.* vượt quá tầm (*in the abstract*); bên kia (*physically*)

bias *n.* thành kiến (*prejudice*); **on the ~** *id.* xéo, chéo, xiên (*fabric*)

biased *adj.* có thành kiến

bib *n.* (cái) yếm

Bible *n.* Kinh Thánh

bibliography *n.* thư mục, tài liệu tham khảo

bicycle *n.* xe đạp

bid *n.* sự ra giá (*auction*); *v.t.* ra giá (*price*)

big *adj.* to, lớn; to lớn (*size*); quan trọng (*importance*); lớn (*elder*)

bilingual *adj.* song ngữ

bill *n.* giấy tính tiền (*restaurant, store, etc.*); tờ (*currency*); dự luật, luật, đạo luật (*in law*)

billboard *n.* biển quảng cáo, bảng quảng cáo

billiards *n.* bi-a

billion *n.* tỷ, tỉ

bind *v.t.* bó, cột (*fasten*); ràng buộc (*obligation*)

binoculars *n./pl.* ống nhòm, ống dòm

biography *n.* tiểu sử

biological *adj.* đẻ, ruột thịt

biology *n.* sinh vật học

bird *n.* chim

birth *n.* sự sinh đẻ, sự sanh đẻ; **give ~ to** *id.* sinh ra, sanh ra

birth certificate *n.* giấy khai sinh, giấy khai sanh

birth control *n.* ngừa thai

birthday *n.* sinh nhật

birthmark *n.* (cái) bớt

birthplace *n.* nơi sinh

bit *n.* một chút, một ít (*small quantity*); **~ by ~** *id.* từng chút một

bite *n.* miếng; *v.t.* cắn

bitter *adj.* đắng (*acrid*); cay đắng (*resentful*)

bittersweet *adj.* có vị ngọt đắng

bizarre *adj.* kỳ quái

black *adj.* đen, màu đen; **in ~ and white** *id.* rõ ràng, rõ rành rành

black-and-blue *adj.* bầm tím

black belt *n.* đai đen

black eye *n.* bầm mắt

black market *n.* chợ đen

blackboard *n.* bảng phấn, bảng đen

blackout n. cúp điện (*power failure*)

blacksmith n. thợ rèn

bladder n. bọng đái, bàng quang

blade n. lưỡi dao (*of a knife*); lá cỏ (*of grass*)

blame n. tội; v.t. đổ tội

bland adj. nhạt, lạt, nhạt nhẽo, lạt lẽo

blank adj. trống, trống rỗng

blanket n. chăn, mền

blast n. luồng gió mạnh (*of wind*); vụ nổ (*from an explosion*)

blaze n. đám cháy lớn

bleach n. thuốc tẩy; v.t. tẩy

bleak adj. ảm đạm

bleed v.i. chảy máu (*blood*)

blend v.t. hòa trộn, hòa nhập

blender n. máy xay

bless v.t. phù hộ, ban phước lành

blessing n. phước, phước lành, phước đức

blind adj. mù (*lacking sight*); mù quáng (*unable to perceive*)

blindfold n. khăn bịt mắt; v.t. bịt mắt

blink v.i. chớp mắt

blister n. vết rộp, chỗ phồng da

bloc n. khối

block n. khối vuông (*toy*); dãy phố, khu phố (*city*); v.t. chặn, ngăn chặn

blond adj. tóc vàng

blood n. máu

blood pressure n. áp huyết, huyết áp

bloom v.i. nở

blossom n. hoa, bông, bông hoa

blouse n. áo sơ-mi phụ nữ

blow v.i./v.t. thổi (*wind, an instrument*); hỉ (*one's nose*); ~ **up** v.t. nổ, bùng nổ, nổi giận

blow-dryer n. máy sấy tóc

blue adj. (màu) xanh; (màu) xanh da trời (*sky blue*); (màu) xanh dương, (màu) xanh nước biển (*ocean blue*); **out of the ~** id. bỗng nhiên

blue-collar adj. lao động chân tay

blue jeans n./pl. quần jean, quần bò

blueprint n. sơ đồ

blunt adj. cùn (*dull*); thẳng, bốp chát (*frank*)

blur v.t. mờ

blurry adj. mờ

blush v.i. đỏ mặt

board n. tấm bảng (*chalkboard*); tấm ván (*game, wood, cutting, etc.*); ban (*of directors*); v.t. lên (*a bus, a train, etc.*); **across the ~** id. đồng đều

board game n. môn đấu cờ

boarding pass n. vé/thẻ lên máy bay

boarding school n. trường nội trú

boast v.i. khoe khoang, khoác lác

boat n. thuyền, ghe; **in the same ~** id. đồng cảnh ngộ, cùng chung hoàn cảnh

boat people n./pl. thuyền nhân

body n. thân thể

body language n. ngôn ngữ điệu bộ

boil n. ung nhọt (*on the skin*); v.t. đun sôi, nấu sôi (*water*); luộc (*meat, vegetables, etc.*)

boiling adj. sôi

bold adj. can đảm, gan dạ (*courageous*); cả gan (*impudent*)

boldface n./adj. in đậm

bolt n. then, chốt; cuộn vải (*of fabric*); v.t. cài then, cài chốt (*a door*)

bomb n. bom; v.t. dội bom, ném bom

bond n. mối quan hệ (*with a person*); quốc trái (*in finance*)

bone n. xương

bone marrow n. tủy xương

bonsai n. cây cảnh lùn

bonus n. tiền thưởng

bon voyage interj. thượng lộ bình an

book n. (quyển) sách, (cuốn) sách; v.t. đặt phòng khách sạn (*a hotel room*); đặt vé máy bay (*a plane ticket*)

bookcase n. tủ sách, kệ sách

bookseller n. chủ hiệu sách, chủ tiệm sách, người bán sách

bookstore n. hiệu sách, tiệm sách

boot n. giày bốt, giày ống, giày ủng

booth n. quầy hàng, gian hàng (*at a market*)

border n. biên giới (*of a country*); viền (*of paper*)

boring adj. chán, nhàm chán

born *adj.* sinh (ra), sanh (ra);
  foreign~ *adj.* sinh ra ở nước ngoài,
  sanh ra ở ngoại quốc

borrow *v.t.* mượn

boss *n.* sếp, ông sếp (*male*), bà sếp
  (*female*); thủ trưởng

botanical *adj.* thực vật

botanical garden *n.* vườn thảo mộc,
  vườn thực vật

both *adj./pron.* cả hai

bother *v.t.* làm phiền, quấy rầy

bottle *n.* chai; *v.t.* đóng chai

bottom *n.* đáy

boulder *n.* khối đá, tảng đá

boulevard *n.* đại lộ

bounce *v.t./v.i.* dội

boundary *n.* đường biên giới

bourgeois *adj.* tư sản

bourgeoisie *n.* giai cấp tư sản

boutique *n.* hiệu, tiệm

bow *n.* (cái) cung (*archery*); *v.t.* lạy
  (*worship*); **take a ~** *id.* cúi chào

bowel movement *n.* đại tiện, đi cầu

bowl *n.* bát, chén, tô

bowling alley *n.* chỗ chơi bô-linh

bow tie *n.* nơ

box *n.* hộp, thùng giấy (*container*);
  v.i. đấu quyền Anh, đánh bốc, đấm
  bốc (*sport*)

boxing *n.* quyền Anh, đánh bốc, đấm
  bốc

boy *n.* con trai

boycott *v.t.* tẩy chay

boyfriend *n.* bạn trai

bracelet *n.* vòng đeo tay

braces *n./pl.* niềng răng (*for teeth*)

brag *v.i.* khoe khoang, khoác lác

braid *n.* bím tóc; *v.t.* thắt bím

brain *n.* óc, trí óc

brainstorm *n.* cuộc bàn thảo; *v.i.* bàn
  thảo, động não

brake *n.* (cái) phanh, (cái) thắng;
  v.t. phanh, thắng

branch *n.* cành cây, nhánh cây (*of a
  tree*); chi nhánh (*subdivision*)

brand name *n.* nhãn hiệu

brass *n.* đồng thau

brave *adj.* can đảm, dũng cảm

bread *n.* bánh mì

break *n.* nghỉ giải lao (*rest*); *v.t./v.i.*
  gãy (*bone*); vỡ (*glass*); bị hỏng, bị
  hư (*become inoperable*); **~ up** *v.i.*
  chia tay (*as a couple*)

breakfast *n.* bữa điểm tâm, bữa ăn
  sáng, bữa sáng

breast *n.* ngực, vú

breastfeed *v.t.* cho bú sữa mẹ

breath *n.* hơi thở; **out of ~** *id.* hụt hơi

breathe *v.i.* thở

breeze *n.* luồng gió nhẹ

bribe *n.* món hối lộ; *v.t.* hối lộ

brick *n.* gạch

bricklayer *n.* thợ nề

bride *n.* cô dâu

bridegroom *n.* chú rể

bridesmaid *n.* cô phù dâu

bridge *n.* cây cầu (*over a river*)

brief *adj.* ngắn gọn

briefcase *n.* cặp đựng giấy tờ

bright *adj.* sáng, sáng sủa, tươi sáng

brilliant *adj.* sáng rực, rực rỡ, chói lọi

bring *v.t.* mang, đem

British *n./pl.* người Anh, người Ăng
  Lê; *adj.* Anh, Ăng Lê

brittle *adj.* giòn, dễ vỡ

broad *adj.* rộng

broadcast *v.t./v.i.* phát thanh, truyền
  hình; *n.* chương trình phát thanh,
  chương trình truyền hình, buổi
  phát thanh, buổi truyền hình

brocade *n.* gấm

broken *adj.* hỏng, hư (*inoperable*);
  gãy (*bone*); vỡ (*glass*)

bronchitis *n.* sưng cuống phổi, viêm
  cuống phổi, viêm phế quản

bronze *n.* đồng; *adj.* bằng đồng

broom *n.* cây chổi

broth *n.* nước lèo

brother *n.* anh (*older*); em trai
  (*younger*)

brother-in-law *n.* anh rể (*husband
  of older sister*); em rể (*husband of
  younger sister*); anh vợ (*wife's
  older brother*); em vợ (*wife's
  younger brother*)

brown *adj.* màu nâu

browse *v.i.* xem qua, đọc lướt, đọc
  lướt qua

browser *n.* trang tra cứu (*computer*)

bruise *n.* vết bầm, vết thâm; *v.t.* bị bầm, bị bầm tím, bị thâm tím

brunette *adj.* có tóc nâu

brush *n.* (cái) bàn chải; *v.t.* chải

brutal *adj.* hung ác

bubble *n.* bọt

bucket *n.* (cái) xô, (cái) thùng để xách nước

Buddha *n.* Phật, Đức Phật, Phật tổ

Buddhism *n.* đạo Phật

Buddhist *n.* Phật tử, người theo đạo Phật

budget *n.* ngân sách, ngân quỹ

buffalo *n.* (con) bò rừng, (con) trâu

buffet *n.* bữa ăn tự phục vụ (*meal*)

bug *n.* (con) bọ (*insect*); siêu vi khuẩn, con vi-rút (*virus*)

build *v.t.* xây cất, xây dựng

building *n.* tòa nhà, tòa buyn-đinh

bulb *n.* bóng đèn (*light*)

bullet *n.* viên đạn

bump *n.* đụng; ~ **into** *v.i.* đụng phải (*physically or by chance*); tình cờ gặp (*by chance*)

bumpy *adj.* gồ ghề, lồi lõm; bị nhồi lên nhồi xuống

bun *n.* bánh mì tròn (*bread*); búi tóc (*hair*)

bundle *n.* bó

bureau *n.* bàn giấy (*furniture*); nha, sở (*department*)

bureaucracy *n.* hành chính quan liêu, nạn cửa quyền

bureaucrat *n.* tay quan liêu

bureaucratic *adj.* quan liêu

Burmese *n.* người Miến Điện (*person*); tiếng Miến Điện (*language*); *adj.* Miến Điện

burn *v.t.* đốt, cháy; *n.* vết phỏng, vết bỏng (*injury*)

burp *n./v.i.* ợ

bury *v.t.* chôn, chôn cất, chôn dấu

bus *n.* xe buýt

business *n.* kinh doanh

business school *n.* trường kinh doanh

busy *adj.* bận, bận rộn

busy signal *n.* tín hiệu báo bận

but *conj.* nhưng, nhưng mà, mà

butcher *n.* người bán thịt, đồ tể

butter *n.* bơ

butterfly *n.* (con) bướm, (con) bươm bướm

button *n.* nút áo, cúc (*on clothing*); nút (*on a machine*); *v.t.* cài nút, cài cúc

buttonhole *n.* lỗ gài cúc áo, lỗ gài nút

buy *v.t.* mua

buyer *n.* người mua, khách hàng

by *prep./adv.* gần (*near*); bằng (*means of transportation*); của (*author*); qua, ngang qua (*past*)

C

cab *n.* tắc-xi, xe tắc-xi

cabin *n.* túp lều, ca-bin

cabinet *n.* tủ đựng bát đĩa, tủ chén đĩa (*furniture*); nội các (*gov.*)

cable *n.* dây cáp

cadre *n.* cán bộ (*SRV*)

café *n.* quán cà-phê; tiệm ăn nhỏ

cafeteria *n.* tiệm ăn tự phục vụ, căng-tin

caffeine *n.* chất cà-phê-in

cage *n.* lồng (*for birds*); chuồng, cũi

cake *n.* bánh ngọt

calcium *n.* chất vôi, chất can-xi

calculate *v.t.* tính

calculation *n.* sự tính toán

calculator *n.* máy tính

calendar *n.* lịch, tấm lịch, cuốn lịch

calf *n.* bắp chuối, bắp chân (*anat.*); (con) bê (*animal*)

call *n.* cú điện thoại; *v.t.* gọi, gọi điện thoại, gọi điện (*on the telephone*); ~ **back** *v.i.* gọi lại

calligraphy *n.* chữ viết, thư pháp

calm *adj.* bình tĩnh (*person*); yên tịnh (*atmosphere*); *v.t./v.i.* trấn tĩnh

Cambodian *n.* người Cam Bốt, người Miên, người Cao Miên; *adj.* Cam bốt, Miên, Cao Miên

camcorder *n.* máy quay phim

camel *n.* (con) lạc đà

camera *n.* máy ảnh, máy hình; **digital** ~ *n.* máy ảnh kỹ thuật số, máy hình kỹ thuật số

camouflage *n.* sự ngụy trang (*disguise*); quần áo ngụy trang (*clothing*); *v.t.* ngụy trang

camp *n.* trại; *v.i.* cắm trại

campaign *n.* cuộc vận động (*political*); chiến dịch (*military*)

campground *n.* khu cắm trại

campsite *n.* địa điểm cắm trại

campus *n.* khuôn viên

can *n.* (cái) lon; *aux. v.* có thể

Canadian *n.* người Ca-Na-Đa, người Gia Nã Đại; *adj.* Ca-Na-Đa, Gia Nã Đại

canal *n.* kênh

cancel *v.t.* hủy bỏ

cancellation *n.* sự hủy bỏ

cancer *n.* ung thư, bệnh ung thư

candid *adj.* thẳng thắn, trung thực

candidate *n.* ứng cử viên (*political*)

candle *n.* nến, đèn cầy

candlestick *n.* chân nến, chân đèn cầy

candy *n.* kẹo

cane *n.* gậy (*walking stick*); cây mía (*sugarcane*)

cannon *n.* khẩu đại bác, khẩu cà-nông, súng cà-nông

canoe *n.* thuyền, xuồng

canteen *n.* bình (*flask*); căng-tin (*cafeteria*)

Cantonese *n.* tiếng Quảng Đông

canvas *n.* vải bố

canyon *n.* thung lũng sâu, thung lũng vách đứng

cap *n.* mũ lưỡi trai, nón (*hat*); nắp (*lid*)

capable *adj.* có khả năng

capacity *n.* sức chứa

cape *n.* khăn choàng (*clothing*); mũi (*geog.*)

capital *n.* thủ đô (*of a state, of a country*); vốn (*finance*); chữ viết hoa (*uppercase letter*)

capitalism *n.* chủ nghĩa tư bản

capitalize *v.t.* viết hoa

capsule *n.* viên, viên thuốc (hình con nhộng) (*of medicine*)

captain *n.* đại úy (*mil.*); phi công trưởng (*of an airplane*); hạm trưởng (*of a ship*)

car *n.* ô-tô, xe ô-tô, xe hơi (*auto*); toa, toa xe, toa xe lửa (*train*)

carbohydrate *n.* chất tinh bột

carcass *n.* xác thú (vật)

card *n.* tấm danh thiếp (*business*); lá bài (*playing*); thiệp (*greeting*)

cardboard *n.* cạc-tông, bìa cứng

care *n.* sự chăm sóc; *v.i.* chăm sóc, trông nom; **take ~ of** *id.* chăm sóc, trông nom

career *n.* sự nghiệp

careful *adj.* cẩn thận

careless *adj.* bất cẩn

cargo *n.* hàng hóa

carnival *n.* hội hè

carpenter *n.* thợ mộc

carpet *n.* tấm thảm

carrot *n.* (củ) cà-rốt

carry *v.t.* mang, khiêng

carry-on *n.* hành lý xách tay

car seat *n.* ghế trẻ em trên xe hơi

carsick *adj.* bị say xe

cart *n.* xe đẩy

cartilage *n.* sụn

carton *n.* hộp (*of milk*); tút (*of cigarettes*)

cartoon *n.* tranh biếm họa

cartridge *n.* ống mực (*ink*)

carve *v.t.* khắc

carving *n.* hình khắc

case *n.* vụ (*legal*); thùng (*container*); **in any ~** *id.* dù sao (di chẳng nữa); **in ~** *id.* (lỡ) trong trường hợp

cash *n.* tiền mặt; *v.t.* lấy tiền mặt

cashier *n.* thu ngân viên

cash machine *n.* máy rút tiền

casino *n.* sòng bạc

cask *n.* thùng rượu

cassette *n.* băng cát-xét

cast *n.* thành phần diễn viên (*of a movie, play, etc.*); *v.t.* quăng (*a fishing line*)

castle *n.* lâu đài

casual *adj.* thoải mái

casualty *n.* thương vong, kẻ tử nạn

cat *n.* (con) mèo; Mão (*in Vietnamese zodiac*)

catalog *n.* (quyển) ca-ta-lô, (cuốn) ca-ta-lô

cataract n. bệnh mắt có cườm, bệnh hạt cườm

catch v.t./v.i. bắt; ~ **up** v.i. bắt kịp, đuổi kịp

caterpillar n. (con) sâu bướm

catfish n. cá bông lau

cathedral n. nhà thờ lớn, giáo đường

Catholic n. tín đồ Công giáo; adj. Công giáo

Catholicism n. Công giáo

cattle n. trâu bò

cauldron n. (cái) vạc

cause n. nguyên nhân; chính nghĩa (political); v.t. gây ra

caution n. sự cẩn trọng, sự thận trọng

cautious adj. thận trọng

cave n. hang

CD (abbr. **compact disc**) đĩa CD; ~ **player** n. máy chạy/chơi đĩa CD

cease v.i. ngừng

cedar n. cây tùng

ceiling n. trần nhà

celebrate v.t./v.i. ăn mừng

celebration n. tiệc mừng

cell n. tế bào (in biology); xà lim (jail)

cellar n. hầm; hầm rượu (wine)

cello n. hồ cầm

cell(ular) phone n. điện thoại di động, điện thoại cầm tay

Celsius adj. độ C

cement n. xi-măng

cemetery n. nghĩa địa

censor v.t. kiểm duyệt

censorship n. sự kiểm duyệt

cent n. xu

center n. trung tâm

centigrade adj. tính theo độ bách phân

centimeter n. xăng-ti-mét, phân

centipede n. (con) rết

central adj. trọng tâm (issue, etc.); trung ương (committee)

centralize v.t. tập trung

century n. thế kỷ

ceramic n. đồ gốm; adj. gốm, sành

cereal n. hạt ngũ cốc (grain); ngũ cốc (breakfast food)

ceremony n. nghi lễ

certain adj. tin (confident); chắc chắn, bảo đảm, đảm bảo (indisputable)

certificate n. giấy chứng nhận; **birth** ~ n. giấy khai sinh, giấy khai sanh

certify v.t. xác nhận, chứng nhận

Cesarean section (C-section) n. sinh (bằng) mổ, sanh (bằng) mổ

chain n. dây (mountain); dây xích (bike)

chain saw n. (cái) cưa xích, (cái) cưa máy

chair n. ghế

chalk n. phấn

challenge n. sự thách thức, sự thách đố; v.t. thách thức, thách đố

chameleon n. (con) kỳ nhông

champagne n. sâm-banh

champion n. vô địch, nhà vô địch, kiện tướng

championship n. chức vô địch

chance n. cơ hội, dịp

change n. sự thay đổi (alteration); tiền cắc (coins); tiền thối lại (balance due); v.t./v.i. thay đổi; thay quần áo (clothes); đổi tiền (money); đổi (planes, trains, buses, etc.)

changing room n. phòng thay quần áo, phòng thay đồ

channel n. eo biển (geog.); kênh, đài (television)

chant n. lời ca, lời tụng niệm; v.t./v.i. ca, tụng, tụng niệm

chaotic adj. hỗn loạn

chapel n. nhà thờ nhỏ

chaperone n. người (đi theo để) trông chừng; v.t. đi theo để trông chừng

chapter n. chương

character n. nhân vật (in a story); bản chất, tính tình, cá tính (of a person)

characteristic n. đặc điểm; adj. đặc trưng

charcoal n. than chì

charge n. lệ phí (fee); v.t. tính tiền (ask a price); trả bằng thẻ tín dụng (use a credit card)

charity n. từ thiện

charm n. sự duyên dáng (of a person);

món trang sức nhỏ (*trinket*); *v.t.* mê hoặc

charming *adj.* duyên dáng (*women*); lôi cuốn (*men*)

chart *n.* biểu đồ; *v.t.* hoạch định chi tiết

charter *n.* bao chuyến, du lịch kiểu bao chuyến (*type of tour or trip*); *v.t./adj.* bao chuyến (*lease*)

chase *n.* sự rượt bắt; *v.t.* rượt bắt, theo đuổi

chassis *n.* khung xe

chat *n./v.i.* nói chuyện phiếm, tán gẫu

chatter *n./v.i.* nói huyên thuyên

cheap *adj.* rẻ

cheat *v.t./v.i.* lừa, lừa đảo, gian lận

check *n.* tờ ngân phiếu, tờ chi phiếu (*bank*); giấy tính tiền (*restaurant*); dấu (*mark*); *v.t.* tìm (*search through*); kiểm tra (*inspect*); đánh dấu (*to mark*); gửi hành lý, gởi hành lý (*baggage, onto a plane*); ~ **e-mail** *v.t.* đọc điện tử thư; ~ **in** *v.i.* làm thủ tục, đăng ký (*at a hotel, for a flight*); ~ **out** *v.i.* trả phòng (*of a hotel*)

checkbook *n.* quyển chi phiếu, cuốn chi phiếu, quyển ngân phiếu, cuốn ngân phiếu

checked *adj.* sọc ca-rô

checking account *n.* trương mục chi phiếu/tiêu, công chi (phiếu/tiêu)

checkmate *n.* sự chiếu bí

checkpoint *n.* trạm kiểm soát

checkup *n.* khám sức khỏe tổng quát

cheek *n.* (cái) má

cheekbone *n.* gò má

cheer *v.i.* hoan hô, cổ vũ

cheese *n.* phô-mai, phó-mát

chef *n.* đầu bếp

chemical *n.* chất hóa học; *adj.* hóa học

chemistry *n.* hóa học

chemotherapy *n.* hóa trị

cherish *v.t.* quý mến

chess *n.* cờ tướng (*Chinese*); cờ quốc tế (*International*)

chessboard *n.* bàn cờ

chess piece *n.* quân cờ

chest *n.* tủ (*container*); ngực (*anat.*)

chest of drawers *n.* tủ có ngăn kéo, tủ có hộc (*container*)

chest pains *n./pl.* đau ngực (*med.*)

chew *v.t.* nhai

chewing gum *n.* kẹo sinh-gôm, kẹo cao su

chick *n.* (con) gà con

chicken *n.* gà (*animal*); thịt gà (*food*)

chief *n.* sếp, thủ trưởng

child (*see* **children** *n./pl.*) *n.* con, đứa trẻ

childhood *n.* thời thơ ấu

childish *adj.* ấu trĩ, trẻ con

child labor *n.* lao động trẻ em

childproof *adj.* an toàn cho trẻ em

children *n./pl.* con, con cái, trẻ em

chili pepper *n.* (quả) ớt, (trái) ớt

chill *n.* cơn ớn lạnh; *v.t.* làm lạnh

chilly *adj.* lạnh giá

chimney *n.* lò sưởi

chin *n.* cằm

china *n.* đồ sứ

Chinese *n.* tiếng Tàu, tiếng Hoa, tiếng Trung Hoa, tiếng Trung Quốc (*language*); người Tàu, người Trung Hoa, người Hoa, người Trung Quốc (*person*); *adj.* Tàu, Hoa, Trung Hoa, Trung Quốc

Chinese character *n.* chữ Hoa, chữ Tàu, chữ Hán, chữ Nho (*writing*)

chip *n.* miếng (*small piece*); mảnh vỡ (*damage*); con chip (*computer*); *v.t.* bị nứt (*damage*); ~ **in** *v.i.* đóng góp

chiropractor *n.* bác sĩ chỉnh xương

chisel *n.* (cái) đục; *v.t.* đục, đẽo

chocolate *n.* sô-cô-la

choice *n.* sự chọn lựa, sự lựa chọn (*selection*); cách (*option*)

choir *n.* đội hợp xướng, ca đoàn

choke *v.t.* nghẹn, mắc nghẹn

cholesterol *n.* mỡ trong máu, chất cô-lét-tơ-rôn

choose *v.t./v.i.* chọn, chọn lựa, lựa chọn

chop *v.t.* chặt; ~ **down** *v.t.* chặt cây, đốn cây, hạ cây (*a tree*)

chopstick *n.* (chiếc) đũa; ~**s** *n./pl.* đũa, đôi đũa

chorus *n.* hợp ca

Christ *n.* Chúa Giê-xu

christen *v.t.* rửa tội (*a baby*); đặt tên (*a ship*)

Christian *n.* tín đồ Thiên Chúa Giáo, tín đồ Ki Tô Giáo; *adj.* Thiên Chúa Giáo, Ki Tô Giáo

Christianity *n.* Thiên Chúa Giáo, Ki Tô Giáo, Cơ Đốc Giáo

Christmas *n.* Giáng Sinh, Nô-en; ~ **Eve** *n.* đêm Giáng Sinh, đêm Nô-en; ~ **tree** *n.* cây Giáng Sinh, cây Nô-en; ~ **card** *n.* thiệp Giáng Sinh, thiệp Nô-en; ~ **present** *n.* quà Giáng Sinh, quà Nô-en

chronic *adj.* kinh niên

chrysanthemum *n.* hoa cúc, bông cúc

church *n.* nhà thờ

cigar *n.* điếu xì-gà

cigarette *n.* điếu thuốc lá

cinder *n.* tàn than

cinema *n.* phim, phim xi-nê, rạp xi-nê, rạp chiếu bóng

cinnamon *n.* quế

circle *n.* vòng tròn, hình tròn; nhóm bạn hữu (*of friends*)

circuit *n.* tuyến (*journey*); dòng điện (*electrical*)

circulate *v.t.* lưu hành, phát hành (*a magazine, a pamphlet, etc.*); *v.i.* lưu thông (*blood*)

circulation *n.* sự lưu hành, sự phát hành (*of a magazine, a pamphlet, etc.*); sự lưu thông của máu, sự tuần hoàn của máu (*of blood*)

circumference *n.* chu vi

circumcise *v.t.* cắt da quy đầu

circumstance *n.* hoàn cảnh, tình huống

circus *n.* xiệc, xiếc, gánh xiệc, gánh xiếc

cite *v.t.* trích dẫn (*quote*); đề cập (*mention*); phạt (*ticket*)

citizen *n.* công dân

citizenship *n.* công dân

city *n.* thành phố

city hall *n.* tòa đô chính, tòa đô chánh, tòa thị chính, tòa thị chánh, tòa đô sảnh

civilian *n.* thường dân

civilization *n.* văn minh

civil rights *n./pl.* dân quyền

civil war *n.* cuộc nội chiến

claim *n.* đòi tiền (*demand for payment*); đòi quyền lợi (*right*); *v.t.* khẳng định (*assert*)

clam *n.* (con) sò

clan *n.* dòng họ, đại gia đình, gia tộc

clap *v.t.* vỗ (tay)

clarify *v.t.* nói rõ, thanh minh

class *n.* lớp, lớp học (*school*); giai cấp (*social*)

classical *adj.* cổ điển

classical music *n.* nhạc cổ điển

classifier *n.* loại từ (*language*)

classify *v.t.* phân loại, xếp loại

classmate *n.* bạn cùng lớp, bạn học

classroom *n.* phòng học

class struggle *n.* đấu tranh giai cấp

claustrophobia *n.* bệnh sợ nơi chật hẹp, ngột ngạt

claw *n.* càng (*crab, lobster, etc.*); móng, móng vuốt (*bear, tiger, etc.*)

clay *n.* đất sét

clean *adj.* sạch, sạch sẽ; *v.t.* tẩy sạch (*clothes*); dọn dẹp (*house*)

cleaner *n.* người quét dọn (*person*); bột giặt, thuốc tẩy (*product*)

clear *adj.* trong (*sky, water, etc.*); láng (*skin*); trong (*easily seen*); dễ hiểu (*easily understood*); *v.t.* dọn bàn (*table*); dọn đường (*path*); vỡ hoang (*land*)

clear-cut *adj.* rõ ràng; rõ nét; *v.t.* khai hoang, phá rừng

clergy *n.* giới tu sĩ

clergyman *n.* tu sĩ

clerk *n.* thư ký, nhân viên

clever *adj.* thông minh, nhanh trí

cliché *n.* sáo ngữ

client *n.* khách hàng, thân chủ

cliff *n.* vách đá

climate *n.* khí hậu

climax *n.* cao điểm, tuyệt đỉnh

climb *n.* leo dốc, leo núi; *v.t.* leo; *v.i.* leo núi (*a mountain*)

cling *v.i.* bám vào, bám víu

clinic *n.* bệnh xá

clip *n.* kẹp, ghim (*clasp*); *v.t.* cắt tỉa (*cut or trim*)

clock *n.* đồng hồ; đồng hồ để bàn (*desk*); đồng hồ treo tường (*wall*)

close *adj.* giống, tương tự; (*similar*); gần (*proximity*); thân (*friend*); *v.t.* đóng cửa (*door*); nhắm mắt (*one's eyes*); ngậm miệng, khép miệng (*one's mouth*); *v.i.* đóng cửa (*store*)

closed *adj.* đóng cửa

closet *n.* tủ; kho (*walk-in*)

cloth *n.* vải

clothe *v.t.* mặc quần áo

clothes *n./pl.* quần áo

clothing *n.* quần áo

cloud *n.* mây

cloudy *adj.* đầy mây, nhiều mây

clown *n.* tên hề, anh hề, thằng hề

club *n.* (cây) gậy (*stick*); (con) chuồn (*card suit*); hội, câu lạc bộ (*organization*)

clue *n.* mối, manh mối, đầu mối

clumsy *adj.* vụng về

cluster *n.* nhóm (*of people*); cụm, bụi (*of trees*); *v.i.* tụ, tụ tập

clutch *n.* bàn đạp (*auto*); *v.t.* ôm chặt (*hold tightly*)

coach *n.* xe ngựa (*carriage*); huấn luyện viên (*sports*); hạng thường (*airline class*)

coal *n.* than

coalition *n.* liên hiệp

coarse *adj.* sần sùi (*skin*); thô (*fabric*); thô kệch (*manners, language*)

coast *n.* bờ biển

coat *n.* áo khoác (*garment*)

cobweb *n.* màng nhện

cock *n.* (con) gà trống (*rooster*)

cockfight *n.* đá gà

cockpit *n.* buồng lái

cockroach *n.* (con) gián

cocktail *n.* rượu cốc-tai

cocoa *n.* bột ca cao

coconut *n.* (quả) dừa, (trái) dừa

coconut palm *n.* cây dừa

cocoon *n.* kén tằm (*silkworm*)

cod *n.* cá thu

C.O.D. (*abbr.* **cash on delivery**) trả tiền khi giao hàng

code *n.* bộ luật (*law*)

coffee *n.* cà-phê

coffee bean *n.* hạt cà-phê, hột cà-phê, cà phê hột

coffee filter *n.* (cái) lọc cà-phê

coffeemaker *n.* máy pha cà-phê

coffeepot *n.* (cái) ấm cà-phê

coffee shop *n.* quán cà-phê

coffin *n.* quan tài

coil *n.* cuộn dây thừng (*rope*)

coin *n.* đồng cắc

coincide *v.i.* trùng hợp

coincidence *n.* sự trùng hợp

coincidental *adj.* trùng hợp

colander *n.* (cái) chao

cold *n.* cái lạnh, cái giá rét (*sensation*); cảm (*illness*); *adj.* lạnh (*temperature*); lạnh lùng (*unfriendly*); **catch ~** *id.* bị cảm

cold sore *n.* lở (miệng)

Cold War *n.* Chiến Tranh Lạnh

collaborate *v.i.* cộng tác

collaboration *n.* sự cộng tác

collaborator *n.* kẻ cộng tác với địch (*enemy*); cộng tác viên (*literary*)

collapse *v.i.* sụp, đổ, sụp đổ (*building*); quỵ ngã, suy sụp (*person*)

collar *n.* cổ áo (*of a shirt*); vòng cổ (*of a pet*)

collect *v.t.* thu (*money, tickets*); thu thập (*data*); sưu tầm (*as a hobby*); **call ~** gọi điện thoại (do) người nhận trả tiền

collection *n.* tuyển tập (*of short stories*); bộ sưu tầm, bộ sưu tập (*of coins, stamps, etc.*)

collective farm *n.* nông trường tập thể

college *n.* đại học, cao đẳng

collide *v.i.* tông, đụng

collision *n.* vụ tông xe, vụ đụng xe

colon *n.* ruột già (*anat.*); dấu hai chấm (:)

colonel *n.* đại tá

colonial *adj.* thuộc địa, thực dân

colonialism *n.* chủ nghĩa thực dân

colony *n.* thuộc địa

color *n.* màu; *v.t.* tô màu (*with crayons*)

color TV *n.* truyền hình màu, TV màu, vô tuyến màu

colorful *adj.* nhiều màu sắc, phong phú

coloring book *n.* sách tô màu

column *n.* cột (*pillar; of text*); cột báo (*e.g. editorial, as in a newspaper*)

comb *n.* (cái) lược; *v.t.* chải

combination *n.* sự kết hợp

combine *v.t.* kết hợp

come *v.i.* đến; ~ **along** *v.t.* đi theo; ~ **apart** vỡ ra, bể; ~ **back** *v.t.* trở lại; ~ **from** xuất xứ; ~ **down with** *v.t.* bị (*illness*); ~ **in** *v.t.* mời vào; ~ **on** *v.t.* nhanh lên (*hurry*); làm ơn, thôi mà (*please*); bắt đầu phát thanh, bắt đầu phát sóng (*broadcast*)

comedy *n.* hài kịch

comfort *n.* sự an ủi; *v.t.* an ủi

comfortable *adj.* thoải mái, dễ chịu

comic *n.* tranh hí họa; ~ **book** *n.* quyển truyện tranh; ~ **strip** *n.* truyện tranh thường kỳ

comma *n.* dấu phẩy, dấu phết (,)

command *n.* mệnh lệnh; *v.t.* ra lệnh

commemorate *v.t.* tưởng niệm

commence *v.i.* bắt đầu

comment *n.* lời nhận xét, lời bình luận; *v.t.* nhận xét, bình luận

commentary *n.* lời bình luận, bài bình luận, lời nhận định, bài nhận định

commerce *n.* thương mại

commercial *n.* mục quảng cáo (*on television*); *adj.* quảng cáo

commercialize *v.t.* thương mại hóa

commission *n.* ủy hội, hội đồng, ban đặc trách, nhóm đặc nhiệm (*group*); việc giao khoán (*job*); tiền hoa hồng, tiền huê hồng (*in sales*)

commitment *n.* sự kiên quyết

committee *n.* ủy ban

commodity *n.* món hàng

common *adj.* thông thường (*usual*); chung, cùng chung (*shared*)

communal *adj.* tập thể

communal house *n.* đình, đình làng

commune *n.* công xã

communicate *v.t./v.i.* trao đổi thông tin, liên lạc

communication *n.* sự thông tin liên lạc, mối giao tiếp

communism *n.* chủ nghĩa cộng sản

communist *n.* đảng viên đảng cộng sản; *adj.* cộng sản

community *n.* cộng đồng

compact *n.* xe ô-tô gọn, xe hơi gọn (*car*); *adj.* gọn

compact disc (CD) *n.* đĩa CD, dĩa CD

compact disc (CD) player *n.* máy chạy/chơi đĩa CD, máy chạy/chơi dĩa CD

companion *n.* bạn đồng hành

companionship *n.* tình bạn đồng hành

company *n.* công ty (*business*)

compare *v.t.* so sánh

comparison *n.* sự so sánh

compartment *n.* ngăn

compass *n.* la bàn

compassion *n.* lòng trắc ẩn, sự thương cảm

compatible *adj.* hợp tính, hợp nhau (*people*)

compensation *n.* tiền thù lao (*for work*); tiền bồi thường (*for damages, injuries, or loss*)

competence *n.* khả năng

competent *adj.* có khả năng

competition *n.* sự cạnh tranh, sự ganh đua

competitive *adj.* cạnh tranh gay go

complain *v.i.* phàn nàn, than phiền, khiếu nại

complaint *n.* lời than phiền (*verbal*); đơn khiếu nại (*form*)

complete *adj.* hoàn toàn, đầy đủ; *v.t.* hoàn tất, hoàn thành

complex *n.* khu nhà cho thuê (*apartment*); *adj.* phức tạp

complicate *v.t.* phức tạp hóa, làm phức tạp

complicated *adj.* phức tạp

compliment *n.* lời khen, lời khen ngợi; *v.t.* khen, khen ngợi

comply v.i. theo đúng

compose v.t. soạn nhạc (*music*); làm thơ (*poetry*); viết văn (*prose*); viết luận (*essay*)

composition n. tác phẩm (*of music*); bài luận (*essay*)

compost n. chất mùn; v.t. biến thành chất mùn, tạo thành chất mùn

compound n. hợp chất (*chemistry*); khu (*of buildings*)

comprehensive adj. tổng quát, bao quát

comprise v.t. bao gồm; **be ~d of** id. bao gồm

compromise n. sự thỏa hiệp; v.t./v.i. thỏa hiệp

computer n. máy vi tính, máy điện toán; **personal ~** n. máy vi tính, máy điện toán (*desktop*); máy điện toán sách tay, máy vi tính xách tay (*laptop*)

computerize v.t./v.i. đưa vào máy điện toán, trang bị máy vi tính

comrade n. đồng chí

conceal v.t. giấu, che dấu

conceited adj. kiêu ngạo

concentrate v.i. tập trung

concentration n. sự tập trung

concentration camp n. trại tập trung

concept n. khái niệm

concern n. mối lo lắng (*worry*); mối quan tâm (*care*); v.t. lo lắng (*worry*); quan tâm (*care*); liên quan, ảnh hưởng (*affect*)

concert n. buổi hòa nhạc, chương trình ca nhạc

concierge n. quản lý khách sạn

concise adj. rút gọn, súc tích

conclude v.t. kết luận

conclusion n. kết luận

concrete n. bê-tông

concussion n. chấn thương

condemn v.t. kết tội

condition n. điều kiện (*prerequisite*); trạng thái (*state*); tình hình sức khỏe, điều kiện sức khỏe (*health*)

condolences n./pl. lời chia buồn, phân ưu

condom n. bao cao su (ngừa thai)

condominium n. căn công-đô, căn chung cư

conduct n. cách cư xử; v.t. cư xử (*behave*); dẫn, hướng dẫn (*direct*)

conductor n. nhạc trưởng (*music*); tài xế (*train, streetcar*)

cone n. quả thông, trái thông (*of a pine tree*); hình (chóp) nón (*shape*)

conference n. hội nghị

confess v.t. thú thật (*reveal to*); thú tội (*a crime*); xưng tội (*a sin*)

confession n. lời thú tội (*of a crime*); lời xưng tội (*religious*)

confidence n. sự tự tin

confident adj. tự tin

confirm v.t. xác nhận

confirmation n. sự xác nhận

conflict n. sự xung đột, sự xung khắc

confuse v.t. làm bối rối, làm rối loạn, làm lúng túng

confusion n. sự bối rối, sự rối loạn, sự lúng túng

congratulate v.t. chúc mừng

congratulations interj. xin chúc mừng

congress n. đại hội (*legislature*); quốc hội (*of the U.S.*)

connect v.t. nối, gắn

connection n. sự quen biết (*association with*); sự nối điện (*electrical*); sự đổi chuyến (*travel*); sự nối đường dây (*telephone*)

conquer v.t. chinh phục

conscience n. lương tâm

conscientious adj. có lương tâm

conscious adj. biết, ý thức (*aware*); tỉnh, tỉnh táo (*med.*)

consensus n. sự đồng ý, sự thống nhất ý kiến, sự nhất trí

consent n. sự chấp thuận, sự bằng lòng; v.i. chấp thuận, bằng lòng

consequence n. kết quả (*positive*); hậu quả (*negative*)

conservation n. sự cần kiệm, sự tiết kiệm (*of water, electricity, money*); sự bảo tồn (*of natural resources*)

conservative adj. bảo thủ (*traditional*)

conserve v.t. cần kiệm, tiết kiệm (*water, electricity, money*); bảo tồn (*natural resources*)

consider *v.t.* cân nhắc, suy tính
considerate *adj.* biết điều
consideration *n.* sự cân nhắc, sự suy tính
consist *v.i.* bao gồm
consistent *adj.* không thay đổi, trước sau như một, nhất quán (*unchanged*); đều đặn (*regular*); đáng tin cậy (*trustworthy*)
consolation *n.* sự an ủi
console *v.t.* an ủi
consonant *n.* phụ âm
constant *adj.* thường xuyên, liên tục, kiên định
constellation *n.* chòm sao
constipation *n.* bệnh táo bón
constitute *v.t.* cấu thành, tạo thành
constitution *n.* thể trạng (*physical state*); hiến pháp (*legal*)
construction *n.* sự xây dựng, sự xây cất
consul *n.* lãnh sự
consulate *n.* lãnh sự quán
consult *v.i.* hỏi ý kiến, tra tự điển; ~ **with** lấy ý kiến
consultant *n.* tư vấn, cố vấn
consume *v.t.* tiêu thụ
consumer *n.* người tiêu thụ
consumption *n.* sự tiêu thụ, sự tiêu dùng
contact *n.* sự va chạm, sự đụng chạm (*physical*); sự tiếp xúc, sự liên lạc (*communication*); người liên lạc (*person*); *v.t.* liên lạc
contact lens *n.* kính dán tròng, kiếng dán tròng, công-tắc len
contagious *adj.* hay lây, dễ truyền nhiễm
contain *v.t.* chứa đựng
container *n.* hộp, đồ đựng, đồ chứa
contaminate *v.t.* làm dơ
contend *v.i.* lý luận
content *n.* sự hài lòng; *adj.* hài lòng
contest *n.* cuộc thi đua, trận thi đấu; *v.t.* thi, thi đua
continent *n.* lục địa, châu
continue *v.t./v.i.* tiếp tục
continuous *adj.* liên tục
contraceptive *n.* thuốc ngừa thai,

phương pháp ngừa thai; *adj.* ngừa thai
contract *n.* hợp đồng
contradict *v.t.* mâu thuẫn
contrary *adj.* ngược lại
contrast *n.* sự tương phản
contribute *v.t.* đóng góp
contribution *n.* sự đóng góp
control *n.* sự kiểm soát; *v.t.* điều khiển (*dominate*); tự chủ (*emotions*)
controversy *n.* sự tranh cãi, vấn đề gây tranh cãi, đề tài gây tranh cãi
convene *v.t.* triệu tập
convenience *n.* tiện nghi
convenient *adj.* tiện, thuận tiện, tiện lợi
convent *n.* tu viện nữ
convention *n.* hội nghị (*meeting*)
conversation *n.* đàm thoại
convert *n.* người đổi đạo; *v.t.* thuyết phục đổi đạo (*to a religion*); đổi sang (*measurement, currency*)
convey *v.t.* truyền đạt
convince *v.t.* thuyết phục
cook *n.* đầu bếp; *v.t.* nấu
cookbook *n.* sách dạy nấu ăn
cooker *n.* nồi nấu (*appliance*); **rice ~** *n.* nồi cơm điện
cool *adj.* mát (*breeze*); bình tĩnh (*calm*); tuyệt, hết sảy (*excellent*); *v.t.* làm nguội
coop *n.* chuồng gà
cooperate *v.i.* hợp tác, cộng tác
cooperative *n.* hợp tác xã; *adj.* sẵn sàng hợp tác
coordinate *v.t.* điều phối
cop *n.* cớm, cảnh sát
copier *n.* máy phô-tô, máy sao chép
copper *n.* đồng
copy *n.* bản phô-tô, bản sao; *v.t.* bắt chước (*imitate*); phô-tô, sao (*photocopy*)
copy machine *n.* máy phô-tô
copyright *n.* bản quyền; *v.t.* xin bản quyền
coral *n.* san hô
cordial *adj.* chân thành
core *n.* lõi (*fruit*); cốt lõi (*of an issue*)
cork *n.* nút bấc, nút chai

corkscrew *n.* đồ mở nút chai

corn *n.* ngô, bắp

corner *n.* góc phòng (*of a room*); góc đường (*of two streets*); **on the ~** ở góc đường

corporation *n.* tập đoàn

corpse *n.* xác chết

correct *adj.* đúng; *v.t.* chữa, sửa

correction *n.* sự sửa chữa (*act of*); lỗi đã được sửa (*of spelling, typos, etc.*)

correspond *v.i.* liên lạc qua thư từ, trao đổi thư từ (*write letters*)

correspondence *n.* sự liên lạc qua thư từ, sự trao đổi thư từ

correspondent *n.* đặc phái viên, phóng viên

corridor *n.* hành lang

corrupt *adj.* tham nhũng; *v.t.* làm hủ hóa

corruption *n.* sự tham nhũng

cosmetics *n./pl.* hàng mỹ phẩm, đồ trang điểm

cost *n.* phí tổn, chi phí; *v.t.* giá (*price*)

costume *n.* trang phục, y phục

cot *n.* ghế bố

cottage *n.* nhà nhỏ miền quê, nhà nghỉ mát

cotton *n.* vải cô-tông (*fabric*); cây bông gòn (*plant*)

couch *n.* ghế xô-pha, trường kỷ

cough *n.* bệnh ho; *v.i.* ho

cough drop *n.* kẹo ho

cough syrup *n.* thuốc ho, thuốc xi-rô chữa ho

could *aux. v.* có thể

council *n.* hội đồng

count *n.* tổng số (*total*); *v.t.* đếm (*numbers*); cộng lại (*add up*); **~ to ten** đếm đến mười

counter *n.* quầy; *adj.* chống lại

counterfeit *adj.* giả, giả mạo

country *n.* nước (*nation*); miền quê (*rural area*)

countryside *n.* miền quê

county *n.* quận

coup d'etat *n.* cuộc đảo chính, cuộc đảo chánh

couple *n.* cặp vợ chồng, đôi vợ chồng (*married*); hai người (*two people*); đôi, vài (*of things*)

courage *n.* lòng can đảm

courageous *adj.* can đảm

course *n.* đường (*route*); món, món ăn (*of a meal*); lớp, môn (*in college*); **of ~** *id.* dĩ nhiên

court *n.* tòa, tòa án (*judicial*); sân quần vợt (*tennis*)

courteous *adj.* lịch sự

courtesy *n.* cách cư xử lịch sự, lời lịch sự

courtyard *n.* sân chung

cousin *n.* anh họ (*higher-ranking male*); chị họ (*higher-ranking female*); em họ (*lower-ranking male or female*)

cover *n.* nắp (*lid*); chăn, mền, đồ đắp (*blanket*); bìa sách (*of a book*); nơi trú ẩn (*shelter*); *v.t.* phủ, bao phủ (*with snow, dirt, etc.*); mặc (*with clothes*); tường trình, tường thuật (*by the media*)

cow *n.* (con) bò cái, (con) bò

coward *n.* kẻ hèn nhát, tên hèn, đồ hèn

cowboy *n.* cao-bồi

coworker *n.* đồng nghiệp

CPR (*abbr.* **cardiopulmonary resuscitation**) hô hấp nhân tạo

CPU (*abbr.* **central processing unit**) đầu máy vi tính, đầu máy điện toán

crab *n.* (con) cua (*crustacean*)

crack *n.* vết nứt; *v.t.* làm nứt

crackdown *n.* sự nghiêm trị, sự trừng trị (*political*)

cracker *n.* bánh quy

cradle *n.* (cái) nôi

craft *n.* tay nghề

craftsman *n.* người có tay nghề

cramp *n.* vọp bẻ, chuột rút

crane *n.* (con) hạc (*bird*); (cái) cần cẩu, (cái) cần trục (*machine*)

crash *n.* tiếng va chạm lớn (*noise*); tông xe, đụng xe (*collision*); *v.t.* vỡ, vỡ tan (*shatter*); tông xe, đụng xe (*car*); *v.i.* rớt (*airplane*); hỏng, hư (*computer*)

crate n. (cái) két

crawl v.i. bò, trườn

crayon n. bút chì màu, viết chì màu, bút sáp, viết sáp

crazy adj. điên, khùng, điên khùng

cream n. kem

crease n. nếp (gấp), pli

create v.t. tạo ra, tạo nên, sáng tạo

creative adj. có óc sáng tạo

creature n. sinh vật

credentials n./pl. thư ủy nhiệm

credit n. tín dụng (financial); **on ~ id.** cho nợ, cho trả sau

credit card n. thẻ tín dụng

creditor n. chủ nợ, người cho vay

creep v.i. bò, trườn (crawl); rón rén (tiptoe)

cremate v.t. thiêu, hỏa thiêu, hỏa táng

crescent n. trăng lưỡi liềm (moon)

crest n. đỉnh đồi (of a hill)

crew n. phi hành đoàn (of a plane); thủy thủ đoàn (of a ship)

crew cut n. tóc hớt ngắn, tóc húi cua (type of haircut)

crib n. (cái) nôi

cricket n. (con) dế (insect); (môn) cric-kit (sport)

crime n. tội ác

criminal n. tên tội phạm

criminal law n. luật hình sự

crisis n. (cuộc) khủng hoảng

criterion n. tiêu chuẩn

critical adj. chê bai (finding fault); quan trọng (crucial); hiểm nghèo (med.)

criticism n. sự phê bình, lời phê bình

criticize v.t. phê bình

crooked adj. gẫy (nose); ngoằn ngoèo (street); bất lương (person)

crop n. vụ thu hoạch, mùa màng

cross n. cây thánh giá; v.t. băng qua (a street, a river); **~ off** v.t. gạch; **~ out** v.t. gạch bỏ

crossroad n. ngã tư

crossword puzzle n. trò chơi ô chữ

crouch v.i. khom người

crow n. (con) quạ

crowd n. đám đông

crowded adj. đông, đông người, chật ních

crown n. vương miện (of a king); bọc răng (on a tooth)

crucial adj. trọng yếu, thiết yếu

crude adj. thô, thô lỗ

cruel adj. độc ác

cruise n. chuyến du ngoạn bằng tàu thủy (on a ship); **go on a ~** đi du ngoạn bằng tàu thủy

crumb n. mẩu vụn

crumble v.i. sụp đổ, tan vỡ, suy sụp

crush v.t. dẹp tan, đè bẹp

crust n. vỏ (ngoài)

crutch n. (**crutches** n./pl.) nạng

cry n. tiếng khóc (weeping); tiếng gọi (call); v.t. khóc (weep); la to (yell, cry out)

crystal n. pha lê (mineral); đồ pha lê (glassware, bowl, etc.)

cub n. gấu con (bear); cọp con, hổ con (tiger)

cube n. cục nước đá (of ice)

cubicle n. ngăn nhỏ của văn phòng (in an office)

cuff n. cổ tay áo (of sleeve); gấu quần (of pants)

cuff link n. khuy măng-sét, nút cổ tay áo

cuisine n. kiểu nấu đồ ăn, đồ ăn

cult n. sự sùng bái, giáo phái

cultivate v.t. trồng trọt (land); tu dưỡng (talent); nuôi dưỡng (friendship)

cultivation n. sự trồng trọt (of land)

cultural adj. văn hóa

culture n. văn hóa (of a country)

culture shock n. cú sốc văn hóa, sự ngỡ ngàng về văn hóa

cup n. (cái) tách

cupboard n. tủ đựng ly tách, tủ đựng chén bát, tủ đựng chén đĩa/dĩa

curb n. lề đường; v.t. ngăn chặn, kềm chế

cure n. cách chữa trị, thuốc chữa trị (med.); v.t. chữa trị

curfew n. giới nghiêm, giờ giới nghiêm

curious adj. tò mò, hiếu kỳ

curl *n.* tóc quăn; *v.t.* uốn quăn
curly *adj.* quăn
currency *n.* tiền, tiền tệ
current *adj.* hiện hành, đương thời, hiện thời; *n.* dòng nước (*of a river*); dòng điện (*electric*)
curriculum *n.* chương trình học
curriculum vitae *n.* cv, lý lịch
curse *n.* lời nguyền (*a spell*); lời chửi rủa (*profanity*); *v.t.* chửi (*swear at*)
cursor *n.* con nháy, con trỏ
curtain *n.* tấm màn, màn che
curve *n.* khúc quanh (*of a road*)
cushion *n.* gối đệm
custom *n.* tập quán
customer *n.* khách hàng
customer service *n.* dịch vụ khách hàng
custom-made *adj.* may đo, may đo theo ý khách hàng (*clothing*)
customs *n.* hải quan, thuế quan, quan thuế; **clear ~** *v.t.* xong thủ tục thuế quan, xong thủ tục hải quan
customs agent *n.* nhân viên hải quan, nhân viên quan thuế
customs department *n.* nha quan thuế, hải quan
customs inspection *n.* thanh tra quan thuế, thanh tra hải quan;
cut *n.* vết cắt (*injury*); sự cắt giảm ngân sách (*budget*); cắt tóc (*hair*); *v.t.* cắt; **~ back** *v.i.* cắt giảm tiêu xài (*spending*); **~ down** *v.* đốn, chặt, hạ (*a tree*); **~ off** *v.i.* cúp điện thoại (*phone*)
cute *adj.* dễ thương, xinh xắn
cyberspace *n.* mạng lưới điện tử
cycle *n.* chu kỳ
cylinder *n.* xi-lanh
cynical *adj.* hoài nghi, nghi kỵ, bi quan
cyst *n.* nhọt, ung nhọt

D

dad/daddy *n.* cha, bố, ba
daily *adj.* hàng ngày, thường nhật
dairy products *n./pl.* sản phẩm từ sữa
dam *n.* đập, đập nước

damage *n.* sự hư hại; *v.t.* làm hư hại
damn *v.t.* nguyền rủa (*condemn*); *interj.* mẹ kiếp
damp *adj.* ẩm, ẩm ướt
dampen *v.t.* làm mất vui
dance *n.* múa, màn múa (*art form*); điệu nhảy (*steps*); buổi dạ vũ (*social gathering*); *v.i.* múa, khiêu vũ, nhảy đầm
danger *n.* sự nguy hiểm
dangerous *adj.* nguy hiểm
dare *n.* sự thách thức; *v.t.* dám; thách thức
daring *adj.* liều lĩnh, táo bạo
dark *adj.* tối (*room*); đen (*hair, color*); sẫm (*clothes*)
darken *v.t.* tối sẫm
darkness *n.* bóng tối
dash *n.* một chút (*of salt, etc.*); dấu gạch ngang (*punctuation*)
data *n./pl.* số liệu, dữ liệu
database *n.* hệ thống số liệu, kho số liệu
date *n.* ngày tháng năm; cuộc hẹn (*social meeting*); người hẹn (*person*); *v.t.* đề ngày (*a letter*); đi chơi với (*go out with*); **out-of-~** *adj.* cũ, lỗi thời; **up to ~** *id.* cập nhật
daughter *n.* con gái
daughter-in-law *n.* con dâu
dawn *n.* bình minh, rạng đông
day *n.* ngày; **call it a ~** *id.* nghỉ; **~ after ~** *id.* ngày lại ngày, hết ngày này sang ngày khác; **~ in, ~ out** *id.* hết ngày này sang ngày khác, ngày ngày
day care *n.* trung tâm giữ trẻ, nơi giữ trẻ
daytime *n.* ban ngày
dead *adj.* chết
dead end *n.* đường cùng
deadline *n.* hạn cuối cùng, thời hạn
deaf *adj.* điếc
deal *n.* vụ làm ăn (*transaction*); sự thỏa thuận (*bargain*); *v.t.* chia bài (*cards*); *v.i.* buôn bán (*in art, etc.*)
dealer *n.* nhà buôn, người phân phối (*of goods*); đề-lơ (*of cars*); người chia bài (*of cards*)

dear *adj.* thân mến

death *n.* cái chết

debate *n.* sự tranh luận, cuộc tranh luận; *v.t.* tranh luận

debt *n.* món nợ; **in ~** *id.* mắc nợ

decade *n.* thập niên, thập kỷ

decaffeinated (**decaf** *abbr.*) *adj.* không có chất cà-phê-in

decay *n.* sự mục nát; *v.i.* mục nát (*rot*); suy giảm, xuống cấp (*decline*)

deceit *n.* sự lừa bịp, sự lường gạt

deceive *v.t.* lừa bịp, lường gạt

December *n.* tháng mười hai

decent *adj.* đàng hoàng, đứng đắn

decentralize *v.t.* phân quyền

deception *n.* sự lừa đảo

decide *v.t./v.i.* quyết định

decimal *adj.* thập phân

decision *n.* sự quyết định

decisive *adj.* dứt khoát

deck *n.* boong tàu (*of ship*); sân thượng (*of house*); bộ bài (*of cards*)

declaration *n.* tuyên ngôn; **customs ~** *n.* tờ khai hải quan, tờ khai thuế quan

declare *v.t.* tuyên bố; khai báo (*for customs*)

decline *v.i.* khước từ (*invitation*); suy giảm (*of health*); giảm bớt, giảm xuống (*decrease*)

decongestant *n.* thuốc thông mũi

decorate *v.t.* trang trí (*a room*)

decoration *n.* sự trang trí

decrease *v.t./v.i.* giảm bớt, giảm xuống, gia giảm

dedicate *v.t.* cống hiến (*one's life to*); tặng (*a book*); để ghi nhớ (*a building*)

dedication *n.* sự cống hiến (*to a cause*); sự trao tặng (*in a book*)

deduction *n.* trừ, khấu trừ (*subtraction*); sự suy diễn (*conclusion*)

deed *n.* hành động (*act*); giấy chủ quyền (*property*)

deem *v.t.* cho rằng, xem như là

deep *adj.* sâu (*water, wound*); trầm (*voice*); say, ngon (*sleep*); sâu, đầy (*breath*)

deep-fry *v.t.* rán, chiên

deer *n.* (con) hươu, (con) nai

defeat *n.* sự thất bại; *v.t.* đánh bại

defect *n.* khiếm khuyết; *v.i.* bỏ, bỏ trốn

defend *v.t.* bảo vệ

defendant *n.* bị cáo

defense *n.* sự phòng vệ, quốc phòng (*national*); sự bào chữa (*legal*)

defer *v.t.* nhường cho, nhượng bộ

define *v.t.* định nghĩa

definite *adj.* chắc chắn, quả quyết

definitely *interj.* chắc chắn rồi, bảo đảm

definition *n.* lời định nghĩa

definitive *adj.* dứt khoát

deflate *v.t.* xả, xì (*a ball*); giảm giá (*currency*)

deforestation *n.* nạn phá rừng

deformed *adj.* tật nguyền

defy *v.t.* bất chấp, chống lại

degree *n.* bằng, văn bằng, bằng cấp (*academic*); độ (*temperature*)

dehydrated *adj.* mất nước, khô

delay *n.* sự chậm trễ; *v.t.* trì hoãn, làm chậm trễ

delegation *n.* phái đoàn

delete *v.t.* xóa, xóa bỏ

deliberate *adj.* cố tình, cố ý, có chủ tâm

delicacy *n.* món ăn ngon, món khoái khẩu (*food*)

delicate *adj.* mỏng manh, mảnh mai (*fragile*)

delicious *adj.* ngon

delight *n.* sự thú vị, sự thích thú

delirious *adj.* mê sảng, say sưa cuồng nhiệt

deliver *v.t.* giao, đưa

delivery *n.* sự giao hàng

delivery room *n.* phòng sinh, phòng sanh, phòng đỡ đẻ (*in a hospital*)

delta *n.* vùng đồng bằng, vùng châu thổ

deluxe *adj.* xa xỉ

demand *n.* yêu cầu (*urgent requirement*); cung cầu (*supply and ~*); *v.t.* yêu cầu, đòi hỏi

democracy *n.* dân chủ, nền dân chủ, thể chế dân chủ, chế độ dân chủ

Democrat n. người theo Đảng Dân Chủ (in U.S.)

democratic adj. dân chủ; **Democratic Party** n. Đảng Dân Chủ (in U.S.)

demonstrate v.t. biểu diễn; biểu lộ (one's feelings); chứng minh (prove); v.i. biểu tình (protest)

demonstration n. biểu tình (a protest)

den n. phòng học (in a house); hang (of a wild animal)

dengue fever n. sốt nhiệt đới

denim n. vải jean, vải quần bò

dense adj. rậm, rậm rạp (vegetation); đông đúc (population)

density n. độ dày đặc; dân cư đông đúc (population)

dent n. vết móp; v.t. làm móp

dental adj. thuộc về răng, thuộc về nha khoa

dental floss n. chỉ xỉa răng

dentist n. nha sĩ

deny v.t. phủ nhận, bác bỏ (an accusation); từ chối, khước từ (a request)

deodorant n. chất khử mùi

depart v.i. khởi hành

department n. bộ (gov.); khoa, ban (of a university); khu (of a business)

departure n. khởi hành; sự ra đi; nơi đi

depend v.i. dựa vào, lệ thuộc vào; **that/it ~s** id. còn tùy

dependent n. người ăn theo; adj. lệ thuộc vào, nương tựa vào (be dependent on)

depict v.t. mô tả, miêu tả

deport v.t. trục xuất, tống khứ (a person)

deposit n. tiền gửi ngân hàng, tiền gởi ngân hàng (in a bank); v.t. gửi vào ngân hàng, gởi vào ngân hàng

depot n. kho

depress v.t. làm chán nản (make sad)

depressed adj. buồn chán, chán đời (person); suy thoái (economy)

depression n. bệnh ưu uất, chứng ưu uất, bệnh chán đời, bệnh trầm uất (med.); tình trạng suy thoái (economic)

deprive v.t. tước đoạt

depth n. chiều sâu (measurement, of feeling); sự thâm sâu (of feeling)

deputy n. phụ tá, phó

derive v.t. rút ra từ, lấy từ, xuất xứ từ

descend v.i. đi xuống

descent n. sự hạ thấp

describe v.t. mô tả, miêu tả

description n. sự mô tả, sự miêu tả

desert n. sa mạc; v.t. bỏ, ruồng bỏ, đào ngũ

deserve v.t. xứng đáng, đáng

design n. kiểu, đồ họa; v.t. vẽ kiểu, đồ họa, thiết kế

designate v.t. chỉ định

designer n. người vẽ kiểu, đồ họa viên, thiết kế viên; **clothing ~** n. người vẽ kiểu thời trang; **interior ~** n. người thiết kế nội thất

desirable adj. khêu gợi

desire n. sự khao khát, sự thèm muốn; v.t. khao khát, thèm muốn

desk n. bàn giấy, bàn học; **front ~** n. bàn tiếp tân/khách (of a hotel)

despair n. sự tuyệt vọng

desperate adj. tuyệt vọng

despite prep. bất chấp

dessert n. món tráng miệng, món đét-xe

destination n. nơi đến; nơi nhận

destiny n. định mệnh

destroy v.t. phá hủy, tàn phá

destruction n. sự tàn phá

detach v.t. gỡ ra

detail n. chi tiết

detain v.t. giữ lại, giam giữ

detect v.t. khám phá

detection n. sự khám phá, sự tìm thấy

detective n. thám tử

detergent n. bột giặt, xà-phòng rửa bát đĩa, xà-bông rửa chén

determination n. sự quyết định (decision); sự quyết tâm (firmness)

determine v.t. quyết tâm

determined adj. quyết tâm, quyết chí

detour n. đường vòng

devaluation n. sự giảm giá (of currency)

devalue v.t. giảm giá (currency)

develop v.t. phát triển (a talent, new

technology, etc.); rửa phim (*film*); gia tăng (*illness*); *v.i.* tăng trưởng (*grow*)

development *n.* sự phát triển (*of a country*)

deviation *n.* sự sai lệch

device *n.* vật dụng, phương cách

devil *n.* con quỷ; quỷ xa-tăng

devise *v.t.* sáng chế

devout *adj.* sùng đạo, mộ đạo

dew *n.* sương

dharma *n.* thuyết nhà Phật, Phật pháp

diabetes *n.* bệnh tiểu đường, bệnh đái đường

diabetic *adj.* bị bệnh tiểu đường, bị bệnh đái đường

diacritical mark *n.* dấu

diagnosis *n.* sự chẩn bệnh, sự chẩn đoán

diagonal *adj.* xiên

dial *n.* mặt đồng hồ (*of a clock*); *v.t.* mặt quay số điện thoại (*a telephone*)

dialect *n.* tiếng địa phương, phương ngữ, thổ ngữ

dialogue *n.* cuộc đối thoại

dial tone *n.* tín hiệu quay số

diameter *n.* đường kính

diamond *n.* kim cương, hột xoàn (*gem*); hình thoi (*shape*); (con) rô (*card suit*)

diamond ring *n.* nhẫn kim cương, nhẫn hột xoàn

diaper *n.* tã, tã lót

diarrhea *n.* bệnh tiêu chảy

diary *n.* nhật ký

dice *n./pl.* (con) súc sắc

dictate *v.t.* đọc chính tả (*a letter, a lesson, etc.*); ép buộc (*terms of an agreement, policies, etc.*)

dictation *n.* bài chính tả

dictator *n.* nhà độc tài, kẻ độc tài

dictionary *n.* tự điển, từ điển

die *n.* (con) súc sắc; *v.i.* chết

diesel *n.* dầu đi-ê-zen (*fuel*); động cơ đi-ê-zen (*engine*)

diet *n.* chế độ ăn uống (*daily consumption*); chế độ ăn kiêng (*for losing weight*); *v.i.* ăn kiêng

differ *v.i.* khác

difference *n.* sự khác biệt

different *adj.* khác, khác biệt

difficult *adj.* khó, khó khăn

difficulty *n.* sự khó khăn

dig *v.t.* đào, đào xới; ~ **up** *v.t.* đào lên

digest *v.t.* tiêu hóa (*food*)

digestion *n.* sự tiêu hóa

digital *adj.* số

digital camera *n.* máy ảnh (kỹ thuật) số, máy hình (kỹ thuật) số

dignified *adj.* đàng hoàng, đứng đắn, cao quý

dignity *n.* phẩm hạnh, sự cao quý

dike *n.* đê

dilemma *n.* tình trạng khó xử

diligent *adj.* chăm, chăm chỉ, cần cù

dim *adj.* mờ; *v.t.* làm mờ, hạ thấp (*a light*)

dimensions *n./pl.* chiều

diminish *v.t.* giảm xuống

dine *v.i.* ăn uống

dining room *n.* phòng ăn

dinner *n.* bữa (ăn) chiều (*in the afternoon*); bữa tối (*in the evening*)

dip *v.t.* chấm (vào)

diploma *n.* bằng, bằng cấp

diplomat *n.* nhà ngoại giao

diplomatic *adj.* ngoại giao (*gov.*); khôn khéo (*tactful*)

direct *adj.* trực tiếp, thẳng, không chuyển đổi (*route, flight*); thẳng thắn, trực tính (*candid*); *v.t.* đạo diễn (*a film*)

direction *n.* phương hướng (*geog.*)

directions *n./pl.* lời chỉ dẫn, chỉ đường

director *n.* đạo diễn (*of a film*); giám đốc (*of a company*)

directory *n.* niên giám, niên giám điện thoại (*phone*)

dirt *n.* đất

dirty *adj.* dơ, bẩn, dơ bẩn

disability *n.* tình trạng tật nguyền

disabled *adj.* khuyết tật, tàn tật

disadvantage *n.* sự bất lợi

disagree *v.i.* không đồng ý, bất đồng

disagreement *n.* sự bất đồng, sự bất đồng ý kiến

disappear *v.i.* biến mất, mất tích

disappoint *v.t.* làm thất vọng

disappointed *adj.* thất vọng

disapprove *v.t./v.i.* không tán thành, phản đối

disaster *n.* tai họa

disaster area *n.* khu bị tai họa

discard *v.t.* bỏ; xả rác (*garbage*)

discipline *n.* kỷ luật

disco *n.* nhạc disco (*music*)

disconnect *v.t./v.i.* cúp điện thoại, cắt đường dây điện thoại (*phone*)

discount *n.* bớt, giảm giá

discover *v.t.* khám phá

discovery *n.* sự khám phá

discreet *adj.* thận trọng, kín đáo

discriminate *v.i.* phân biệt

discuss *v.t.* thảo luận

discussion *n.* cuộc thảo luận

disease *n.* bệnh, bệnh tật

disgrace *n.* sự xấu hổ, sự nhục nhã

disguise *n.* sự hóa trang; y phục hóa trang (*clothing, a mask, etc.*); *v.* hóa trang, cải trang

disgust *n.* sự khinh khi, sự dè bỉu

disgusting *adj.* đáng khinh, đáng khinh bỉ

dish *n.* đĩa, dĩa (*plate*); món, món ăn (*food*)

dishonest *adj.* không thành thật, không lương thiện

dishonesty *n.* sự không lương thiện

dishwasher *n.* máy rửa bát đĩa, máy rửa chén dĩa (*machine*)

disinfect *v.t.* khử trùng, tẩy uế

disinfectant *n.* chất khử trùng

disk *n.* đĩa, dĩa (*CD*); **floppy** ~ *n.* đĩa mềm, dĩa mềm; **hard** ~ *n.* đĩa cứng, dĩa cứng, ổ cứng; ~ **drive** *n.* ổ đĩa, ổ dĩa; ~ **space** *n.* sức chứa

diskette *n.* đĩa mềm, dĩa mềm

disk jockey *n.* người chọn nhạc

dislike *v.t.* không thích, ghét

dislocate *v.t.* làm trật, làm trật khớp (*one's shoulder, etc.*)

dismiss *v.t.* cho về (*a class*); cho nghỉ việc, đuổi (*an employee*); không truy tố (*charges*)

disobey *v.t.* không tuân theo, không vâng lời

displaced *adj.* xa xứ, rời quê hương

display *n.* sự biểu lộ (*of feelings*); sự trưng bày (*of merchandise*); sự cho thấy (*of a computer*); *v.t.* biểu lộ (*feelings*); trưng bày (*merchandise*); cho thấy (*on a computer*)

displease *v.t.* làm mất lòng

dispose (of) *v.i.* bỏ đi, vất bỏ (*garbage*); tiêu diệt (*one's enemies*)

dispute *n.* sự tranh chấp

disqualify *v.t.* truất quyền tham dự

disregard *n.* sự không quan tâm; *v.t.* không quan tâm

dissent *n.* sự bất đồng ý kiến

dissertation *n.* luận án tiến sĩ

dissident *n.* người bất đồng chính kiến

dissolve *v.t.* giải tán

distance *n.* khoảng cách

distant *adj.* xa xưa (*time*); xa, xa xôi (*place*); xa (*relative*)

distinct *adj.* rõ ràng (*clear*); khác (*different*)

distinction *n.* sự phân biệt

distinguish *v.t.* phân biệt

distort *v.t.* bóp méo

distract *v.t.* làm phân tâm

distress *n.* sự lo âu, sự dằn vặt

distribute *v.t.* phân phát

distribution *n.* sự phân phát

district *n.* quận

distrust *n.* sự ngờ vực; *v.t.* ngờ vực, không tin tưởng

disturb *v.t.* quấy rầy (*bother*)

ditch *n.* rãnh, mương

dive *n.* sự chúc xuống (*of a plane*); sự phóng xuống nước (*into water*); *v.i.* chúc xuống; phóng xuống nước

diverse *adj.* đa dạng, nhiều sắc thái

diversify *v.t.* đa dạng hóa

divide *v.t.* chia (*into parts*); chia, phân chia, chia cắt (*a country*); gây bất đồng (*cause to disagree*)

diving *n.* lặn

diving suit *n.* bộ đồ lặn

division *n.* sự chia cắt (*of a country*); tính chia (*math*)

divorce *n.* sự ly dị; *v.t./v.i.* ly dị

divorced *adj.* ly dị

dizziness *n.* sự chóng mặt

dizzy *adj.* chóng mặt

do *v.t.* làm

dock *n.* bến tàu; *v.i.* cập bến

doctor *n.* bác sĩ

doctorate *n.* bằng tiến sĩ

document *n.* tài liệu

documentary *n.* phim tài liệu

dog *n.* (con) chó; Tuất (*in Vietnam-ese zodiac*)

dog food *n.* đồ ăn của chó

doghouse *n.* chuồng chó

doll *n.* (con) búp-bê

dollar *n.* đô-la, Mỹ kim

dolphin *n.* (con) cá heo

domain *n.* lãnh vực

dome *n.* vòm, mái vòm

domestic *adj.* trong nhà (*of home*); đối nội (*gov. policy*); nội địa, quốc nội (*travel, flight, etc.*)

dominate *v.t.* khống chế, chế ngự

domination *n.* sự khống chế, sự chế ngự

domino *n.* (**dominoes** *pl.*) đô-mi-nô

donate *v.t.* tặng

donation *n.* tiền tặng, đồ tặng

donkey *n.* (con) lừa

door *n.* cánh cửa, (cái) cửa ra vào

doorbell *n.* chuông cửa

doorknob *n.* (cái) núm cửa, (cái) quả nắm

doorman *n.* người gác cửa

dormitory *n.* ký túc xá

dose *n.* liều thuốc

dot *n.* điểm, chấm nhỏ

double *adj.* đôi

double-check *v.t./v.i.* kiểm tra lại

double room *n.* phòng đôi

doubt *n.* sự nghi ngờ; *v.t.* nghi ngờ, ngờ vực

doubtful *adj.* đáng nghi ngờ, không chắc chắn

dough *n.* bột nhồi

dove *n.* (chim) bồ câu

down *adv./prep.* xuống; **fall ~** *v.t.* ngã, té; **slow ~** *id.* chậm lại; **write ~** *v.i.* viết xuống

download *v.t.* chép xuống, tải xuống

down payment *n.* khoản tiền trả trước

downstairs *adv.* xuống lầu; *adj.* dưới lầu

downtown *n.* phố; *adv.* xuống phố; *adj.* dưới phố

dowry *n.* của hồi môn

dozen *n.* tá

draft *n.* bản nháp (*of a report*); gió lùa (*of air*); động viên (*mil.*); **~ beer** *n.* bia hơi

drag *v.t.* lôi, kéo; **~ out** *v.t.* kéo dài

dragon *n.* (con) rồng; Thìn (*in Viet-namese zodiac*)

drain *n.* ống thoát nước; *v.t.* thoát nước

drama *n.* kịch, kịch nghệ

draw *v.t./v.i.* lấy (*water, blood*); vẽ (*a picture*); **~ up** *v.i.* thảo, phác thảo (*a contract*)

drawer *n.* ngăn kéo, hộc bàn, hộc tủ

drawing *n.* tranh vẽ

dread *n.* nỗi sợ hãi; *v.t.* làm sợ hãi

dream *n.* giấc mơ, ước mơ

dreary *adj.* ảm đạm

dredge *v.t.* vét, nạo vét

dress *n.* y phục, trang phục, quần áo; *v.t./v.i.* mặc; **~ up** *v.i.* diện

drift *v.i.* trôi, trôi nổi

drill *n.* máy khoan (*tool*); *v.t.* khoan

drink *n.* thức uống; *v.t.* uống

drive *v.t.* lái xe (*a car*); chở về nhà (*someone home*)

driver *n.* người lái xe, tài xế

driver's license *n.* bằng lái, bằng lái xe

drizzle *n.* cơn mưa phùn; *v.i.* mưa phùn

drool *n.* nước dãi; *v.i.* chảy nước dãi

drop *v.t.* làm rớt (*let fall*); *v.i.* xuống (*price, temperature*); **~ off** *v.t.* thả xuống (*a person*)

dropper *n.* ống nhỏ giọt

drops *n./pl.* giọt (*of medicine*)

drought *n.* hạn hán

drown *v.t.* nhận chìm; *v.i.* chết chìm, chết đuối

drug *n.* thuốc (*medicine*); ma túy (*illicit*)

drug addict n. người nghiện ma túy
drugstore n. hiệu/tiệm thuốc tây
drum n. (cái) trống
drunk adj. say, say rượu
dry adj. khô; v.t. làm khô, phơi khô, sấy khô
dry clean v.t. hấp tẩy
dry cleaner n. tiệm hấp tẩy
dryer n. máy sấy
dual citizenship n. công dân hai nước
duck n. (con) vịt
due adj. đến kỳ hạn (payment)
dues n./pl. nguyệt liễm (monthly); niên liễm (yearly)
dull adj. cùn (knife); tẻ nhạt (party); ảm đạm (color)
dumb adj. ngu ngốc, đần, đần độn
dump v.t. đổ, vất bỏ
dung n. phân thú vật, phân bón
during prep. trong khi
dusk n. chạng vạng tối
dust n. bụi; v.t. phủi bụi, lau quét bụi
duster n. khăn lau bụi
dusty adj. bụi bặm
duty n. bổn phận (task); thuế hàng hóa (tax); **off ~** id. hết trực, ngoài giờ trực; **on ~** id. đang trực, trong giờ trực
duty-free adj. miễn thuế
dwell v.i. sống, trú ngụ
dwelling n. nơi trú ngụ
dye n. thuốc nhuộm; v.t. nhuộm
dynamic adj. năng động
dynasty n. triều đại

E

each adj./adv. mỗi; pron. nhau (~ other)
eager adj. hăng hái
eagle n. (con) (chim) đại bàng, (con) ó
ear n. tai, lỗ tai
earache n. đau tai
early adj./adv. sớm
earn v.i. kiếm tiền
earnest adj. hăng say
earnings n. tiền lương, tiền lời
earphones n./pl. ống nghe
earplug n. đồ bịt lỗ tai

earring n. (cái) hoa tai, (cái) bông tai
earth n. quả đất, trái đất (planet); đất (soil)
earthquake n. động đất
easily adv. một cách dễ dàng
east n. (phía) đông (direction); (miền) đông; adj. (phía) đông, (miền) đông; adv. (về hướng) đông; **the East** n. Phương Đông; **East Asian** n. người Đông Á; adj. Đông Á; **East Coast** n. Miền Đông (U.S.); **go ~** đi về hướng đông
Easter n. lễ Phục Sinh
Eastern[1] adj. Đông phương
eastern[2] adj. đông
easy adj. dễ
eat v.t. ăn; **~ out** v.i. đi ăn nhà hàng, đi ăn hiệu, đi ăn tiệm
eccentric adj. lập dị
echo n. tiếng vang
ecology n. sinh thái học
economic adj. kinh tế
economical adj. cần kiệm (thrifty)
economics n. kinh tế, kinh tế học
economist n. kinh tế gia
economy n. nền kinh tế (of a country); sự cần kiệm (thrifty act)
economy class n. hạng thường (on a plane, train, etc.)
eczema n. bệnh chàm hóa
edge n. lề đường (of a road); lưỡi (of a knife); cạnh, mép (of a table)
edible adj. ăn được
edit v.t. hiệu đính
edition n. ấn bản
educate v.t. giáo dục
education n. (nền) giáo dục
educational adj. giáo dục
educator n. nhà giáo dục
eel n. (con) lươn
effect n. hiệu quả, ảnh hưởng; **take ~** id. công hiệu
effective adj. đủ (adequate); có công hiệu, có hiệu quả (operative)
efficient adj. có hiệu năng
effort n. nỗ lực
egg n. trứng; hột gà (chicken); hột vịt (duck)
Egyptian n. người Ai-cập; adj. Ai-cập

eight *num.* tám

eighteen *num.* mười tám

eighteenth *adj.* thứ mười tám

eighth *adj.* thứ tám

eighty *num.* tám mươi

either *adj.* hoặc; *conj.* hoặc... hoặc ... (~ ... *or* ...); ~ **one** *pron.* cái nào cũng được

elastic *adj.* đàn hồi, dẻo

elbow *n.* cùi chỏ

elder *n.* bậc tiền bối, bậc cao niên

elderly *adj.* lớn tuổi; **the** ~ *n.* những người lớn tuổi

elect *v.t.* bầu

election *n.* cuộc bầu cử

electric *adj.* điện

electric cord *n.* dây điện

electrician *n.* thợ điện

electricity *n.* điện

electronic *adj.* điện tử

elegant *adj.* trang nhã, lịch thiệp

element *n.* yếu tố, chất, nguyên tố (*chemistry*)

elementary *adj.* sơ cấp

elementary school *n.* trường tiểu học, trường cấp một

elephant *n.* (con) voi

elevator *n.* thang máy

eleven *num.* mười một

eleventh *adj.* thứ mười một

eligible *adj.* đủ điều kiện, đủ tiêu chuẩn

eliminate *v.t.* loại bỏ, loại trừ

else *adj.* khác; **what ~?** gì nữa?

e-mail (*abbr.* **electronic mail**) (*bức*) thư điện tử, (*lá*) thơ điện tử, điện tử thư; *v.t.* gửi e-mail, gời e-mail

embargo *n.* sự cấm vận

embark *v.t.* lên tàu (*onto a ship*); bắt đầu, khởi sự (*on a venture*)

embarrass *v.t.* làm xấu hổ, làm ngượng ngùng

embarrassed; **embarrassing** *adj.* xấu hổ, ngượng ngùng

embassy *n.* tòa đại sứ, đại sứ quán

emblem *n.* huy hiệu

embrace *n.* vòng tay; *v.t.* ôm (*to hug*); chấp nhận (*an idea*)

embroider *v.t.* thêu

embroidery *n.* hàng thêu

emerald *n.* viên ngọc bích

emerge *v.i.* xuất hiện

emergency *n./adj.* cấp cứu

emergency exit *n.* lối thoát khẩn cấp

emergency room *n.* phòng cấp cứu

emigrant *n.* di dân

emigrate *v.i.* di cư

emigration *n.* sự di cư

emit *v.t.* tỏa ra

emotion *n.* (*sự*) cảm xúc

emotional *adj.* xúc động

emperor *n.* hoàng đế

emphasis *n.* sự nhấn mạnh

emphasize *v.t.* nhấn mạnh

empire *n.* đế quốc

employ *v.t.* tuyển dụng (*a person*)

employee *n.* nhân viên

employer *n.* chủ, chủ hãng, chủ xưởng

employment *n.* công ăn việc làm, việc làm, sự tuyển dụng

empress *n.* nữ hoàng

empty *adj.* trống không, trống rỗng; *v.t.* uống cạn (*a glass, when drinking*); đổ hết (*a wastebasket, etc.*)

enable *v.t.* làm cho có thể

enact *v.t.* thực thi (*a law*)

enamel *n.* đồ tráng men (*pot, etc.*)

enclose *v.t.* rào lại (*land*); gửi kèm theo, gởi kèm theo (*in an envelope*)

enclosure *n.* đất rào

encounter *n.* sự gặp gỡ, sự chạm trán; *v.t.* gặp gỡ, chạm trán

encourage *v.t.* khuyến khích, khích lệ

encyclopedia *n.* tự điển bách khoa, từ điển bách khoa

end *n.* hết ('*the end,*' *used in a book, a movie, etc.*); cuối (*of a book, a street, etc.*); *v.i.* chấm dứt, kết thúc (*a meeting, a play*); **in the ~** *id.* cuối cùng

endangered species *n.* loài bị đe dọa tuyệt chủng

ending *n.* kết cuộc

endorse *v.t.* ủng hộ, tán thành (*a candidate*); ký (*with a signature*)

endurance *n.* sự chịu đựng, sự nhẫn nhục

endure *v.t.* chịu đựng

enemy *n.* kẻ thù

energetic *adj.* đầy năng lực, hăng say

energy *n.* năng lực, năng lượng (*solar, nuclear, etc.*)

enforce *v.t.* thực thi

engaged *adj.* bận (*busy*); đã đính hôn (*to be married*)

engagement *n.* sự đính hôn

engagement ring *n.* nhẫn đính hôn

engine *n.* động cơ

engineer *n.* kỹ sư

engineering *n.* ngành kỹ sư

English *n./pl.* người Anh; *n.* tiếng Anh (*language*); tiếng Mỹ (*American English*); *adj.* Anh

engrave *v.t.* khắc

engraving *n.* chữ khắc

enjoy *v.t.* thích, thưởng thức, hưởng thụ

enjoyment *n.* sự thưởng thức, sự hưởng thụ

enlarge *v.t.* phóng lớn

enlighten *v.t.* làm sáng tỏ

enlightenment *n.* sự khai sáng, sự giác ngộ

enormous *adj.* to, to lớn, khổng lồ

enough *adj./adv.* đủ

enquire *v.t.* hỏi thăm, tìm hiểu

enroll *v.t./v.i.* ghi danh, ghi tên (vào lớp), đăng ký

ensure *v.t.* bảo đảm

enter *v.t.* đi vào

enterprise *n.* kinh doanh, công chuyện làm ăn (*business*)

entertain *v.t.* chiêu đãi; giải trí

entertainer *n.* người biểu diễn, nghệ nhân

entertaining *adj.* vui thú

entertainment *n.* sự chiêu đãi; sự giải trí

enthusiasm *n.* sự hăng say, lòng nhiệt tình

enthusiastic *adj.* nhiệt tình

entire *adj.* tất cả

entrance *n.* lối vào

entrée *n.* món ăn chính, món chính (*of a meal*)

entrepreneur *n.* nhà doanh nghiệp

entrust *v.t.* giao phó

entry *n.* vào; mục từ (*in a dictionary*); mục ghi sổ (*in a registry*)

envelop *v.t.* bao phủ

envelope *n.* phong bì, bao thư/thơ

envious *adj.* ghen, ganh tị

environment *n.* môi trường (*surroundings*); thiên nhiên (*nature*)

environmental science/studies *n.* môi trường học

environs *n.* môi trường chung quanh

envy *n.* sự ganh tị, sự ghen ghét; *v.t.* ganh tị

epidemic *n.* dịch, bệnh dịch; *adj.* dịch bệnh

epilepsy *n.* bệnh động kinh

episode *n.* vụ; phần, tập (*of TV series*)

equal *adj.* bằng, tương đương; *v.t.* bằng, tương đương

equality *n.* sự bình đẳng

equator *n.* đường xích đạo

equip *v.t.* trang bị (*a team*)

equipment *n.* dụng cụ, trang thiết bị

equivalent *adj.* tương đương

era *n.* thời đại

erase *v.t.* xóa

eraser *n.* cục tẩy, cục gôm, đồ xóa bảng

erect *adj.* thẳng đứng (*upright*); *v.t.* xây dựng (*build*)

erode *v.t.* ăn mòn, xói mòn

erosion *n.* sự xói mòn

erotic *adj.* kích dục, khêu gợi

errand *n.* việc vặt

error *n.* lỗi, sự sai lầm

escalator *n.* thang cuốn

escape *n.* sự vượt thoát, sự đào tẩu; *v.t./v.i.* trốn thoát

escort *n.* người hộ tống; *v.t.* hộ tống

especially *adv.* nhất là

espresso *n.* cà-phê espresso

essay *n.* bài luận (*by a student*); bài bình luận (*by a journalist, writer, etc.*)

essence *n.* cốt lõi (*core*)

essential *adj.* cốt lõi, cấp thiết

establish *v.t.* thành lập (*found*); xác minh (*verify*)

estate *n.* đất đai (*land*), tài sản (*property of deceased*)

estimate *n.* sự ước lượng; sự ước tính; *v.t./v.i.* ước lượng, ước tính

et cetera *adv.* vân vân

eternal *adj.* vĩnh cửu, muôn thuở

ethical *adj.* đạo đức

ethnic *adj.* sắc tộc, dân tộc

ethnic group *n.* nhóm sắc tộc

ethnic minority *n.* dân tộc thiểu số

ethnic studies *n.* sắc tộc học

ethnicity *n.* sắc tộc

etiquette *n.* phép xã giao

eucalyptus *n.* cây khuynh diệp

eunuch *n.* người bị thiến, hoạn quan

Eurasian *n.* người (lai) Âu-Á; *adj.* (lai) Âu-Á

euro *n.* đồng euro

European *n.* người Âu Châu; *adj.* Âu Châu

evacuate *v.t.* di tản; sơ tán (*SRV*)

evacuation *n.* sự di tản; sự sơ tán (*SRV*)

evaluate *v.t.* đánh giá

evaluation *n.* sự đánh giá

eve *n.* ngày hôm trước (*day before*); đêm hôm trước (*evening before*); **Christmas Eve** *n.* đêm Nô-en

even *adj.* phẳng (*surface*); bằng (*level*); đều (*color*); huề nhau (*with someone*); *adv.* ngay cả; **break ~** *id.* huề vốn

evening *n.* chiều, buổi chiều

even number *n.* số chẵn

event *n.* biến cố, sự kiện

eventually *adv.* sau cùng

ever *adv.* bao giờ; **more than ~** *id.* hơn bao giờ hết

every *adj.* mọi, hàng

everybody *pron.* mọi người

every day *adv.* hàng ngày

everyone *pron.* mọi người

everything *pron.* mọi thứ

every week *adv.* hàng tuần

everywhere *adv.* khắp mọi nơi

evict *v.t.* trục xuất, tống khứ, tống cổ

evidence *n.* bằng chứng, chứng cớ

evident *adj.* hiển nhiên

evil *n.* cái ác; *adj.* ác độc, ác hiểm

exact *adj.* đúng

exactly *adv.* đúng, đúng vậy

exaggerate *v.t.* phóng đại

exaggeration *n.* sự phóng đại

examination *n.* khám bệnh (*med.*); bài thi, kỳ thi (*in school*)

examine *v.t.* nhìn ngắm, kiểm tra, phân tích (*a painting, text, etc.*); khám, chẩn đoán (*a person*)

example *n.* thí dụ, ví dụ; **for ~** *id.* thí dụ, ví dụ

excavate *v.* khai quật

excavation *n.* sự khai quật

exceed *v.t.* vượt quá

excellent *adj.* giỏi, tuyệt vời, xuất sắc

except *prep.* trừ

exception *n.* ngoại lệ, trường hợp ngoại lệ

excess *n.* sự quá mức

exchange *n.* sự trao đổi; *v.t.* trao đổi (*merchandise, gifts*); đổi tiền (*money*)

exchange rate *n.* hối suất

excite *v.t.* kích động

excitement *n.* sự kích động

exciting *adj.* hào hứng

exclaim *v.t.* la lên, thốt lên

exclude *v.t.* loại trừ

excuse *n.* lời xin lỗi; *v.t.* xin lỗi

execute *v.t.* thực hiện (*a plan*); xử tử, hành quyết (*a person*)

executive *n.* giám đốc điều hành

exempt *v.t.* cho miễn; *adj.* được miễn

exemption *n.* người được miễn; sự được miễn

exercise *n.* thể dục (*walking, running, etc.*); *v.i.* tập thể dục

exhale *v.i.* thở ra

exhaust *n.* khói xe (*from an engine*)

exhausted *adj.* kiệt sức (*fatigued*)

exhaust pipe *n.* ống bô, ống khói xe

exhibit *n.* triển lãm (*art*); *v.t.* triển lãm (*art*); biểu lộ (*emotions*)

exile *n.* người lưu đầy, kẻ lưu vong (*a person*); *v.t.* đầy biệt xứ; **live in ~** *id.* sống lưu vong

exist *v.i.* hiện hữu

existence *n.* sự hiện hữu

exit *n.* lối ra; *v.i.* đi ra

exotic *adj.* lạ

expand *v.t.* mở rộng

expansion *n.* sự mở rộng

expatriate *n.* kẻ tha hương, kiều bào

expect *v.t.* trông mong, hy vọng; **be ~ing** *id.* có thai, có bầu, có chửa

expectation *n.* sự mong đợi, sự hy vọng

expedite *v.t.* đẩy mạnh, xúc tiến

expel *v.t.* đuổi

expense *n.* khoản tiêu xài, chi tiêu

expensive *adj.* đắt; mắc, đắt tiền, mắc tiền

experience *n.* kinh nghiệm (*an occurrence, wisdom*); *v.t.* trải qua, kinh qua

experiment *n.* thí nghiệm

expert *n.* chuyên gia, chuyên viên

expiration date *n.* ngày hết hạn

expire *v.i.* hết hạn

explain *v.t.* giải thích

explanation *n.* sự giải thích, lời giải thích

explode *v.i.* nổ

exploit *v.t.* bóc lột (*a person*); khai thác (*natural resources*)

exploitation *n.* sự bóc lột; sự khai thác

explore *v.t.* thám hiểm, tìm tòi

explosion *n.* vụ nổ

export *n.* (sự) xuất cảng (*act of*); hàng xuất cảng, hàng xuất khẩu (*commodity*); *v.t.* xuất cảng, xuất khẩu

expose *v.t.* nhiễm bệnh (*to disease*); vạch trần (*a crime*)

exposure *n.* sự nhiễm bệnh (*to disease, to sickness*); sự vạch trần (*of a crime*); sự tiêm nhiễm (*to violence, etc.*)

express *adj.* tốc hành (*direct, fast*); *v.t.* phát biểu (*an opinion*)

express mail *n.* thư/thơ khẩn

express train *n.* xe lửa tốc hành

extend *v.t.* đưa tay ra (*one's hand*); nối dài (*a road*); kéo dài (*a visit*)

extended family *n.* đại gia đình

extension *n.* phần mở rộng thêm (*to a house*); sự gia hạn (*of a deadline*); số chuyển tiếp (*telephone*)

exterminator *n.* người trừ sâu bọ (*of pests*)

external *adj.* bên ngoài

extinct *adj.* tuyệt chủng

extinguish *v.t.* dập tắt (*a fire*)

extra *n.* vai phụ; *adj.* thêm; *adv.* thêm

extra large *adj.* khổ lớn nhất

extract *n.* chất chiết ra; *v.t.* chiết

extradite *v.t.* dẫn độ

extraordinary *adj.* phi thường, xuất chúng

extreme *adj.* cực độ

extremist *n.* kẻ quá khích, kẻ cực đoan

eye *n.* mắt

eyeball *n.* nhãn cầu, tròng mắt

eyebrow *n.* lông mày

eyelash *n.* lông mi

eyelid *n.* mí mắt

eye shadow *n.* màu kẻ mí mắt

eyewitness *n.* nhân chứng

F

fabric *n.* vải

facade *n.* mặt tiền (*of a building*)

face *n.* mặt; **~ to ~** *id.* mặt đối mặt; **lose ~** *id.* mất mặt; **save ~** *id.* giữ thể diện

facial *n.* thoa nắn mặt; *adj.* trên mặt

facilitate *v.t.* làm cho dễ dàng

facilities *n./pl* cơ sở, phương tiện (*for a conference, meeting*)

facility *n.* phương tiện

fact *n.* sự kiện; **in ~** *id.* thật sự, thực sự, thật ra, thực ra

factory *n.* nhà máy, cơ xưởng, xưởng, xí nghiệp

faculty *n.* khoa (*of a university*)

fad *n.* mốt, thời trang nhất thời

fade *v.i.* phai, phai mờ

Fahrenheit *adj.* độ F

fail *v.i.* thất bại, trượt

failure *n.* sự thất bại

faint *adj.* không rõ, mờ, lờ mờ (*sound, sight, etc.*); xỉu (*weak*); *v.i.* xỉu, ngất xỉu

fair *n.* hội chợ (*county, etc.*); *adj.* công bình, công bằng (*just, even-handed*); trắng mịn (*complexion*)

fairy *n.* tiên

fairy tale *n.* chuyện/truyện thần tiên

faith *n.* tin tưởng (*in a person*); niềm tin (*in a religion*)

faithful *adj.* trung thành

fake *n.* đồ giả, hàng giả, kẻ giả mạo; *v.t.* giả bộ, giả mạo, mạo; *adj.* giả

fall *n.* sự rơi; sự té ngã; mùa thu (*season*); *v.i.* ngã, té (*person*); rớt, rơi (*object*); hạ xuống, tụt xuống (*temperature, value*)

false *adj.* giả

falsify *v.t.* giả mạo

fame *n.* danh tiếng, tiếng tăm

familiar *adj.* quen thuộc

family *n.* gia đình

family name *n.* họ

family planning *n.* kế hoạch hóa gia đình

family tree *n.* cây phổ hệ, gia phả

famine *n.* nạn đói

famous *adj.* nổi tiếng

fan *n.* (cái) quạt; quạt giấy (*paper*); quạt điện (*electric*); người hâm mộ (*sports, opera, etc.*)

fancy *adj.* sang trọng (*elegant*); đắt tiền, mắc tiền (*expensive*)

far *adj./adv.* xa; **so ~** *id.* cho đến bây giờ, cho tới bây giờ, cho đến giờ phút này, cho tới giờ phút này

faraway *adj.* xa xôi

fare *n.* giá vé, tiền vé (*bus, train*)

farm *n.* nông trại, trang trại, nông trang

farmer *n.* người nông dân, trại chủ

farmhand *n.* người làm công ở nông trại

farmland *n.* đất nông nghiệp, đất nông trại

farsighted *adj.* viễn thị (*optically*); nhìn xa (*wise*)

farther *adj./adv.* xa hơn

farthest *adj./adv.* xa nhất

fascinate *v.t.* thu hút, lôi cuốn

fascination *n.* sự thu hút, sự lôi cuốn

fashion *n.* thời trang; **in ~** hợp thời trang, đúng mốt; **out of ~** *id.* không hợp thời trang, lỗi thời

fashionable *adj.* mốt, hợp thời trang

fast *n.* sự nhịn ăn (*refrain from eating*); *adj.* nhanh

fasten *v.t.* cột, thắt

fast-forward *v.t.* cho chạy nhanh tới, quay nhanh tới

fat *n.* mỡ (*for cooking*); *adj.* béo, mập; **low ~** *adj.* ít chất béo

fatal *adj.* gây chết người

fate *n.* số mệnh, số phận

father *n.* cha, bố, ba; cha (*priest*)

father-in-law *n.* cha vợ, bố vợ (*father of one's wife*); cha chồng, bố chồng (*father of one's husband*)

fatherland *n.* tổ quốc

fatty *adj.* có nhiều mỡ, có nhiều chất béo

faucet *n.* vòi nước

fault *n.* lỗi

faulty *adj.* có khiếm khuyết

favor *n.* ơn; ân huệ (*formal*); *v.t.* ưu đãi, thích hơn

favorite *adj.* được ưa thích

fax *n.* tờ điện thư, tờ phách; *v.t.* gửi điện thư, gởi điện thư, gửi phách, gởi phách

fax machine *n.* máy điện thư, máy phách

fear *n.* nỗi sợ hãi; *v.t.* sợ

feasible *adj.* thực hiện được, khả thi

feast *n.* buổi yến tiệc, đại tiệc

feather *n.* lông chim, lông vũ

features *n./pl.* nét mặt (*of the face*)

February *n.* tháng hai

feces *n.* phân, cứt

fee *n.* lệ phí, tiền thù lao

feed *n.* đồ ăn cho súc vật (*for animals*); *v.t.* cho ăn (*someone*)

feel *v.t.* cảm thấy; *v.i.* sờ (*touch*); cảm thấy (*emotion*)

feeling *n.* cảm giác; **hurt someone's ~s** *id.* chạm tự ái

fellow *n.* anh chàng; sinh viên nghiên cứu, nghiên cứu sinh (*recipient of a fellowship*); *adj.* đồng nghiệp (*worker*)

fellowship *n.* học bổng nghiên cứu

female *n.* (người) phụ nữ (*human*); con cái (*animal*); *adj.* nữ; cái

feminine *adj.* nữ, nữ tính

feminism *n.* phong trào nam nữ bình quyền, thuyết nam nữ bình quyền

feminist *n.* người đòi bình quyền nam nữ; *adj.* bình quyền nam nữ

fence *n.* hàng rào

fender *n.* vè xe

ferment *v.t.* lên men (*e.g. fish sauce*)

fern *n.* cây dương sỉ

ferry *n.* phà, đò

fertile *adj.* màu mỡ, phì nhiêu (*soil*)

fertilize *v.* bón, bón phân (*land*)

fertilizer *n.* phân bón

festival *n.* hội, hội hè, liên hoan

fetus *n.* thai nhi, bào thai

fever *n.* sốt

few *n./adj.* vài

fiancé *n.* vị hôn phu, chồng sắp cưới

fiancée *n.* vị hôn thê, vợ sắp cưới

fiber *n.* sợi (*cotton*)

fiction *n.* tiểu thuyết, truyện hư cấu, truyện tưởng tượng

fiddle *n.* (đàn) vi-ô-lông

field *n.* cánh đồng (*farm*); sân (*sports*); lĩnh vực, lãnh vực (*of study*)

fierce *adj.* dữ, dữ dội

fifteen *num.* mười lăm

fifteenth *adj.* thứ mười lăm

fifth *adj.* thứ năm

fiftieth *adj.* thứ năm mươi

fifty *num.* năm mươi

fifty-fifty *adj.* chia đều, năm mươi năm mươi

fig *n.* sung

fight *n.* sự tranh đấu (*for human rights, freedom, etc.*); sự tranh cãi (*argument*); sự đánh đấm, đánh lộn (*physical*); *v.t./v.i.* tranh đấu; cãi; đánh

figure *n.* số, con số (*number*); dáng người (*body shape*)

file *n.* (cái) giũa (*for nails*); hồ sơ (*of papers, computer, etc.*); *v.t.* lưu vào hồ sơ (*to file a folder*); giũa móng tay (*to file one's nails*)

Filipino *n.* người Phi (Luật Tân) (*person*); tiếng Phi (Luật Tân) (*language*); *adj.* Phi (Luật Tân)

fill *v.t.* làm đầy, rót đầy

filling *n.* trám răng (*tooth*); nhân (*pie*)

film *n.* (cuộn) phim (*for a camera*); cuốn phim (*movie*); *v.t./v.i.* quay phim (*a movie, a documentary, etc.*)

filter *n.* đồ lọc, (cái) lọc (*coffee, water*); *v.t.* lọc

filthy *adj.* dơ bẩn, bẩn thỉu (*dirty*); tục, tục tằn (*obscene*)

final *adj.* cuối, cuối cùng

finals *n./pl.* trận chung kết (*in sports*); kỳ thi cuối khóa (*in school*)

finally *adj.* cuối cùng

finance *n.* tài chính, tài chánh

financial *adj.* tài chính, tài chánh

find *v.t.* tìm thấy, kiếm thấy; ~ **out** *v.i.* tìm ra, khám phá ra

fine *n.* tiền phạt; *adj.* tốt, được (*okay*); khỏe (*well*)

finger *n.* ngón tay

fingerprint *n.* lấy dấu tay, lăn tay

finish *n.* đích, mức đến (*of a race*); *v.t.* chấm dứt, kết thúc, xong (*end*); ăn hết (*eating*); uống hết (*drinking*); dùng hết (*use up*); *v.i.* xong, hoàn tất

fire *n.* lửa, ngọn lửa, đám cháy; *v.t.* bắn (*a gun*); đuổi, sa thải (*an employee*); **on ~** *id.* bốc cháy

firecracker *n.* pháo

fire extinguisher *n.* bình chữa lửa

firefighter *n.* lính chữa lửa, lính cứu hỏa

fire truck *n.* xe chữa lửa, xe cứu hỏa

fireworks *n./pl.* pháo hoa, pháo bông

firm *n.* công ty; *adj.* vững chắc, vững vàng (*solid*)

first *adj./adv.* đầu tiên; **at ~** *id.* thoạt đầu, đầu tiên; **~ of all** *id.* trước hết

first aid *n.* cấp cứu tại chỗ

first-aid kit *n.* hộp đồ cấp cứu, hộp đồ cứu thương

first class *n.* hạng nhất; **first-class** *adj.* hạng nhất

fish *n.* cá; *v.t./v.i.* câu cá

fisherman *n.* ngư phủ, người đánh cá

fishing *n.* sự đánh bắt cá, nghề đánh cá, sự câu cá

fishing boat *n.* thuyền đánh cá, ghe đánh cá

fist *n.* nắm tay, nắm đấm

fit *n.* cơn (*of coughing, etc.*); *adj.* khỏe mạnh (*physically*); *v.t./v.i.* vừa vặn (*right size*); **throw a ~** *id.* nổi giận, nổi trận lôi đình

fitness *n.* sự khỏe mạnh (*physical*)

fitting room *n.* phòng thử đồ, phòng thử quần áo

five *num.* năm

fix *v.t.* chữa, sửa, sửa chữa (*repair*)

fixed *adj.* được gắn chặt (*attached*)

flag *n.* lá cờ; **national ~** *n.* quốc kỳ

flame *n.* ngọn lửa

flame tree *n.* cây phượng

flannel *n.* vải len

flap *n.* nắp (*of an envelope*); *v.i.* bay (*as a flag*); *v.t.* vỗ (*wings*)

flash *n.* chớp, lóe (*of light*); *v.i.* chớp, lóe

flashlight *n.* đèn pin

flat *adj.* bằng phẳng (*road*); để bằng (*shoes*); *n.* căn nhà thuê, căn nhà mướn (*apartment*)

flatter *v.t.* nịnh, nịnh hót, tâng bốc

flat tire *n.* xì lốp, xẹp lốp

flavor *n.* vị, mùi vị; *v.t.* làm tăng thêm mùi vị

flaw *n.* khiếm khuyết

flea *n.* (con) bọ chét

flea market *n.* chợ trời, chợ bán đồ cũ

flee *v.i.* chạy trốn, bỏ trốn

fleet *n.* hạm đội

flesh *n.* thịt, xác thịt

flexible *adj.* dẻo, dẻo dai (*easily bent*); linh động (*easily changed*)

flight *n.* chuyến bay (*airplane*)

flight attendant *n.* chiêu đãi viên hàng không, tiếp viên hàng không

flip-flop *n.* dép (*shoe*)

flirt *n.* kẻ hay tán tỉnh; *v.i.* tán tỉnh

float *v.i.* nổi (*on water*)

flock *n.* đàn

flood *n.* lụt, lũ lụt; *v.t./v.i.* ngập, gây ngập lụt, gây lũ lụt (*of water*)

floor *n.* sàn nhà (*of a room*); tầng, lầu (*story*); **first ~** *n.* tầng trệt, lầu một

floppy disk *n.* đĩa mềm, dĩa mềm

florist *n.* người bán hoa, người bán bông

flour *n.* bột mì

flow *n.* dòng chảy, sự trôi chảy; *v.i.* chảy (*a river*)

flower *n.* hoa, bông

flu *n.* cúm

fluent *adj.* trôi chảy

fluid *n.* chất lỏng; *adj.* lỏng

fluoride *n.* chất chống sâu răng

flush *v.t.* dội cầu, giật nước cầu (*a toilet*)

flute *n.* (cái/chiếc) ống sáo

fly *n.* (con) ruồi (*insect*); *v.t.* thả diều (*a kite*); lái may bay (*a plane*); *v.i.* đi máy bay (*go by plane*)

foam *n.* bọt (*on liquid*)

focus *n.* sự tập trung; *v.t.* tập trung; điều chỉnh (*a camera*); **in ~** *id.* rõ; **out of ~** *id.* mờ

fog *n.* sương mù

foggy *adj.* đầy sương mù

fold *v.t.* gấp, xếp (*clothes, paper, etc.*)

folder *n.* bìa đựng hồ sơ

folk *adj.* dân gian

folk music *n.* nhạc dân gian

folk poetry *n.* ca dao

folk song *n.* dân ca

folk tale/story *n.* truyện cổ tích

follow *v.i.* theo, đi theo; *v.t.* đuổi bắt (*come after*); bám, bám theo (*a car*); làm theo (*orders, advice*); **~ up** *id.* làm tiếp theo sau

following *adj.* sau đây, dưới đây

fond *adj.* mến, quý mến, thích

font *n.* kiểu chữ, phông chữ (*in printing*)

food *n.* thức ăn, đồ ăn

food poisoning *n.* trúng thực, ngộ độc đồ ăn

fool *n.* kẻ khờ dại

foolish *adj.* khờ dại, ngu ngốc

foot *n.* bàn chân (*of the body*); bộ (*unit of measurement*); **on ~** *id.* đi bộ

football *n.* banh cà na, banh Mỹ, banh bầu dục Mỹ

footprint *n.* dấu chân

for *prep.* cho

forbid *v.t.* cấm

forbidden *adj.* bị cấm

force *n.* sức mạnh, vũ lực, võ lực; *v.t.* bắt, bắt buộc

forced labor camp *n.* trại lao động khổ sai

forearm *n.* cánh tay

forecast *n.* dự báo thời tiết, dự đoán thời tiết (*weather*)

forehead *n.* trán, vầng trán

foreign *adj.* ngoại quốc, nước ngoài

foreign aid *n.* ngoại viện, viện trợ của nước ngoài

foreigner *n.* người ngoại quốc, người nước ngoài

foreign policy *n.* chính sách đối ngoại

foresight *n.* khả năng nhìn xa

forest *n.* rừng

forestry *n.* lâm nghiệp

forever *adv.* mãi mãi

foreword *n.* lời tựa, lời nói đầu

forget *v.t./v.i.* quên

forgive *v.t.* tha thứ (*a person*)

fork *n.* (cái) nĩa (*for eating*); ngã ba (*of a road*)

form *n.* mẫu đơn, mẫu, đơn (*document*); *v.t.* thành lập (*a committee, etc.*)

formal *adj.* trang trọng (*speech, dinner, etc.*); chính thức (*agreement, contract, etc.*)

formalize *v.t.* chính thức hóa (*an agreement*)

format *n.* cách trình bày (*of a book*); cách trình bày, sắp xếp (*of a computer program*); *v.t.* trình bày (*a document*); sắp xếp (*data*)

former *adj.* cựu, trước kia

formula *n.* công thức (*mathematical*); thức ăn (*baby*)

fort *n.* pháo đài, thành trì, đồn lũy

fortieth *adj.* thứ bốn mươi

fortress *n.* pháo đài, thành trì

fortunate *adj.* may mắn

fortunately *adv.* may mắn thay, thật là may mắn

fortune *n.* sự giàu sang, phú quý (*wealth*); sự may mắn (*luck*); định mệnh (*fate*)

fortune-teller *n.* thầy bói

forty *num.* bốn mươi

forward *adv.* tiến lên (*move forward*); *v.t.* gửi hộ đến địa chỉ mới, gởi hộ đến địa chỉ mới (*a letter*)

fossil *n.* vật hóa thạch

foster *adj.* nuôi (*parent*); *v.t.* nuôi dưỡng (*an idea*)

found *v.t.* thành lập, sáng lập (*a company*)

foundation *n.* nền móng, móng (*of a house*); viện nghiên cứu, học viện (*research*); tổ chức (*philanthropic*)

founder *n.* nhà sáng lập

fountain *n.* bồn phun nước

four *num.* bốn

fourteen *num.* mười bốn

fourteenth *adj.* thứ mười bốn

fourth *adj.* thứ bốn

fowl *n.* loài lông vũ

fox *n.* (con) cáo

fraction *n.* phần nhỏ (*small part*)

fracture *n.* gãy xương; *v.t.* làm gãy xương (*a bone*)

fragile *adj.* dễ vỡ, mỏng manh

fragrant *adj.* thơm

frame *n.* khung (*picture*); *v.t.* đóng khung, lộng kiếng (*picture*)

frantic *adj.* cuồng, cuồng lên

fraud *n.* sự lường gạt

free *adj.* tự do (*society*); rảnh, rảnh rỗi, rảnh rang (*not busy*); tự do, tha bổng (*no charge*); **for ~** *id.* miễn phí

freedom *n.* (sự) tự do

freelance *adj.* hành nghề tự do; *v.i./v.t.* kiếm sống bằng nghề tự do

freeze *v.t./v.i.* làm đông lạnh (*ice, meat, etc.*); ngừng, không hoạt động nữa (*stop*)

freezer *n.* ngăn đá, ngăn đông lạnh

freight *n.* hàng hóa

French *n./pl.* người Pháp (*people*); *n.* tiếng Pháp (*language*); *adj.* Pháp

frequent *adj.* thường xuyên

frequently *adv.* thường xuyên

fresh *adj.* tươi (*fruit, etc.*); mát (*air*)

freshwater *adj.* nước ngọt

Friday *n.* thứ sáu

fried *adj.* rán, chiên

friend *n.* bạn; **make ~s with** *id.* làm bạn với

friendly *adj.* thân thiện

friendship *n.* tình bạn

fright *n.* sự hoảng sợ

frighten *v.t.* làm (cho) hoảng sợ

frightening *adj.* rùng rợn, ghê sợ

frog *n.* (con) ếch (*amphibian*)

from *prep.* từ

front *n.* mặt trước; chiến tuyến, tiền tuyến, mặt trận (*in a war*); *adj.* trước; **in ~ of** *id.* (đằng) trước

frontier *n.* biên cương

frost *n.* giá, sự đông giá

frostbite *n.* giá ăn

frosting *n.* lớp kem trang trí bánh ngọt (*on a cake*)

frown *n.* sự cau mày, cái lườm; *v.i.* cau mày, lườm

frozen *adj.* đông lạnh

fruit *n.* trái cây, hoa quả

frustrated *adj.* bực bội, bực dọc, bực mình

frustration *n.* sự bực bội, sự bực dọc, sự bực mình

fry *v.t.* rán, chiên

frying pan *n.* chảo

fuel *n.* xăng (*gasoline*); nhiên liệu (*coal, wood*); *v.t.* đổ xăng (*a car*)

fugitive *n.* kẻ trốn chạy, kẻ đào tẩu

fulfill *v.t.* làm tròn, thực hiện

full *adj.* đầy; no (*not hungry*)

full-length *adj.* toàn thân

full moon *n.* trăng tròn, trăng rằm

full-time *adv./adj.* trọn/toàn thời gian; **work ~** làm việc trọn/toàn thời gian

fumes *n./pl.* khói, hơi khói

fun *n.* sự vui thích; *adj.* vui (*informal*)

function *n.* chức năng; buổi lễ, buổi tiệc (*social occasion*); *v.i.* chạy (*appliance, machine, etc.*)

fund *n.* quỹ; *v.t.* tài trợ

fundamental *adj.* căn bản, thiết yếu

fundamentalism *n.* chủ nghĩa tôn giáo hẹp hòi

fundraiser *n.* buổi tiệc gây quỹ (*event*); người gây quỹ (*person*)

fundraising *n.* sự gây quỹ

funeral *n.* đám tang

fungus *n.* nấm

funny *adj.* khả nghi (*suspicious*); buồn cười, tức cười, tiểu lâm (*comical*)

fur *n.* lông thú

furious *adj.* nổi nóng, điên tiết

furnace *n.* lò lửa

furnish *v.t.* trang bị đồ đạc

furniture *n.* đồ đạc, gia cụ

further *adv./adj.* xa hơn

furthermore *adv.* hơn nữa

fuss *n.* sự lo lắng thái quá, sự ồn ào; **make a ~** *id.* làm lớn chuyện, quan trọng hóa

future *n./adj.* tương lai

G

gain *v.t.* đạt được (*control, recognition, etc.*); lên ký, lên cân (*weight*)

gall bladder *n.* túi mật

gallery *n.* phòng triển lãm (*art*)

gallon *n.* ga-lông

gallop *v.i.* phi nước đại

gallstone *n.* sỏi mật

gamble *n.* sự đánh bạc, bài bạc; canh bạc; *v.t./v.i.* đánh bạc

game *n.* trận đấu (*sport*)

gang *n.* băng đảng (*youth*)

gap *n.* lỗ hổng (*in a fence*); sự khác biệt, sự ngăn cách (*disparity*)

garage *n.* ga-ra

garbage *n.* rác

garbage can *n.* thùng rác

garden *n.* vườn; *v.i.* làm vườn

gardener *n.* người làm vườn

gargle *v.i.* súc miệng

garlic *n.* tỏi

garment *n.* quần, áo

gas *n.* ga, xăng

gasoline *n.* xăng

gas station *n.* cây xăng, trạm xăng

gas stove *n.* bếp ga, lò ga

gassy *adj.* đầy ga

gate *n.* cổng (*in a fence, at an airport, etc.*)

gather *v.i.* tụ tập (*assemble*); *v.t.* hái (*fruit*)

gathering n. hội họp

gauge n. máy đo (*instrument*)

gay adj. vui (*happy*); đồng tính luyến ái (*homosexual*)

gear n. đĩa răng cưa, đĩa răng cưa, số (*of a bike, vehicle*); **in ~** id. gài số

gecko n. (con) thạch thùng, (con) thần lằn (*house gecko*); (con) tắc kè (*wild*)

gel n. keo tóc (*for hair*)

gem n. đá quý

gender n. giới tính

gene n. gen

genealogy n. gia phả

general n. tướng; adj. tổng quát; **in ~** id. nói chung; **Secretary General** n. Tổng Thư Ký (*U.N.*)

generally adv. nói chung

generate v.t. phát sinh (*ideas*)

generation n. thế hệ

generator n. máy phát điện (*of electricity*)

generous adj. hào phóng, rộng rãi, rộng lượng

genetic adj. có tính chất di truyền

genetics n. di truyền học

genitals n./pl. bộ phận sinh dục, cơ quan sinh dục

genius n. thiên tài

genre n. thể loại

gentle adj. hiền lành, dịu dàng

gentleman n. (người) đàn ông

genuine adj. thành thật

geography n. địa lý (học)

geology n. địa chất (học)

geometry n. hình học

germ n. vi trùng

German n. người Đức (*person*); tiếng Đức (*language*); adj. Đức

gesture n. cử chỉ, điệu bộ; v.i. làm cử chỉ, làm điệu bộ

get v.t. đi lấy (*fetch*); mua (*buy*); **~ on** v.i. lên; **~ off** v.i. xuống; **~ up** v.i. ngủ dậy, dậy (*wake*); **~ married** lập gia đình; **~ along** v.i. hợp với nhau

get-together n. buổi họp mặt

ghost n. (con) ma

giant n. người khổng lồ; adj. khổng lồ

gift n. quà; quà tặng (*for a friend*); quà biếu (*for someone with higher status*)

gift wrap v.t. gói quà

gift wrapping n. giấy gói quà

gigabyte n. gi-gơ-bai, tỉ bai

giggle v.i. cười khúc khích

gild v.t. mạ vàng

gill n. mang cá

gilt n. lớp vàng mạ; adj. được mạ vàng

gin n. rượu gin

ginger n. gừng

ginseng n. (cây) sâm, (cây) nhân sâm (*plant*); (củ) sâm, (củ) nhân sâm (*root*)

girl n. cô gái

girlfriend n. bạn gái

give v.t. đưa, cho

glad adj. mừng

glamour n. sự quyến rũ, sức quyến rũ

glamourous adj. quyến rũ

glance n. cái liếc nhìn; v.i. liếc nhìn

gland n. tuyến

glare n. sự chói mắt (*of sunlight*); cái nhìn giận dữ (*of anger*); v.i. nhìn trừng trừng

glass n. cốc, ly (*for drinking*); thủy tinh, kính, kiếng (*material*)

glasses n./pl. mắt kính, mắt kiếng (*eyeglasses*)

glimpse n. cái nhìn thoáng qua; v.t. nhìn thoáng qua

glitter n. vẻ lóng lánh, vẻ long lanh; v.i. lóng lánh, long lanh

global adj. toàn cầu

global warming n. ấm nóng toàn cầu

globe n. (quả) địa cầu, (trái) địa cầu

gloom n. sự ảm đạm, sự tăm tối

gloomy adj. ảm đạm, tăm tối

glorious adj. vinh quang, rực rỡ

glory n. sự vinh quang, vẻ rực rỡ

glossary n. bảng định nghĩa, bảng thuật ngữ

glossy adj. láng, bóng

glove n. găng tay

glove compartment n. ngăn nhỏ

glow *n.* ánh sáng (*light*); *v.i.* tỏa sáng (*emit light*); rạng rỡ (*with pride*)

glue *n.* keo; *v.t.* dán keo

go *v.i.* đi; **~ up** *v.t.* tăng (*in price, in value, in number, etc.*); **to ~** *id.* mang về (*carry out*)

goal *n.* mục tiêu (*aim*); gôn, khung thành (*in soccer, etc.*)

goalkeeper *n.* thủ môn, thủ thành

goalpost *n.* cột gôn, cột khung thành

goat *n.* (con) dê; Mùi (*in Vietnamese zodiac*)

god *n.* thần (*deity*); thần tượng (*idol*); **God** *n.* Thượng Đế (*Christian*)

godchild *n.* con đỡ đầu

goddaughter *n.* con gái đỡ đầu

goddess *n.* nữ thần, thần tượng

godfather *n.* cha đỡ đầu

godmother *n.* mẹ đỡ đầu

godson *n.* con trai đỡ đầu

goiter *n.* bệnh bướu cổ

gold *n.* vàng; *adj.* làm bằng vàng

golden *adj.* làm bằng vàng; màu vàng (*color*); hoàng kim (*era*)

goldfish *n.* cá vàng

golf *n.* (môn) đánh gôn

golf bag *n.* túi gôn

golf ball *n.* banh gôn

golf club *n.* gậy đánh gôn (*for hitting the ball*); câu lạc bộ gôn (*for members*)

golf course *n.* sân gôn

gone *adj.* hết, không còn nữa, không còn ở đây nữa

gong *n.* (cái) cồng, (cái) chiêng

good *adj.* tốt (*person*); khỏe (*health*); vui (*news*); **Good!** *interj.* Tốt!

good-bye *n.* lời tạm biệt; *interj.* (chào) tạm biệt

goods *n./pl.* hàng hóa

goose *n.* (con) ngỗng

gospel *n.* sách phúc âm

gossip *n.* lời tán gẫu, lời đồn đại; *v.i.* tán gẫu, đồn đại, ngồi lê đôi mách

gourmet *n.* người sành ăn

govern *v.t./v.i.* cai trị

government *n.* chính phủ, chính quyền

governor *n.* thống đốc

grab *v.t.* nắm, chụp, tóm

grace *n.* sự duyên dáng

graceful *adj.* duyên dáng

gracious *adj.* tử tế

grade *n.* lớp (*level in school*); hạng (*mark in school*); *v.t.* cho điểm (*assign a grade to*); chấm điểm (*grade a paper*); loại (*sort*)

gradual *adj.* từ từ

graduate *n.* sinh viên cao học, sinh viên tiến sĩ, người có bằng cấp đại học; *v.i.* tốt nghiệp; *adj.* cao học, tiến sĩ (*school*)

graduation *n.* lễ tốt nghiệp

graffiti *n.* vẽ nhảm trên tường

graft *n.* tiền đút lót, sự đút lót (*corruption*)

grain *n.* hạt, hột (*of wheat, etc.*); vân (*of wood*)

gram *n.* gram, gam

grammar *n.* ngữ pháp, văn phạm

granary *n.* kho thóc, kho hạt

grand *adj.* hùng vĩ (*majestic*); cao cả (*lofty*); vĩ đại, to tát (*great*)

grandchild *n.* cháu

granddaughter *n.* cháu gái

grandfather *n.* ông; **paternal ~** *n.* ông nội; **maternal ~** *n.* ông ngoại

grandmother *n.* bà; **paternal ~** *n.* bà nội; **maternal ~** *n.* bà ngoại

grandparents *n.* ông bà; ông bà nội (*paternal*); ông bà ngoại (*maternal*); ông bà nội ngoại

grandson *n.* cháu trai

granite *n.* đá hoa cương

grant *n.* sự ban phát (*of money, land*); *v.t.* ban, cấp (*something*); cho phép (*permission*); **take for ~ed** *id.* xem như đương nhiên

graph *n.* đồ thị

graphic *adj.* đồ thị, đồ họa (*arts*)

graphics *n.* đồ họa (*computer*)

grasp *v.t.* nắm (*hold*); hiểu (*understand*)

grass *n.* cỏ

grasshopper *n.* (con) châu chấu

grass roots *n./pl.* cơ tầng; **grassroots** *adj.* cơ tầng

grate *v.t.* bào (*a carrot, cheese, etc.*)

grateful *adj.* biết ơn

gratitude *n.* lòng biết ơn

gratuity *n.* tiền puộc-boa, tiền boa, tiền típ

grave *n.* nấm mồ; *adj.* nghiêm trang, nghiêm trọng

gravestone *n.* bia mộ, mộ bia

gravity *n.* vẻ nghiêm trang, sự nghiêm trọng

gray *adj.* xám, màu xám

graze *v.i./v.t.* ăn cỏ (*cattle*)

grease *n.* mỡ (*cooking*); *v.t.* bôi mỡ (*a pan*)

great *adj.* quá đỗi (*extreme*); tuyệt vời (*excellent*); nổi tiếng, vĩ đại (*famous*); **Great!** *interj.* Tốt lắm!

great-grandchild *n.* chắt

great-grandfather *n.* ông cố

great-grandmother *n.* bà cố

great-grandparents *n.* ông bà cố

greed *n.* lòng tham

greedy *adj.* tham lam

green *adj.* (màu) xanh (lá cây), (màu) lục

green card *n.* thẻ xanh

greenhouse *n.* nhà kính, nhà kiếng

green tea *n.* trà xanh, chè xanh, chè tươi

greet *v.t.* chào hỏi, chào đón

greeting *n.* lời chào hỏi

greeting card *n.* thiệp chúc

grief *n.* sự đau buồn

grievance *n.* sự khiếu nại

grieve *v.t./v.i.* đau buồn

grill *n.* vỉ nướng thịt; *v.t.* nướng thịt (bằng vỉ)

grind *v.t.* xay bột (*flour*)

grindstone *n.* đá xay

grip *n.* sự nắm chặt; cán vợt (*of a tennis racket*); *v.t.* nắm chặt (*grasp*)

groan *n.* tiếng rên rỉ; *v.i.* rên rỉ

grocer *n.* chủ tiệm tạp hóa

groceries *n./pl.* hàng tạp hóa, hàng tạp phẩm

grocery store *n.* tiệm tạp hóa, cửa hàng tạp phẩm

groin *n.* háng

groom *n.* chú rể (*in a wedding*)

ground *n.* đất, mặt đất (*earth*); *adj.* đất

ground floor *n.* tầng trệt

groundwork *n.* nền móng

group *n.* nhóm

grow *v.t./v.i.* trồng, mọc; ~ **up** *v.t.* lớn lên

growl *n.* tiếng gầm gừ; *v.i.* gầm gừ

grown-up *n.* người lớn; *adj.* trưởng thành

growth *n.* sự phát triển

guarantee *n.* sự bảo đảm; *v.t.* bảo đảm

guard *n.* bảo vệ; *v.t.* canh gác

guerilla *n.* du kích quân

guerilla warfare *n.* chiến tranh du kích

guess *n.* sự đoán chừng; *v.t./v.i.* đoán

guest *n.* khách

guest room *n.* phòng dành riêng cho khách

guide *n.* hướng dẫn viên, hướng dẫn viên du lịch (*tour guide*); *v.t.* hướng dẫn (*on a tour*)

guidebook *n.* sách hướng dẫn

guide dog *n.* chó dắt đường

guilt *n.* sự phạm tội

guilty *adj.* có tội

guitar *n.* (cây) đàn ghi-ta, (cây) đàn tây ban cầm

gulf *n.* vịnh (*geog.*)

gum *n.* xinh-gôm, kẹo cao su (*chewing gum*); lợi (răng) (*anat.*)

gun *n.* súng

guru *n.* chuyên viên (*specialist*); cố vấn (*advisor, mentor*); đại sư (*spiritual*)

gust *n.* cơn gió mạnh

gutter *n.* rãnh nước, đường mương

guy *n.* anh chàng, gã

gymnasium *n.* phòng tập thể dục

gymnastics *n.* (môn) thể dục dụng cụ

gynecologist *n.* bác sĩ phụ khoa

H

habit *n.* thói quen

hacker *n.* tin tặc, hắc khách (*computer*)

hail *n.* mưa đá (*weather*); *v.t.* gọi to (*a taxi*)

hair *n.* tóc, lông

hairbrush n. (cái) bàn chải tóc

haircut n. cắt tóc

hairdresser n. thợ uốn tóc

hair dryer n. máy sấy tóc

hairspray n. keo xịt tóc

hairstyle n. kiểu tóc

hairy adj. nhiều lông

half n./adj. nửa; **(cut) in ~** id. (cắt) đôi, (chia) đôi

half-hour n. nửa tiếng, nửa giờ

halfway adv. nửa đường, nửa chừng

hall n. hành lang (corridor)

hamlet n. thôn

hammer n. (cây) búa; v.t./v.i. đóng bằng búa

hammer and sickle n. búa liềm, cờ hiệu búa liềm, biểu tượng búa liềm

hammock n. (cái) võng

hand n. bàn tay; v.t. đưa; **by ~** id. bằng tay

handbag n. túi xách, ví xách tay

handbook n. cuốn chỉ nam, sách hướng dẫn

handcuff n. cái còng tay; v.t. còng tay

handicap n. khuyết tật (physical disability); trở ngại (obstacle)

handicapped adj. khuyết tật, tàn tật

handicraft n. đồ vật thủ công

handkerchief n. (chiếc) khăn tay, (chiếc) khăn mùi-xoa

handle n. (cái) cán, (cái) quai, (cái) tay cầm

handmade adj. làm bằng tay

hand-me-down n. quần áo thừa

handout n. tờ giấy phát (in class)

handrail n. lan can

handshake n. cái bắt tay

handsome adj. đẹp trai

handwoven adj. dệt bằng tay

handwrite v.t. viết tay

handy adj. tiện dụng

handyman n. thợ vặt

hang v.t./v.i. treo (a picture, a coat, etc.); **~ out** v.i. đi chơi, túm năm tụm ba; **~ up** v.i. cúp điện thoại, cắt điện thoại (the phone)

hangar n. nhà chứa máy bay

hanger n. (cái) móc treo quần áo (clothes hanger)

hangover n. cơn khó chịu sau cơn say

happen v.i. xảy ra

happiness n. (niềm) hạnh phúc

happy adj. vui, vui sướng, vui vẻ, hạnh phúc

harass v.t. sách nhiễu, quấy rối

harassment n. sự sách nhiễu, sự quấy rối

harbor n. hải cảng, cảng

hard adj. cứng (not soft); khó (difficult); **work ~** v. làm việc chăm chỉ, cần cù

harden v.i. chai cứng

hardly adv. hầu như không

hardness n. sự cứng rắn

hardship n. sự cực nhọc

hardware n. phần cứng (computer); đồ kim loại (tools, etc.)

hardware store n. hiệu kim loại, tiệm kim loại

hardy adj. khỏe mạnh, can đảm

hare n. (con) thỏ

harm n. sự tai hại, cái hại; v.t. làm hại

harmful adj. có hại

harmless adj. vô hại

harness n. cương ngựa; v.t. thắng cương ngựa

harsh adj. hằn học, thô lỗ

harvest n. vụ gặt, vụ thu hoạch; v.t./v.i. gặt, thu hoạch

harvest moon n. trăng tròn đầu thu

hassle n. sự phiền phức; v.t. làm phiền

hasty adj. vội vã, vội vàng (decision)

hat n. mũ, nón

hatch v.t./v.i. sinh, sanh, nở (egg)

hate n. sự căm ghét; v.t. ghét

haul n. sự lôi kéo; v.t. lôi, kéo

haunted adj. có ma

have v.t. có

hawk n. (con) (chim) ưng

hay n. cỏ khô

hay fever n. chứng sổ mũi do dị ứng phấn hoa

haystack n. ụ cỏ khô, đống cỏ khô

hazard n. sự nguy hiểm, sự rủi ro

haze n. lớp bụi khói

hazy *adj.* mờ (*sky, view, etc.*); mơ hồ (*memory*)

he *pron.* anh ấy (*male peer, or in general*); ông ấy (*senior male*); nó (*small boy, younger brother, close friend*)

head *n.* đầu (*anat.*); trưởng phòng, sếp, thủ trưởng (*chief, leader*); *v.t.* cầm đầu, chỉ huy (*to lead*)

headache *n.* nhức đầu

heading *n.* tựa, đề mục

headlight *n.* đèn trước

headline *n.* hàng tít, tiêu đề

headphones *n./pl.* ống nghe

headquarters *n./pl.* trụ sở, văn phòng chính; bộ chỉ huy (*military*)

heal *v.t.* làm lành; *v.i.* lành

health *n.* sức khỏe, y tế

health insurance *n.* bảo hiểm y tế

healthy *adj.* mạnh khỏe, khỏe mạnh

heap *n.* đống

hear *v.t./v.i.* nghe, nghe thấy

hearing *n.* thính giác (*sense*); xét xử (*in court*)

hearing aid *n.* dụng cụ trợ thính

heart *n.* quả tim, trái tim (*anat.*); hình quả tim, hình trái tim (*shape*); con cơ (*card suit*)

heart attack *n.* cơn đau tim (*med.*)

heartbeat *n.* nhịp tim

heartburn *n.* chứng ợ chua, chứng tức ngực do ợ chua (*med.*)

heart disease *n.* bệnh tim (*med.*)

hearth *n.* nền lò sưởi

hearty *adj.* thịnh soạn (*meal*); nồng nhiệt (*greeting, support*)

heat *n.* cái nóng, sức nóng

heater *n.* máy sưởi

heatstroke *n.* trúng nắng

heaven *n.* thiên đường, thiên đàng

heavy *adj.* nặng, nặng nề

hectare *n.* mẫu tây, héc-ta

hedge *n.* dậu, bờ dậu (*row of bushes*)

heel *n.* gót chân

height *n.* chiều cao

heir *n.* người thừa kế

heirloom *n.* vật gia bảo

helicopter *n.* trực thăng, máy bay trực thăng

hell *n.* địa ngục; **Hell!** *interj.* Trời đất (ơi)!

hello *n.* lời chào; *interj.* chào (chị, anh, etc.); a-lô (*when answering the phone*)

helm *n.* bánh lái tàu thuyền

helmet *n.* mũ bảo hộ, nón bảo hộ

help *n.* sự giúp đỡ; *v.t.* giúp đỡ; **Help!** *interj.* Cứu (tôi) với!; **~ yourself** *id.* xin tự nhiên

helper *n.* người giúp việc, người phụ giúp

helpful *adj.* có lợi, có ích

helpless *adj.* bất lực, vô dụng

hem *n.* (cái) gấu; *v.t.* may gấu (*skirt, pants, etc.*)

hemophilia *n.* bệnh máu loãng, bệnh loãng máu

hemophiliac *n.* người bị bệnh loãng máu; *adj.* bị loãng máu

hemp *n.* cây gai dầu

hen *n.* (con) gà mái

henna *n.* thuốc nhuộm

hepatitis *n.* bệnh viêm gan

her *pron.* chị ấy; cô ấy; bác ấy; bà ấy; *adj.* của chị ấy; của cô ấy; của bác ấy; của bà ấy; của nó

herb *n.* dược thảo

herbal *adj.* dược thảo

herd *n.* đàn, bầy

here *adv.* đây

hereditary *adj.* di truyền

heritage *n.* di sản

hermit *n.* người ở ẩn, ẩn sĩ

hernia *n.* bệnh thoát vị

hero *n.* anh hùng, người hùng

heroic *adj.* anh hùng

heroin *n.* hê-rô-in

heron *n.* (con) diệc

hers *pron.* ... của chị ấy; ... của cô ấy; ... của bác ấy; ... của bà ấy; ... của nó

herself *pron.* chính chị ấy; chính cô ấy; chính bác ấy; chính bà ấy; chính nó

hesitant *adj.* ngập ngừng, do dự, trù trừ

hesitate *v.t./v.i.* ngập ngừng, do dự, trù trừ

hesitation *n.* sự ngập ngừng, sự do dự, sự trù trừ

heterosexual *n.* người thích người khác phái; *adj.* dị phái luyến ái

hibiscus *n.* hoa dâm bụt

hiccup *n.* chứng nấc cụt; *v.i.* nấc cụt

hidden *adj.* ẩn, tiềm ẩn, được che dấu

hide *v.t.* che dấu, trốn

high *adj.* cao

high blood pressure *n.* bệnh cao huyết áp, huyết áp cao, cao máu

high chair *n.* ghế cao có gắn bàn ăn em bé

highland *adj.* vùng cao nguyên

highlands *n./pl.* cao nguyên

high-rise *n.* tòa cao ốc, nhà cao tầng

high school *n.* trường trung học

highway *n.* quốc lộ

hill *n.* đồi

hilly *adj.* nhiều đồi, dốc

him *pron.* anh ấy; chú ấy; bác ấy; ông ấy; nó

himself *pron.* chính anh ấy; chính chú ấy; chính bác ấy; chính ông ấy; chính nó

hinder *v.t.* cản trở

Hindi *n.* tiếng Hindi

Hindu *n.* người theo Ấn Độ Giáo; *adj.* Ấn Độ Giáo

Hinduism *n.* Ấn Độ Giáo

hinge *n.* (cái) bản lề

hint *n.* lời gợi ý, lời nhắc khéo; *v.i.* gợi ý, nhắc khéo

hip *n.* hông

hire *v.t.* thuê, mướn, tuyển dụng

his *pron.* ... của anh ấy; ... của chú ấy; ... của bác ấy; ... của ông ấy; ... của nó

historical *adj.* có tính chất lịch sử

history *n.* lịch sử

hit *v.t.* đánh (*someone*); đụng phải (*something*)

hit-and-run *adj.* gây tai nạn rồi bỏ chạy

hitchhike *v.i.* đi nhờ xe, đi quá giang

hitchhiker *n.* người xin đi nhờ xe, người xin đi quá giang

hive *n.* tổ ong (*bee*)

hives *n./pl.* chứng phong ngứa (*med.*)

hoarse *adj.* bị khản giọng

hobby *n.* thú tiêu khiển

hockey *n.* (môn) khúc côn cầu trên băng (*ice*)

hoe *n.* (cái) cuốc

hoist *v.t.* kéo lên

hold *v.t.* nắm (*grasp*); **on ~** *id.* cầm máy (*on the phone*)

hole *n.* (cái) lỗ

holiday *n.* ngày lễ, ngày nghỉ

hollow *adj.* rỗng

holy *adj.* thiêng liêng, thần thánh

holy day *n.* ngày thánh lễ

home *n.* nhà; **go ~** đi về nhà; **at ~** *id.* có nhà, ở nhà, tự nhiên

homeland *n.* quê hương

homeless *adj.* vô gia cư, không nhà (không cửa), bụi đời

homemade *adj.* tự làm ở nhà

homemaker *n.* nhà nội trợ

homesick *adj.* nhớ nhà

homesickness *n.* nỗi nhớ nhà

hometown *n.* quê

homework *n.* bài làm ở nhà

homosexual *n.* người đồng tính luyến ái; *adj.* đồng tính luyến ái

honest *adj.* lương thiện, thành thật

honesty *n.* sự lương thiện, sự thành thật

honey *n.* mật ong

honeymoon *n.* tuần trăng mật

honk *v.t./v.i.* nhấn còi xe hơi, nhấn còi xe ô-tô, bóp còi (*a horn*)

honor *n.* danh dự (*integrity*); *v.t.* tôn kính (*one's ancestors*)

hood *n.* nắp xe (*of a car*)

hook *n.* (cái) móc, móc câu

hoop *n.* vành

hope *n.* niềm hy vọng; *v.t.* hy vọng

hopeful *adj.* hy vọng

hopeless *adj.* tuyệt vọng

horizon *n.* chân trời

horizontal *adj.* nằm ngang

horn *n.* kèn (*instrument*); còi xe hơi, còi xe ô-tô (*of a car*)

horoscope *n.* tử vi, lá số tử vi

horrible *adj.* khủng khiếp

horror *n.* sự kinh hoàng

hors d'oeuvre *n.* món khai vị

horse n. (con) ngựa; Ngọ (*in Viet-namese zodiac*)

horseback adv. cưỡi ngựa, cởi ngựa

horsepower n. mã lực

horse race n. cuộc đua ngựa

horseshoe n. móng ngựa

hose n. vòi nước, ống nước

hospitable adj. hiếu khách

hospital n. bệnh viện, nhà thương

host n. chủ nhà; v.t. chủ tiệc

hostage n. con tin

hostel n. quán trọ

hostess n. nữ chủ nhà

hostile adj. thù địch, lạnh lùng

hot adj. nóng (*temperature*); cay (*spicy*)

hotel n. khách sạn, ô-ten

hour n. giờ, tiếng (đồng hồ)

hourly adj. tính theo giờ

house n. (căn) nhà, (ngôi) nhà

houseboat n. nhà trên thuyền

household n. gia đình

housekeeper n. người quản gia

housewife n. nhà nội trợ

housework n. công việc nhà

how adv. thế nào; ~ **much?** bao nhiêu?; ~ **much is it?** giá bao nhiêu?

however adv. tuy nhiên

hug n. cái ôm thân mật; v.t. ôm thân mật

huge adj. to, lớn, khổng lồ

human adj. con người

human being n. con người

humane adj. nhân đạo, nhân từ

humanity n. loài người, nhân loại, tính người, tính nhân đạo

human rights n./pl. nhân quyền

humble adj. khiêm tốn

humid adj. ẩm, ẩm thấp

humidity n. sự ẩm thấp

humiliate v.t. làm nhục

humor n. hài hước, trào phúng; **sense of ~** n. óc trào phúng

hundred num. một trăm

hundreds num./pl. hàng trăm

hundredth adj. thứ một trăm

hunger n. cái đói, cơn đói

hungry adj. đói

hunt n. cuộc đi săn, cuộc săn lùng;

v.t./v.i. săn (*for food*); tìm, lùng (*for something*)

hunter n. người đi săn

hurray interj. hoan hô

hurricane n. (trận) cuồng phong

hurry n. sự vội vã, sự vội vàng; v. vội vã, vội vàng; **Hurry up!** id. Nhanh lên!

hurt n. cái đau (*physical*); sự tổn thương (*emotional*); v.t. làm đau; làm tổn thương (*emotionally*); v.i. đau (*be in pain*); làm hại (*inflict harm*)

husband n. chồng, người chồng

hut n. (cái) chòi

hymn n. bài thánh ca

hyphen n. dấu gạch nối (-)

hypocrite n. kẻ đạo đức giả, tên đạo đức giả

hysterical adj. bấn loạn

I

I pron. tôi (*used with strangers who are peers*); tao (*used with very close friends*)

ibuprofen n. thuốc chống phong thấp

ice n. đá, nước đá

ice-cold adj. lạnh giá, lạnh như đá

ice cream n. kem (ăn), cà-rem; ~ **cone** n. bánh hình chóp đựng kem

iced tea n. trà đá

icon n. hình tượng (*religious*); biểu tượng (*computer*); thần tượng (*cultural*)

icy adj. phủ băng, lạnh giá

idea n. ý kiến, ý tưởng

ideal n./adj. lý tưởng

idealistic adj. có lý tưởng

identical adj. y hệt, giống hệt

identification (**ID** abbr.) n. sự nhận diện; **photo ID** n. thẻ căn cước, giấy chứng minh; ~ **card** n. thẻ căn cước, giấy chứng minh

identify v.t. nhận diện, nhận dạng

ideology n. ý thức hệ

idiom n. thành ngữ

idiot n. kẻ ngu ngốc, kẻ ngu xuẩn, tên xuẩn ngốc

idle *adj.* lười biếng, nhàn rỗi

if *conj.* nếu

ignition *n.* ổ đề máy (*of a car*)

ignorance *n.* sự dốt nát, sự ngu dốt

ignorant *adj.* dốt nát, ngu dốt, kém hiểu biết

ignore *v.t.* lờ, phớt lờ, không để ý đến

ill *adj.* ốm, bệnh, đau

illegal *adj.* bất hợp pháp

illegible *adj.* khó đọc, không đọc được (*handwriting*)

illiterate *adj.* mù chữ

illness *n.* cơn bệnh, bệnh tật, sự đau yếu

illuminate *v.* tỏa sáng

illumination *n.* sự tỏa sáng

illusion *n.* ảo tưởng

illustrate *v.t.* minh họa

illustration *n.* sự minh họa, hình ảnh minh họa

image *n.* hình ảnh

imagination *n.* óc tưởng tượng, sự tưởng tượng

imagine *v.t.* tưởng tượng

imitate *v.t.* bắt chước, noi gương

imitation *n.* hàng giả, hàng giả hiệu, hàng bắt chước (*counterfeit or copy*)

immature *adj.* non nớt, thiếu chín chắn, chưa trưởng thành

immediately *adv.* ngay lập tức

immense *adj.* mênh mông

immigrant *n.* di dân

immigrate *v.i.* di cư

immigration *n.* sự di trú

immoral *adj.* vô luân, vô đạo đức

immortal *adj.* bất tử

immune *adj.* miễn nhiễm

immune system *n.* hệ miễn nhiễm

immunity *n.* sự miễn nhiễm

impasse *n.* sự bế tắc, tình trạng bế tắc, ngõ cụt

impatient *adj.* thiếu kiên nhẫn, nôn nóng

imperfect *adj.* bất toàn, còn thiếu sót

impersonal *adj.* lạnh lùng, vô cảm

implement *n.* dụng cụ; *v.t.* thực hiện

imply *v.t.* ám chỉ, ngụ ý

impolite *adj.* bất lịch sự, vô lễ

import *n.* hàng nhập cảng, hàng nhập khẩu; *v.t.* nhập cảng, nhập khẩu

import tax *n.* thuế nhập cảng, thuế nhập khẩu

importance *n.* tầm quan trọng

important *adj.* quan trọng

impose *v.t.* áp đặt

impossible *adj.* không thể được, không thể xảy ra được

impotent *adj.* bất lực

impress *v.t.* gây ấn tượng tốt

impression *n.* ấn tượng

impressive *adj.* độc đáo, đáng khâm phục

imprison *v.t.* tống giam, bỏ tù, cầm tù

improper *adj.* không phù hợp, không đàng hoàng

improve *v.t./v.i.* cải tiến, tiến bộ

improvement *n.* sự cải tiến, sư tiến bộ

improvise *v.t.* ứng khẩu (*in speech*); ứng biến (*a situation*)

impulse *n.* sự bốc đồng

impulsive *adj.* có tính bốc đồng

in *prep.* ở, tại (*location*); trong (*time, e.g.* in two weeks); bằng (*manner, e.g.* in Vietnamese); come ~ mời vào

inability *n.* sự thiếu khả năng

inaccessible *adj.* không sử dụng được, không đến gần được

inaccurate *adj.* thiếu chính xác, không chính xác

inactive *adj.* không hoạt động

inappropriate *adj.* không phù hợp, không đàng hoàng

inaugurate *v.t.* khánh thành (*begin something*); làm lễ nhậm chức (*a person into office*)

inauguration *n.* buổi lễ khánh thành; buổi lễ nhậm chức

incense *n.* hương, nhang

incentive *n.* động cơ, sự khích lệ

inch *n.* inch, phân Anh

incident *n.* sự cố

inclination *n.* khuynh hướng

incline *n.* dốc (*slope*)

inclined *adj.* có khuynh hướng (*disposed to*)

include *v.t.* bao gồm

income *n.* lợi tức; mức thu nhập (*SRV*)

incompatible *adj.* không hòa hợp với nhau

incompetent *adj.* thiếu khả năng, không đủ khả năng

incomplete *adj.* chưa hoàn tất, chưa đầy đủ

inconvenient *adj.* bất tiện

incorrect *adj.* không đúng, sai

increase *n.* sự gia tăng; *v.i.* gia tăng

incredible *adj.* độc đáo, không thể tin được

indecisive *adj.* trù trừ, do dự

indeed *adv.* quả thật

independence *n.* độc lập

independent *adj.* có tính tình độc lập, tự lập

in-depth *adj.* có chiều sâu, đầy đủ chi tiết, kỹ lưỡng

index *n.* danh mục

index finger *n.* ngón tay trỏ

Indian *n.* người Ấn Độ (*Asian*); người Mỹ bản xứ (*American*); *adj.* Ấn-độ (*Asian*); Mỹ bản xứ (*American*)

indicate *v.t.* cho thấy

indicator *n.* dấu hiệu

indifferent *adj.* thờ ơ

indigenous *adj.* bản xứ

indigent *adj.* nghèo đói

indigestion *n.* chứng ăn không tiêu, chứng khó tiêu

indignant *adj.* phẫn uất

indigo *n.* cây chàm (*plant*); thuốc nhuộm chàm (*dye*); *adj.* chàm

indirect *adj.* gián tiếp; vòng vo

individual *n./adj.* cá nhân

Indonesian *n.* người Nam Dương, người In-đô-nê-xi-a (*person*); tiếng Nam Dương (*language*); *adj.* Nam Dương, In-đô-nê-xi-a

indoor *adj.* trong nhà

indoors *adv.* trong nhà

indulge *v.t.* chiều

indulgence *n.* sự chiều chuộng

industrial *adj.* kỹ nghệ, công nghiệp

industrialize *v.i.* kỹ nghệ hóa, công nghiệp hóa

industrious *adj.* siêng năng, cần cù, chăm chỉ

industry *n.* kỹ nghệ, công nghiệp

inefficient *adj.* không hữu hiệu

ineligible *adj.* không đủ tiêu chuẩn, không đủ điều kiện

inequality *n.* sự bất bình đẳng

inevitable *adj.* không tránh khỏi

inexpensive *adj.* rẻ, không đắt, không mắc

inexperienced *adj.* thiếu kinh nghiệm

infant *n.* trẻ sơ sinh

infect *v.t.* lây nhiễm cho

infection *n.* nhiễm trùng

infectious *adj.* hay lây, dễ lây

inferior *adj.* thua kém, kém chất lượng

inflammable *adj.* dễ cháy, dễ bắt lửa

inflammation *n.* viêm

inflamed *adj.* bị viêm

inflatable *adj.* có thể bơm căng

inflation *n.* lạm phát, tình trạng lạm phát

influence *n.* ảnh hưởng

inform *v.t.* báo cho biết

informal *adj.* xuề xòa, không kiểu cách (*casual*)

information *n.* thông tin

infrastructure *n.* hạ tầng kiến trúc, kiến trúc hạ tầng, cơ sở hạ tầng

infrequent *adj.* không thường xuyên

infringe *v.t.* vi phạm

ingenious *adj.* tài tình, khôn khéo

ingredient *n.* chất cấu thành, yếu tố cấu thành

inhabit *v.t.* trú ngụ, cư trú

inhabitant *n.* cư dân

inhale *v.t.* hít vào

inhaler *n.* thuốc hơi nén (*med.*)

inherit *v.t.* thừa hưởng, thừa kế

inheritance *n.* sự thừa kế, của thừa kế

initial *n.* mẫu tự đầu của tên; *adj.* khởi đầu; *v.t.* ký tắt

initiative *n.* sự chủ động

inject *v.t.* chích (*medicine, vaccine, etc.*)

injection *n.* mũi chích

injure *v.t.* gây thương tích, làm bị thương

injured *adj.* bị thương

injury *n.* vết thương

ink *n.* mực

inland *n.* vùng nội địa; *adj.* nội địa; *adv.* hướng về vùng nội địa

in-law *n.* họ hàng bên vợ (*wife's family*); họ hàng bên chồng (*husband's family*)

inn *n.* quán

inner *adj.* bên trong

innocent *adj.* ngây thơ, vô tội

inoculate *v.t.* chủng ngừa, chích ngừa

inoculation *n.* sự chủng ngừa, sự chích ngừa

input *v.t.* cung cấp dữ kiện (*data*)

inquire *v.i.* hỏi thăm, điều tra

inquiry *n.* sự hỏi thăm, cuộc điều tra

insane *adj.* điên khùng

insect *n.* côn trùng

insert *v.t.* gắn vào

inside *n.* phần bên trong; *adv.* vào trong; **~ out** *id.* lộn mặt trong ra ngoài, tường tận

insight *n.* cái nhìn sâu sắc

insightful *adj.* sâu sắc

insist *v.i.* nhất quyết, khăng khăng

insistence *n.* sự nhất quyết, sự khăng khăng

insomnia *n.* chứng mất ngủ

inspect *v.t.* thanh tra

inspection *n.* sự thanh tra

inspector *n.* viên thanh tra

inspiration *n.* nguồn cảm hứng

inspire *v.t.* gây cảm hứng

install *v.t.* gắn, lắp ráp

installation *n.* sự lắp ráp

instance *n.* thí dụ, ví dụ, trường hợp; **for ~** *id.* thí dụ, ví dụ

instant *n.* giây lát; *adj.* trong giây lát

instant coffee *n.* cà-phê dùng/pha ngay

instantly *adv.* ngay lập tức

instead *adv.* thay vì; **~ of** *id.* thay vì

instinct *n.* bản năng

institute *n.* viện; *v.t.* thành lập

institution *n.* viện (*mental*); thể chế (*gov.*)

instruct *v.t.* dặn, chỉ dẫn

instructions *n.* lời dặn, lời chỉ dẫn

instrument *n.* nhạc cụ (*musical*)

insufficient *adj.* không đủ, thiếu

insulate *v.t.* làm cách điện, cách nhiệt, hoặc cách âm

insulation *n.* sự cách điện, cách nhiệt, hoặc cách âm

insulin *n.* chất in-su-lin

insult *n.* sự lăng mạ, sự lăng nhục; *v.t.* lăng mạ, lăng nhục

insurance *n.* bảo hiểm; **health ~** *n.* bảo hiểm y tế, bảo hiểm sức khỏe

insurance company *n.* công ty bảo hiểm

insure *v.t.* bảo hiểm, đóng bảo hiểm cho

integrity *n.* đạo đức, sự ngay thẳng, sự cương trực

intellectual *n.* người trí thức; *adj.* trí thức

intelligence *n.* sự thông minh

intelligent *adj.* thông minh

intend *v.t.* định, dự định, tính, dự tính

intense *adj.* cao độ

intensive care *n.* sự chăm sóc cẩn mật

intention *n.* ý định

interest *n.* sở thích, lợi ích, tiền lời; *v.t.* gây sự lưu ý

interested *adj.* có lưu ý, có để ý đến

interesting *adj.* hay, lôi cuốn, hấp dẫn

interfere *v.i.* can thiệp

interior *n.* nội vụ, nội thất; *adj.* nội thất (*of a house*); nội vụ (*of a country*)

intern *n.* người tập sự

internal *adj.* bên trong, nội bộ

international *adj.* quốc tế

international law *n.* công pháp quốc tế

international relations *n.* bang giao quốc tế

Internet *n.* mạng, mạng lưới, mạng lưới toàn cầu, mạng lưới quốc tế, in-tờ-nét

interpret *v.t./v.i.* thông dịch, phiên dịch (*a language*)

interpreter *n.* thông dịch viên, người phiên dịch

interrupt *v.t./v.i.* ngắt lời, làm gián đoạn

interruption *n.* sự ngắt lời, sự làm gián đoạn

intersection *n.* ngã tư (*of roads*)

interval *n.* khoảng cách

intervene *v.i.* can thiệp

interview *n.* buổi phỏng vấn; *v.t.* phỏng vấn; **job ~** *n.* phỏng vấn xin việc

intestines *n.* ruột

intimate *adj.* thân mật, thân tình

into *prep.* vào

intoxicate *v.t.* làm cho say; *v.i.* say

introduce *v.t.* giới thiệu

introduction *n.* lời giới thiệu, sự giới thiệu

intuition *n.* trực giác

invade *v.t.* xâm lăng, đột nhập

invalid *adj.* không hợp lệ

invasion *n.* sự xâm lăng, sự đột nhập

invent *v.t.* phát minh, sáng chế

invention *n.* sự phát minh, sự sáng chế (*abstract*); đồ phát minh, đồ sáng chế (*concrete*)

inventory *n.* bảng kiểm kê hàng hóa

invest *v.t.* đầu tư

investigate *v.t.* điều tra

investigation *n.* sự điều tra (*in general*); vụ điều tra (*a specific case*)

investment *n.* sự đầu tư

invisible *adj.* vô hình

invitation *n.* lời mời

invite *v.t.* mời

invoice *n.* hóa đơn đòi tiền; *v.t.* gửi hóa đơn đòi tiền, gởi hóa đơn đòi tiền

involve *v.t.* liên quan, dính líu, kéo vào

Irish *n./pl.* người Ái Nhĩ Lan, người Ai-len; *adj.* Ái Nhĩ Lan, Ai-len

iron *n.* sắt (*metallic element*); bàn là, bàn ủi (*appliance*); *v.t.* là, ủi

ironic *adj.* mỉa mai

irony *n.* sự mỉa mai

irrelevant *adj.* không liên quan

irresponsible *adj.* vô trách nhiệm

irrigate *v.t.* đào mương dẫn nước, đào kênh dẫn nước, dẫn thủy nhập điền, làm thủy lợi

irrigation *n.* hệ thống kênh mương, hệ thống thủy lợi

irritate *v.t.* làm bực mình; *v.i.* bực mình

Islam *n.* đạo Hồi, Hồi giáo

Islamic *adj.* đạo Hồi, Hồi giáo

island *n.* đảo

isolate *v.t.* cô lập

Israeli *n.* người Do-thái; *adj.* Do-thái

issue *n.* vấn đề (*matter*); ấn bản (*of a magazine*); *v.t.* phát hành

it *pron.* nó

Italian *n.* người Ý, người Ý Đại Lợi (*person*); tiếng Ý (*language*); *adj.* Ý, Ý Đại Lợi

italics *n./pl.* chữ in nghiêng

itch *n.* sự ngứa ngáy; *v.i.* ngứa ngáy

item *n.* mục, khoản

itinerary *n.* lộ trình, hành trình

its *adj.* của nó

itself *pron.* chính nó

ivory *n.* ngà

ivory tower *n.* tháp ngà

ivy *n.* cây leo trường xuân

J

jack *n.* (cái) kích (*auto*)

jacket *n.* áo khoác

jade *n.* (viên) ngọc bích

jail *n.* tù, nhà tù, khám

jam *n.* mứt (*fruit preserve*); **traffic ~** *n.* kẹt xe

janitor *n.* người quét dọn, người lao công

January *n.* tháng một, tháng giêng

Japanese *n./pl.* người Nhật (Bản/ Bổn); *n.* tiếng Nhật (Bản/Bổn) (*language*); *adj.* Nhật (Bản/Bổn)

jar *n.* hũ, lọ

jasmine *n.* hoa nhài

jaw *n.* hàm, quai hàm

jazz *n.* nhạc jazz

jealous *adj.* ghen, ghen tuông, ganh, ganh tị

jealousy *n.* sự ghen tuông, sự ganh tị

jeans *n./pl.* quần jean, quần bò

jeep *n.* xe jeep

jellyfish *n.* (con) sứa

jerk *n.* (cái) giật mạnh, (cái) giựt mạnh; *v.t.* giật, giựt

jersey *n.* áo thun, áo len chui cổ

jet *n.* máy bay phản lực, phi cơ phản lực (*plane*)

jet lag *n.* sự mệt mỏi sau chuyến bay

Jew *n.* người Do Thái

jewel *n.* viên đá quý

jewelry *n.* đồ nữ trang, đồ trang sức

jewelry store *n.* hiệu bán đồ nữ trang, tiệm bán đồ nữ trang, hiệu bán đồ trang sức, tiệm bán đồ trang sức

Jewish *adj.* Do Thái

jigsaw puzzle *n.* trò chơi lắp hình

job *n.* việc làm, nghề

jog *n.* sự chạy bộ; *v.i.* chạy bộ

join *v.t.* gia nhập (*a club*)

joint *n.* khớp xương (*anat.*); **out of ~** *id.* trật khớp, không hợp, khó chịu

joint venture *n.* liên doanh

joke *n.* lời nói đùa, chuyện tiếu lâm; *v.i.* đùa, nói đùa

journal *n.* nhật ký (*diary*); báo (*periodical*)

journalist *n.* nhà báo

journey *n.* cuộc hành trình; *v.i.* thực hiện một cuộc hành trình

joy *n.* niềm vui

joyful *adj.* vui mừng

judge *n.* quan tòa; *v.t.* phán đoán

judgment *n.* sự phán đoán, lời phán xét

judo *n.* nhu đạo

jug *n.* (cái) bình

juggle *v.t.* tung hứng banh (*balls*); xoay xở (*a schedule*)

juice *n.* nước trái cây; **orange ~** *n.* nước cam

July *n.* tháng bảy

jumble *n.* một mớ hỗn độn; *v.t.* làm hỗn độn

jump *n.* cú nhảy; *v.i.* nhảy

jumper cables *n./pl.* dây cáp nối bình ắc-quy để nạp điện

jump rope *n.* dây để nhảy dây

junction *n.* chỗ đổi tuyến đường xa lộ

June *n.* tháng sáu

jungle *n.* rừng nhiệt đới

junior *n.* học sinh lớp mười một (*in high school*); sinh viên năm thứ ba (*in college*)

junk *n.* đồ liệng đi

junk food *n.* đồ ăn kém dinh dưỡng, đồ ăn bậy bạ

junk mail *n.* thư quảng cáo, thơ quảng cáo

junkyard *n.* nghĩa địa xe

juror *n.* bồi thẩm viên

jury *n.* bồi thẩm đoàn

just *adv.* mới, vừa mới (*a moment ago*); *adj.* công minh

just cause *n.* chính nghĩa

justice *n.* công lý

justification *n.* sự biện minh

justify *v.t.* biện minh

jute *n.* cây đay (*plant*); sợi đay (*fiber*)

juvenile *n.* trẻ em, thiếu niên; *adj.* trẻ em, thiếu niên

juvenile delinquency *n.* sự phạm pháp của thiếu niên

juvenile delinquent *n.* thiếu niên phạm pháp

K

kaleidoscope *n.* (cái) kính vạn hoa, (cái) kiếng vạn hoa

kangaroo *n.* (con) chuột túi, (con) kăng-gu-ru

karaoke *n.* hát ka-ra-ô-kê

karat *n.* cà-rá

karate *n.* ka-ra-tê, không thủ đạo

karma *n.* nghiệp, nghiệp chướng

keen *adj.* mê, say mê (*enthusiastic*)

keep *v.t.* giữ (*to retain*); **~ up** *v.i.* tiếp tục, theo kịp; **~ out** *v.i.* tránh xa

kennel *n.* chuồng chó, cũi chó

kernel *n.* hạt, hột, cốt lõi

kerosene *n.* dầu hôi

ketchup *n.* xốt cà chua, xốt cà

kettle *n.* ấm đun nước

key *n.* chìa khóa, thìa khóa

keyboard *n.* bàn phím

keyhole *n.* lỗ khóa

keypad *n.* bàn số

key ring *n.* vòng xâu chìa khóa

key word *n.* từ giải mã, chữ chính

Khmer *n.* tiếng Khmer (*language*); *adj.* Khmer

kick *n.* cú đá; *v.t.* đá; **~ out** *v.i.* tống

ra đường, tống ra khỏi nhà, tống
cổ
kickboxing n. (môn) cước quyền Anh
kickoff n. cú đá khởi trận (*soccer*)
kickstand n. chân chống
kid n. đứa bé; v.t. chọc, (nói) đùa
(*tease*)
kidnap v.t. bắt cóc
kidney n. thận
kill v.t. giết
kiln n. lò nung
kilo(gram) n. kí-lô, kí, cân
kilometer n. ki-lô-mét, kí-lô-mét,
cây số
kimono n. áo ki-mô-nô
kind n. loại; adj. tử tế; ~ **of** id. hơi,
khá
kindergarten n. lớp mẫu giáo, chương
trình mẫu giáo, vườn trẻ
kindle v.t. nhóm lửa
kindness n. sự tử tế
king n. vua, quốc vương
kingdom n. vương quốc
kiosk n. sạp, ki-ốt
kiss n. nụ hôn; v.t. hôn, mi
kit n. hộp đồ nghề; **first-aid ~** n. hộp
đồ cấp cứu, hộp đồ cứu thương
kitchen n. nhà bếp
kite n. con diều
kitten n. (con) mèo con
knapsack n. ba-lô
knead v.t. nhồi (*dough*)
knee n. đầu gối
kneecap n. xương đầu gối, xương
bánh chè
kneel v.i. quỳ
knife n. (con) dao
knight n. hiệp sĩ
knit v.t./v.i. đan
knock n. tiếng gõ; v.i./v.t. gõ; ~ **out**
v.t. hạ đo ván; ~ **over** v.t. đụng đổ
knot n. nút, gút; **tie a ~** v.t. thắt nút,
thắt gút
know v.t./v.i. biết (*have informa-
tion, have knowledge*); quen,
quen biết (*be acquainted with*)
knowledge n. kiến thức
knuckle n. khớp ngón tay
Korean n. người Đại Hàn, người

Triều Tiên; người Hàn Quốc
(*South*); người Bắc Hàn (*North*);
tiếng Đại Hàn, tiếng Triều Tiên
(*language*); adj. Đại Hàn, Triều
Tiên; Hàn Quốc (*South*); Bắc Hàn
(*North*)
kosher adj. thật
kow tow v.i. quỳ lạy
kung fu n. (võ) Công phu

L

label n. nhãn, nhãn hiệu; v.t. dán
nhãn hiệu, gán tên
labor n. lao động (*work*); đau đẻ
(*childbirth*)
laboratory n. phòng thí nghiệm
laborer n. người lao động
labor union n. nghiệp đoàn lao động,
công đoàn
labyrinth n. mê lộ
lace n. ren (*fabric*); dây giày (*shoe-
lace*); v.t. xỏ dây giày (*a shoe*)
lack n. thiếu; v.t. thiếu
lacquer n. sơn mài
lacquer painting n. bức tranh sơn mài
lacquerware n. hàng sơn mài
ladder n. (cái) thang
Ladies and Gentlemen interj. Kính
thưa quý vị
ladies' room n. nhà/phòng vệ sinh nữ
ladle n. (cái) muôi
lady n. phụ nữ, mệnh phụ, phu nhân
lag v.i. tụt lại đằng sau
lake n. hồ
lamb n. (con) cừu non, (con) trừu
non (*animal*); thịt cừu non, thịt
trừu non (*meat*)
lame adj. bị khập khiễng, bị đau (*dis-
abled*); không hợp lý (*inadequate*)
laminate v.t. ép plastic (*with plastic*)
lamp n. đèn
lamppost n. cột đèn
lampshade n. (cái) chụp đèn
land n. đất (*area of ground*); miền
(*a region*); quê hương, đất nước (*a
country*); v.t. đáp (*a plane*); v.i. hạ
cánh (*a plane*)
landfill n. đất chôn rác

landing n. máy bay hạ cánh (*of a plane*)

landlord n. chủ đất, chủ quán trọ

landmark n. cái mốc, sự kiện đánh dấu bước ngoặt trong lịch sử, địa điểm lịch sử

landowner n. địa chủ

land reform n. cải cách ruộng đất

landscape n. phong cảnh

landslide n. lở đất, đất lở

lane n. lối đi (*passage*); tuyến, làn (*of a highway*)

language n. ngôn ngữ; **foreign ~** n. ngoại ngữ

lantern n. lồng đèn, đèn lồng

Lao n. người Lào (*person*); tiếng Lào (*language*); adj. Lào

Laotian n. người Lào

lap n. lòng

lapel n. ve áo

lapse n. khoảng thời gian (*of time*); v.i. trôi qua (*time*)

laptop (computer) n. máy điện toán xách tay, máy vi tính xách tay

lard n. mỡ lợn, mỡ heo

large adj. to, lớn, rộng

laryngitis n. viêm thanh quản

laser printer n. máy in la-ze

last adj. cuối, cuối cùng (*in order*); vừa qua (*most recent*); v.i. kéo dài; **at ~** id. cuối cùng

last name n. họ, tên họ

last week n. tuần trước, tuần rồi, tuần vừa qua;

latch n. (cái) then cửa, (cái) chốt cửa; v.i. cài then, cài chốt

late adj.; adv. muộn, trễ (*delayed*); khuya (*at night*)

lately adv. gần đây

latest adj./adv. mới nhất (*news*); trễ/muộn nhất (*arrival*); **at the ~** id. chậm nhất là, trễ nhất là

lathe n. máy tiện

lather n. bọt xà-phòng, bọt xà-bông

Latin n. tiếng La Tinh; adj. La Tinh

Latin American n. người Châu Mỹ La Tinh; adj. Châu Mỹ La Tinh

latitude n. vĩ tuyến (*geog.*); tự do (*freedom*)

latrine n. cầu tiêu dã chiến

latter adj. thứ nhì, thuộc phần cuối; pron. cái thứ nhì, phần cuối

laugh n. tiếng cười; v.i. cười, cười to, cười thành tiếng

laughter n. tiếng cười

launch n. việc khởi sự; việc phóng (*of a spacecraft*); v.t. khởi sự (*start something new*); phóng (*spacecraft, etc.*)

Laundromat tm. n. phòng giặt đồ, phòng giặt sấy quần áo

laundry n. quần áo dơ, đồ dơ

laundry room n. phòng giặt đồ

lavatory n. nhà vệ sinh, bồn cầu, cái la-va-bô

lavender n. (màu) tím nhạt

lavish adj. thịnh soạn, ê hề

law n. luật, luật pháp, pháp luật

lawful adj. hợp pháp

lawn n. sân cỏ, bãi cỏ

lawsuit n. vụ kiện, vụ kiện tụng

lawyer n. luật sư

laxative n. thuốc nhuận tràng/trường

lay v.t. đặt, để

layer n. lớp

lay off v.i. sa thải

layover n. ghé lại

lazy adj. lười, lười biếng, làm biếng

lead adj. dẫn đầu, đứng đầu (*first place*); chì (*metal*); v.t./v.i. hướng dẫn (*guide*)

leader n. lãnh đạo, lãnh tụ, người cầm đầu

leadership n. sự lãnh đạo, sự dìu dắt

leaf n. (*pl.* **leaves**) lá, lá cây

leak n. chỗ rò/dột (*in a pipe, roof, etc.*); sự tiết lộ (*of information*); v.t./v.i. rò, dột; tiết lộ

lean adj. gầy, ốm (*person*); v.t./v.i. dựa vào

leap n. cái nhảy; v.i. nhảy

leap year n. năm nhuận

learn v.t./v.i. học

learner n. học viên

lease n. hợp đồng thuê, hợp đồng mướn; v.t./v.i. cho thuê, cho mướn

leash n. dây dắt chó

least adv. ít ... nhất; **at ~** id. ít ra

leather *n.* da, da thuộc

leave *v.t./v.i.* rời (*a place*); bỏ lại (*to leave something or someone*)

leave of absence *n.* giấy nghỉ phép, thời gian nghỉ phép

lecture *n.* bài giảng, bài thuyết trình; *v.i.* giảng bài, thuyết trình

lecturer *n.* giảng viên, giảng sư

leech *n.* (con) đỉa

left *n.* bên tay trái; *adj./adv.* trái

left-hand *adj.* bên trái

left-handed *adj.* thuận tay trái

leftover *n.* đồ ăn thừa

leg *n.* chân

legacy *n.* di sản

legal *adj.* hợp pháp

legality *n.* sự hợp pháp

legalize *v.t.* hợp pháp hóa

legend *n.* truyền thuyết

legible *adj.* dễ đọc

legislation *n.* quá trình lập pháp

legislature *n.* ngành lập pháp, cơ quan lập pháp, viện lập pháp

legitimate *adj.* hợp pháp, chính đáng

legume *n.* đỗ, đậu

leisure *n.* sự nhàn rỗi; *adj.* nhàn rỗi

lend *v.t.* cho vay, cho mượn

length *n.* chiều dài, bề dài

lengthen *v.t.* kéo dài

lengthy *adj.* dài dòng

lens *n.* mắt kính, mắt kiếng; **contact ~** *n.* mắt kính sát tròng, mắt kiếng sát tròng, công-tắc len

Lent *n.* Mùa Sám Hối

leopard *n.* (con) beo

leper *n.* người bị bệnh cùi, người bị bệnh hủi

leprosy *n.* bệnh cùi, bệnh hủi

lesbian *n.* người phụ nữ đồng tính luyến ái; *adj.* đồng tính luyến ái nữ

lesion *n.* vết thương

less *adj./adv.* kém, ít hơn

lesson *n.* bài học

let *v.t.* để; **~ someone know** báo cho biết; **~ in** *v.i.* cho vào; **~'s go** đi, chúng ta đi

letter *n.* bức thư, lá thơ (*correspondence*); mẫu tự, chữ cái (*of the alphabet*)

lettuce *n.* (rau) xà-lách

levee *n.* (cái) đê

level *n.* mức (*height*); cấp (*hierarchy*); *adj.* bằng phẳng (*even*)

lever *n.* đòn bẩy

liability *n.* trách nhiệm pháp lý

liable *adj.* chịu trách nhiệm pháp lý

liaison *n.* liên lạc viên (*an official*); mối quan hệ bất chính, ngoại tình (*a relationship*)

liar *n.* người nói dối, kẻ nói láo

libel *n.* sự bôi nhọ; *v.t.* bôi nhọ

liberal *adj.* cởi mở, phóng khoáng (*open-minded*); phóng khoáng, tự do (*political*)

liberate *v.t.* giải phóng (*a country*); giải thoát (*a prisoner*)

liberation *n.* sự giải phóng; sự giải thoát

liberty *n.* tự do

librarian *n.* quản thủ thư viện

library *n.* thư viện

license *n.* môn bài, bằng lái; **driver's ~** *n.* bằng lái xe, bằng lái

license plate *n.* bảng số xe

lick *v.t.* liếm

licorice *n.* cam thảo

lid *n.* nắp, vung

lie *n.* lời nói dối (*falsehood*); *v.i.* nói dối, nói láo, nói xạo (*to tell a falsehood*); nằm (*recline*)

lieutenant *n.* thiếu úy, trung úy

lieutenant colonel *n.* trung tá

lieutenant general *n.* đại tướng

life *n.* đời sống, cuộc sống, cuộc đời

lifeboat *n.* thuyền cứu đắm

lifeguard *n.* người gác hồ/bể bơi

life insurance *n.* bảo hiểm nhân thọ

life jacket *n.* áo phao

lifeless *adj.* chết

life raft *n.* thuyền phao

lifestyle *n.* lối sống, cách sống

lifetime *n.* đời người

lift *v.t.* nhấc lên

light *n.* ánh sáng (*illumination*); đèn (*electric lamp, etc.*); đồ mồi lửa (*for a cigarette*); *adj.* sáng (*bright*); nhạt (*color, e.g. light blue*); nhẹ (*weight, meal, etc.*); *v.t.* đốt, thắp

lightbulb *n.* bóng đèn

lighten *v.t./v.i.* làm nhẹ đi (*in weight*); làm vui lên (*a mood*)

lighthouse *n.* ngọn hải đăng

lighting *n.* sự thắp sáng

lightning *n.* sét, chớp

like *adj.* tương tự, giống nhau; *conj.* như; *v.t.* thích

likely *adv.* có khả năng, có thể

likewise *adv.* cũng thế, cũng vậy

lily *n.* hoa loa kèn

lily pad *n.* lá bông súng

limb *n.* chân (*leg*); tay (*arm*); cành lớn, cành to (*tree*)

lime *n.* (quả) chanh, (trái) chanh

limit *n.* giới hạn

limousine *n.* xe li-mô

limp *n.* sự khập khiễng, sự khập khểnh; *v.i.* đi khập khiễng, đi khập khểnh, đi cà nhắc; *adj.* lả, yếu ớt

line *n.* dòng (*of traffic, on paper*); hàng (*of people, on paper*); ~ **up** *v.t.* xếp hàng; **in ~** *id.* đứng trong hàng; **off~** *adj./adv.* không dùng mạng, không vào mạng, không ở trên mạng; **on~** *adj./adv.* đang dùng mạng, trên mạng

linen *n.* vải lanh

liner *n.* tàu lớn (*ship*)

lingerie *n.* quần áo lót phụ nữ

linguistics *n.* ngôn ngữ học

lining *n.* lớp vải lót (*of clothes*)

link *n.* mắt xích (*in a chain, fence, etc.*); đường dẫn (*on the Internet*)

lion *n.* (con) sư tử

lip *n.* môi

lipstick *n.* thỏi son thoa môi

liqueur *n.* rượu mùi

liquid *n.* chất lỏng; *adj.* lỏng

liquor *n.* rượu

list *n.* danh sách; *v.t.* lập danh sách, lên danh sách

listen *v.i.* nghe, lắng nghe

literacy *n.* khả năng đọc viết

literary *adj.* văn chương, có tính chất văn chương

literate *adj.* biết đọc biết viết

literature *n.* văn chương, văn học

litter *n.* rác (*garbage*); *v.t.* xả rác

little *n.* một ít, một chút; *adj.* nhỏ (*small*); ngắn (*brief*); *adv.* một chút, một ít; **~ by ~** *id.* dần dần

live *adj.* sống (*animals*); trực tiếp (*broadcast*); *v.i.* sống (*be alive*); ở, sống ở (*reside*)

livelihood *n.* sinh kế

lively *adj.* sống động, sôi nổi

liver *n.* gan

livestock *n.* gia súc

living room *n.* phòng khách

lizard *n.* (con) thằn lằn

load *n.* lố, khối lượng công việc; *v.t.* chất (*goods, equipment, etc.*)

loaf *n.* ổ (*of bread*)

loan *n.* tiền vay (*of money*); *v.t.* cho vay (*money*); cho mượn (*a thing*)

lobby *n.* hành lang, phòng chờ

lobster *n.* (con) tôm hùm

local *adj.* địa phương

location *n.* địa điểm, vị trí

lock *n.* ổ khóa; *v.t.* khóa

locker *n.* ngăn có khóa

locksmith *n.* thợ khóa, thợ làm khóa, thợ sửa khóa

locomotive *n.* đầu máy xe lửa, đầu máy tầu hỏa

lodge *n.* ca-bin

lodging *n.* chỗ ở

loft *n.* gác xép, vựa cỏ khô

log *n.* khúc cây (*from a tree*); *v.t.* đốn gỗ (*trees*); ~ **in/on** *v.i.* gài mã số (*computer*); ~ **out/off** *v.i.* ra khỏi (*computer*)

logic *n.* phép lý luận, lô-gic

logical *adj.* hợp lý, lô-gic

lone *adj.* một mình, cô độc

lonely *adj.* cô đơn

long *adj.* dài (*length*); dài (*time*); *adv.* dài

longitude *n.* kinh độ, kinh tuyến

look *n.* cái nhìn, vẻ; *v.i.* nhìn; ~ **forward to** *v.t.* mong; ~ **for** *v.t.* đi tìm, tìm

loom *n.* máy dệt vải, khung cửi

loop *n.* đường vòng

loophole *n.* kẽ hở (*law*)

loose *adj.* rộng, lỏng

loosen *v.t.* nới lỏng

lord *n.* lãnh chúa

lose *v.t.* mất, đánh mất (*something*); thua (*a game*); *v.i.* thua, thua lỗ

loss *n.* sự mất mát (*of something*); sự thua lỗ (*in business*); bị thua (*of a game*)

lost *adj.* lạc (*person, animal*); lạc đường (*person*)

lot *n.* số phận (*fate*); nhiều (*great many*); **a ~** *id.* nhiều; **parking ~** *n.* bãi đỗ xe, bãi đậu xe

lotion *n.* thuốc thoa ngoài da, thuốc bôi ngoài da, kem thoa

lottery *n.* xổ số

lotus *n.* hoa sen, bông sen

loud *adj.* lớn tiếng, ồn ào, ầm ĩ; **out ~** *id.* lớn, lớn tiếng

loudly *adv.* lớn, lớn tiếng, ồn ào, ầm ĩ

loudspeaker *n.* loa, loa phóng thanh

lounge *n.* phòng đợi, phòng chờ (*in an airport, hotel, etc.*)

love *n.* tình yêu; *v.t./v.i.* yêu; **in ~ (with)** *id.* yêu; **make ~** *id.* làm tình

lovely *adj.* yêu kiều, đáng yêu

lover *n.* tình nhân, người tình

low *adj./adv.* thấp

lower *v.t.* hạ thấp

loyal *adj.* trung thành

luck *n.* sự may mắn, sự may rủi; **bad ~** *n.* rủi, xui, xui xẻo; **good ~** *n.* may mắn, vận may

luckily *adv.* may thay, may mắn thay

lucky *adj.* may, may mắn, hên

luggage *n.* hành lý

lukewarm *adj.* thờ ơ (*feeling*); âm ấm (*temperature*)

lullaby *n.* bài hát ru

lump *n.* khối u

lunar *adj.* mặt trăng

lunar calendar *n.* âm lịch

lunar month *n.* tháng âm lịch

Lunar New Year *n.* Tết, Tết Nguyên Đán, Tết Ta

lunar year *n.* năm âm lịch

lunatic *n.* người điên, tên điên; *adj.* điên, khùng, điên khùng

lunch *n.* bữa (ăn) trưa; **have ~** ăn trưa, ăn bữa trưa

lunchbox *n.* hộp đựng đồ ăn trưa

lunchtime *n.* giờ ăn trưa

lung *n.* phổi

lush *adj.* xum xuê, rậm rạp, tươi tốt

luxurious *adj.* sang trọng

luxury *n.* sự xa hoa, xa xỉ phẩm

lye *n.* chất tẩy giặt

M

ma'am *n.* thưa cô (*young woman*); thưa bà (*older woman*)

machete *n.* mã tấu

machine *n.* máy

machinery *n.* máy móc

mad *adj.* giận, tức giận (*angry*); điên, khùng, điên khùng (*insane*)

madam *n.* thưa cô (*young woman*); thưa bà (*older woman*)

made-to-order *adj.* may theo đặt hàng (*clothes*)

magazine *n.* tạp chí

magic *n.* ảo thuật, phép thần

magical *adj.* ảo diệu, thần thánh

magician *n.* ảo thuật gia, pháp sư

magnet *n.* cục nam châm

magnetic *adj.* có từ tính

magnificent *adj.* lộng lẫy, tráng lệ

magnify *v.t.* phóng to

mah-jong *n.* mạt chược

maid *n.* (chị) người hầu

mail *n.* thư từ; *v.t.* gửi thư, gởi thơ

mailbox *n.* thùng thư, thùng thơ

mail carrier *n.* người đưa thư, người phát thơ

mailman *n.* người đưa thư, người phát thơ

main *adj.* chính

mainland *n.* lục địa

mainstream *adj.* (thuộc) dòng chính

maintain *v.t.* bảo tồn, bảo trì

maintenance *n.* sự bảo tồn, sự bảo trì

maize *n.* ngô, bắp

majestic *adj.* nguy nga, đường bệ, oai vệ

major *n.* ngành, ngành học (*academic*); *adj.* chính

majority *n.* đa số

make *v.t.* làm (cho) (*cause feeling or emotion*); pha (*coffee*); nấu, sửa soạn (*dinner*); may (*clothing*); chế tạo (*manufacture*)

makeshift *adj.* tạm bợ, tạm thời

makeup *n.* đồ trang điểm (*cosmetics*)

malaria *n.* bệnh sốt rét

Malay *n.* tiếng Mã Lai (*language*)

Malaysian *n.* người Mã Lai (*person*); *adj.* Mã Lai

male *n.* đứa con trai (*child*); thiếu niên (*in late teens*); chàng thanh niên (*young adult*); người đàn ông (*older adult*); *adj.* nam (*person*); đực (*animal*); trống (*fowl*)

malfunction *n.* sự trục trặc; *v.i.* bị hư

malignant *adj.* ác tính

mall *n.* khu mua sắm, thương xá (*shopping*)

malnourished *adj.* suy dinh dưỡng

malnutrition *n.* sự suy dinh dưỡng

mammal *n.* loài động vật có vú

man *n.* người đàn ông (*adult male*); con người, loài người (*humans*)

manage *v.t.* quản lý, trông coi (*supervise*)

management *n.* quản trị

manager *n.* người quản lý, giám đốc

mandala *n.* biểu tượng của vũ trụ, biểu tượng của bản ngã hài hòa

Mandarin *n.* tiếng Phổ Thông, tiếng Quan Thoại (*language*)

mandarin *n.* quan, ông quan, vị quan (*official of the royal court*)

mandarin collar *n.* cổ đứng

maneuver *v.t.* điều khiển, luồn lách (*a vehicle*)

mango *n.* (quả) xoài, (trái) xoài

mangrove *n.* cây đước, rừng đước

manhood *n.* đàn ông, tính cách của người đàn ông

manicure *n.* làm móng tay

manicurist *n.* thợ làm móng tay

manipulate *v.t.* điều khiển

mankind *n.* loài người

man-made *adj.* nhân tạo

mannequin *n.* người mẫu (bằng nhựa)

manners *n./pl.* cách cư xử

mansion *n.* tòa nhà

mantra *n.* lời tụng niệm, câu thần chú, lời quảng cáo

manual *n.* sách chỉ dẫn; *adj.* chân tay

manual labor *n.* lao động chân tay

manufacture *n.* sự chế tạo; *v.t.* chế tạo

manure *n.* phân bón

manuscript *n.* bản thảo

many *adj.* nhiều

map *n.* bản đồ

marathon *n.* cuộc chạy đua ma-ra-tông

marble *n.* đá hoa

March *n.* tháng ba

mare *n.* (con) ngựa cái

margarine *n.* chất mỡ thay bơ

margin *n.* lề (*on a page*)

marinate *v.t.* ướp (*meat, fish, etc.*)

Marine[1] *n.* thủy quân lục chiến

marine[2] *adj.* biển

mark *n.* điểm, dấu

marker *n.* (cây/cái) bút nỉ, (cây/cái) viết nỉ (*for writing, drawing*)

market *n.* chợ

market economy *n.* kinh tế thị trường

marketing *n.* tiếp thị

maroon *v.t.* bỏ ngoài đảo hoang

marriage *n.* hôn nhân

married *adj.* có gia đình; có vợ (man); có chồng (woman)

marrow *n.* tủy (*bone*)

marry *v.t.* lấy, cưới

marsh *n.* đầm lầy

marshal *n.* cảnh sát trưởng; **fire ~** *n.* chỉ huy trưởng cứu hỏa

martial arts *n./pl.* vũ thuật, võ thuật

marvelous *adj.* tuyệt vời, tuyệt diệu

Marxism *n.* chủ nghĩa Mác-xít

masculine *adj.* nam tính; giống đực (*grammar*)

mash *v.t.* nghiền

mask *n.* khẩu trang (*worn to prevent infection*); mặt nạ (*costume*)

Mass[1] *n.* Thánh Lễ (*religious*)

mass[2] *n.* khối; *adj.* đại chúng (*involving large number of people*); hàng loạt (*large scale*)

massage *n.* sự đấm bóp; *v.t.* đấm bóp; **~ parlor** *n.* tiệm đấm bóp

massive *adj.* đồ sộ, lớn

mass-produce *v.t.* sản xuất hàng loạt

mast *n.* (cây/cái) cột buồm

master *n.* sư phụ (*martial arts*); *v.t.* làm chủ, nắm vững (*a subject*); thành thạo (*a skill*)

master's degree *n.* bằng cao học, bằng thạc sĩ, bằng phó tiến sĩ

mastery *n.* sự nắm vững, sự thành thạo

mat *n.* tấm chùi chân (*doormat*); chiếu (*sleeping mat*); miếng lót bát đĩa, miếng lót chén dĩa (*place mat*)

match *n.* que diêm (*for lighting fire*); trận thi đấu (*sports*); hôn nhân (*couple*); *v.t./v.i.* tiệp màu (*clothing*)

matchmaker *n.* người làm mai, người mai mối

material *n.* vải, vải vóc (*fabric*)

maternity *adj.* sinh đẻ

maternity clothes *n./pl.* quần áo bầu

maternity leave *n.* nghỉ phép nuôi con

mathematics *n.* toán, toán học

matriarch *n.* bà trưởng tộc

matriarchy *n.* chế độ mẫu hệ

matter *v.i.* quan trọng; **to be the ~** *id.* là vấn đề; **as a ~ of fact** *id.* thật ra, thực ra

mattress *n.* tấm nệm

mature *adj.* trưởng thành

maturity *n.* sự trưởng thành

maximum *n.* tối đa; *adj.* tối đa

May[1] *n.* tháng năm

may[2] *aux. v.* có thể

maybe *adv.* có lẽ

mayor *n.* thị trưởng

MB (*abbr.* **megabyte**) me-ga-bai, triệu bai

MBA (*abbr.* **Master of Business Administration**) cao học quản trị kinh doanh, thạc sĩ quản trị kinh doanh

me *pron.* tôi (*used with strangers who are peers*); tao (*used with very close friends*)

meadow *n.* đồng cỏ

meager *adj.* ít ỏi

meal *n.* bữa ăn

mean *v.t.* nghĩa là, diễn tả, định, tính; *adj.* nhỏ mọn; độc ác

meaning *n.* ý nghĩa

means *n.* phương tiện

meantime *adv.* trong khi chờ đợi, trong khi đó, trong lúc đó

meanwhile *adv.* trong khi chờ đợi, trong khi đó, trong lúc đó

measles *n.* bệnh sởi, bệnh lên sởi

measure *v.t./v.i.* đo

measurement *n.* sự đo lường

meat *n.* thịt

mechanic *n.* thợ máy

medal *n.* huy chương, mề-đay

media *n.* giới truyền thông

medical *adj.* y học

medical school *n.* trường y (khoa)

medicine *n.* thuốc, thuốc men, y, y học, y khoa

meditate *v.i.* thiền; trầm tư

meditation *n.* thiền; sự trầm tư

medium *n./adj.* trung bình (*size*)

meet *v.t.* gặp (*join someone*); làm quen (*become acquainted with*); gặp, họp (*assemble*); *v.i.* họp

meeting *n.* buổi gặp mặt, buổi họp, mít-tinh

megabyte (MB) *n.* me-ga-bai, triệu bai

mellow *adj.* chín (*fruit*); chín chắn (*person*); êm dịu (*atmosphere, music, etc.*)

melon *n.* dưa; **water~** *n.* dưa hấu

melt *v.i.* tan, chảy

member *n.* hội viên, thành viên

membrane *n.* màng, màng nhầy

memoir *n.* hồi ký

memorandum *n.* thông tin nội bộ, văn thư

memorial *n.* đài tưởng niệm, ngày lễ tưởng niệm; *adj.* tưởng niệm

memorize *v.t.* học thuộc, học thuộc lòng

memory *n.* trí nhớ (*mental faculty*); kỷ niệm (*recollection*); bộ nhớ (*computer*)

menace *n.* mối đe dọa, hiểm họa, kẻ gây rối

mend *v.t.* vá

menopause *n.* sự mãn kinh, thời kỳ dứt kinh nguyệt

men's room *n.* nhà/phòng vệ sinh nam

menstruation *n.* kinh nguyệt, thời kỳ có kinh

mental *adj.* tâm trí (*faculties, power*); tâm thần (*health, disease*)

mental illness *n.* bệnh tâm thần

mental retardation *n.* bệnh khờ

mention *n.* sự đề cập; *v.t.* đề cập

mentor *n.* cố vấn

menu *n.* thực đơn (*in a restaurant*); me-nuy, bảng chọn thao tác (*computer*)

merchandise *n.* hàng hóa

merchant *n.* thương gia, người lái buôn

merciful *adj.* nhân từ, khoan dung

merciless *adj.* tàn nhẫn

mercy *n.* lòng nhân từ, sự khoan dung

merely *adv.* chỉ, chỉ là

merit *n.* giá trị (*value, worth*); khả năng (*ability*)

merry *adj.* vui; **Merry Christmas!** Chúc mừng Giáng Sinh!, Chúc mừng Nô-en!

mesh *n.* mắt lưới

mess *n.* mớ bòng bong (*situation*); đống lộn xộn (*of papers, things*); sự bừa bãi (*in a room*); **~ up** *v.t.* làm đảo lộn (*plans, a schedule, etc.*); **~ around** *v.i.* tà tà, lăng phí thời gian (*waste time*)

message *n.* lời nhắn, thông điệp

messenger *n.* người đưa tin

messy *adj.* bừa bãi, bừa bộn

metal *n.* kim loại

metaphor *n.* phép ẩn dụ, ẩn dụ

meter *n.* mét, thước (*unit of length*)

method *n.* phương pháp

methodical *adj.* có phương pháp

Mexican *n.* người Mễ Tây Cơ; *adj.* Mễ Tây Cơ

MIA (*abbr.* **missing in action**) người lính mất tích (*mil.*)

microphone *n.* mi-cro, máy vi âm

microscope *n.* kính hiển vi

microwave oven *n.* lò vi ba, lò hâm

mid *adj.* giữa

midday *n.* trưa, giữa trưa

middle *n./adj.* giữa

middle age *n.* tuổi trung niên

middle-aged *adj.* trung niên, tuổi trung niên

Middle Ages *n.* thời Trung Cổ

middle class *n.* giai cấp trung lưu, tầng lớp trung lưu

middle name *n.* tên đệm, tên lót

midnight *n.* nửa đêm

midwife *n.* bà đỡ, bà mụ

might *aux. v.* (*past tense of* **may**) có thể

migrant *n.* người di trú

migrate *v.i.* di cư, di trú

migration *n.* sự di cư, sự di trú

mild *adj.* dễ chịu (*weather*); nhẹ (*sickness*)

mildew *n.* mốc

mile *n.* dặm

milestone *n.* cột mốc

militant *adj.* hăng tiết, quá khích, hăng máu (*attitude*)

military *n.* quân đội; *adj.* quân sự

milk *n.* sữa

mill *n.* nhà máy; nhà máy giấy (*paper*); nhà máy thép (*steel*); máy xay, nhà máy xay (*grain*)

millenium *n.* thiên niên kỷ

miller *n.* chủ nhà máy xay

millimeter *n.* mi-li-mét, li

million *n.* triệu

millionaire *n.* triệu phú

mind *n.* trí, tâm trí; *v.t.* phiền (*object to*); **change one's ~** *id.* đổi ý; **keep in ~** *id.* nhớ là

mindful *adj.* để ý đến

mindless *adj.* không để ý đến

mine *n.* mỏ (*copper, coal, etc.*); mìn (*landmine*); *pron.* cái của tôi

minefield *n.* bãi mìn

mineral water *n.* nước khoáng

mingle *v.i.* trộn, trộn chung

minibus *n.* xe buýt nhỏ

minimum *n.* tối thiểu

minimum wage *n.* mức lương tối thiểu

mining n. đào mỏ, khai thác khoáng sản

minister n. bộ trưởng (*gov.*); mục sư (*of a church*)

ministry n. bộ (*gov.*)

minivan n. xe ven

minor n. ngành phụ, ngành học phụ (*academic*); vị thành niên (*young person*); adj. nhẹ (*injury, etc.*); vị thành niên (*age*)

minority n. thiểu số

minority group n. nhóm thiểu số

mint n. (rau) húng (*spearmint*); bạc hà (*peppermint*)

minus prep. trừ

minute n. phút

miracle n. phép lạ

miraculous adj. màu nhiệm, huyền diệu

mirage n. ảo ảnh

mire n. bãi lầy, đầm lầy

mirror n. gương (soi), kiếng (soi)

misadventure n. sự rủi ro

misbehave v.i./v.t. cư xử sai trái, không ngoan

miscarriage n. sẩy thai

mischief n. trò nghịch ngợm, trò tinh quái

mischievous adj. nghịch ngợm, tinh quái

miserable adj. khốn khổ

misery n. sự khốn khổ, sự nghèo khổ, sự đói khổ

misfortune n. sự xui xẻo

misinterpret v.t. hiểu lầm

mislay v.t. để lộn chỗ, để đâu không nhớ

misleading adj. dối, lừa phỉnh

misplace v.t. để lộn chỗ, để đâu không nhớ

mispronounce v.t./v.i. phát âm sai

mispronunciation n. sự phát âm sai

Miss[1] n. cô

miss[2] v.t. lỡ (*a train, a meeting, etc.*); nhớ (*a person, a place, etc.*)

missile n. phi đạn

missing adj. mất tích

mission n. phái đoàn (*delegation*); sứ mạng, sứ mệnh (*task*)

missionary n. nhà truyền giáo

misspell v.t./v.i. viết sai chính tả, đánh vần sai

mist n. sương, sương mù

mistake n. lỗi, lỗi lầm; v.t. lầm lẫn

mistaken adj. lầm, sai lầm

mister (Mr.) n. ông

mistress n. cô nhân tình

mistrust v.t. nghi kị, nghi ngờ

misunderstanding n. sự hiểu lầm

mix v.t. trộn; ~ **up** v.i. lẫn lộn (*confuse*)

mixture n. sự pha trộn, hỗn hợp

moan n. tiếng rên, tiếng rên rỉ; v.i. rên, rên rỉ

mob n. đám đông ô tạp (*of people*)

mobile phone n. điện thoại di động, điện thoại cầm tay

mobster n. tay băng đảng

mocha n. cà-phê mô-ca

model n. mô hình, kiểu mẫu (*standard*); người mẫu (*fashion*)

modem n. mô-đầm

modern adj. hiện đại, tân thời

modernize v.t./v.i. hiện đại hóa

modest adj. khiêm tốn

modification n. sự thay đổi, sự điều chỉnh

modify v.t. thay đổi, điều chỉnh

moist adj. ẩm, ẩm ướt

moisten v.t. làm ẩm

moisture n. hơi ẩm

moisturizer n. kem chống khô da

mold n. mốc (*fungus*); khuôn, khuôn đúc (*frame or model*)

moldy adj. bị mốc

mom(my) n. mẹ, má

moment n. lát, chốc, lúc

monarch n. quốc vương

monarchy n. chế độ quân chủ, nước theo chế độ quân chủ

monastery n. tu viện

Monday n. thứ hai

money n. tiền, tiền bạc

money belt n. ruột tượng, dây lưng đựng tiền

money-changer n. người đổi tiền

moneylender n. người cho vay lấy lãi

money order n. phiếu gửi/gởi tiền

monitor n. màn hình (*computer*)

monk n. tu sĩ, thầy tu, nhà sư

monkey n. (con) khỉ; Thân (*in Vietnamese zodiac*)

monopoly n. độc quyền

monosodium glutamate (MSG) n. bột ngọt, mì chính

monotonous adj. đơn điệu, đều đều

monsoon n. gió mùa, mưa mùa

monster n. (con) quái vật

month n. tháng; tháng ta (*lunar*); tháng tây (*solar*)

monthly adj./adv. hàng tháng, mỗi tháng

monument n. đài tưởng niệm

mood n. tâm trạng; **good ~** n. tâm trạng vui; **bad ~** n. tâm trạng rầu rĩ, tâm trạng chán chường

moon n. mặt trăng; **full ~** n. trăng tròn, trăng rằm

moonlight n. ánh trăng

mop n. cây lau nhà; v.t. lau

moped n. xe máy, xe gắn máy

moral n. bài học luân lý (*of a story*); adj. đạo đức

morale n. tinh thần, khí thế

morality n. đạo đức, phẩm hạnh

more n. càng; adj. hơn; adv. nữa

moreover adv. hơn nữa, vả lại

morning n. sáng, buổi sáng

morning sickness n. ốm nghén

mortar n. cối (*for grinding*); súng cối (*mil.*)

mortgage n. sự cầm cố

mortuary n. nhà xác

mosque n. đền thờ Hồi Giáo

mosquito n. (con) muỗi

mosquito net n. (cái) màn, (cái) mùng

most adj./adv. hầu hết; **at ~** id. tối đa (là)

mostly adv. hầu như, hầu hết

motel n. mô-ten, quán trọ

moth n. (con) ngài

mother n. mẹ, má, người mẹ

mother-in-law n. mẹ vợ (*wife's mother*); mẹ chồng (*husband's mother*)

motion n. sự chuyển động

motion sickness n. chứng say sóng, say xe, say máy bay

motivate v.t. thúc đẩy

motivation n. sự thúc đẩy, động cơ thúc đẩy

motive n. động lực

motor n. động cơ

motorbike n. xe gắn máy

motorcycle n. xe mô-tô

mount v.t./v.i. trèo lên, đi lên

mountain n. núi, ngọn núi, hòn núi

mourn v.t. khóc than; để tang

mourner n. người khóc than; **professional ~** n. người khóc thuê ở đám tang, người khóc mướn ở đám tang

mourning n. sự để tang, giai đoạn chịu tang

mourning band n. khăn tang, dải khăn tang

mouse n. (con) chuột (*rodent*); (con) chuột (*computer*)

mouse pad n. miếng để bàn cho con chuột

mouth n. miệng, mồm

mouthpiece n. phát ngôn viên

move n. nước đi, nước cờ (*in chess, checkers*); v.t./v.i. di chuyển, xê dịch (*change places*); dọn nhà (*to a new house*); **~ in** dọn vào

movie n. phim, phim xi-nê

moving adj. cảm động (*emotionally*)

mow v.t./v.i. cắt cỏ

mower n. máy cắt cỏ

Mr. n. Ông

Mrs. n. Bà

Ms. n. Cô (*young woman*); Bà (*older woman*)

MSG (*abbr.* **monosodium glutamate**) bột ngọt, mì chính

much adj./adv. nhiều

mud n. bùn

muddy adj. bùn, đầy bùn, lấm bùn

muffle v.t. bóp nghẹt

muffler n. bộ phận giảm thanh (*auto*); khăn phu-la, khăn quàng cổ (*scarf*)

mug n. (cái) ca (*cup*); v.t. cướp giật, cướp giựt (*assault*)

mulberry n. cây dâu tằm (*tree*)

multilingual *adj.* đa ngữ, biết nói nhiều thứ tiếng

multinational *n.* công ty đa quốc gia; *adj.* đa quốc gia

multiplication *n.* tính nhân, sự gia tăng

multiplication table *n.* bảng cửu chương

multiply *v.t.* nhân lên, gia tăng

mumps *n.* bệnh quai bị

mung bean *n.* đậu xanh

mural *n.* (bức) tranh vẽ trên tường

murder *n.* vụ giết người; *v.t.* giết người

murderer *n.* tên sát nhân, tên giết người

muscle *n.* bắp thịt

muscular *adj.* lực lưỡng

museum *n.* viện bảo tàng, bảo tàng viện

mushroom *n.* nấm

music *n.* nhạc, âm nhạc

musician *n.* nhạc sĩ

Muslim *n.* tín đồ Hồi Giáo; *adj.* Hồi Giáo

must *aux. v.* phải

mustache *n.* râu mép

mustard *n.* mù tạc

musty *adj.* có vị mốc, có mùi mốc

mute *adj.* câm, câm lặng (*person*); không có tiếng (*television*)

mutiny *n.* nổi loạn

mutton *n.* thịt cừu, thịt trừu

mutual *adj.* lẫn nhau, hỗ tương

muzzle *n.* mõm (*of an animal*); đồ bịt mõm (*for a dog*)

my *adj.* của tôi/anh/chị/em

myself *pron.* chính tôi/anh/chị/em, tự tôi/anh/chị/em

mysterious *adj.* bí ẩn

mystery *n.* sự bí ẩn (*unknown*); truyện trinh thám, phim trinh thám (*genre*)

myth *n.* huyền thoại, thần thoại

mythical *adj.* huyền thoại, thần thoại, hoang đường, hoang tưởng

mythology *n.* thần thoại

N

nail *n.* (cây/cái) đinh (*metal*); (cái) móng (*finger, toe*); *v.t.* đóng đinh

nail clippers *n.* cái cắt móng tay

nail file *n.* cái dũa móng tay

nail polish *n.* thuốc sơn móng tay

naive *adj.* ngây thơ, ngây ngô, khờ khạo

naked *adj.* trần truồng

name *n.* tên; *v.t.* đặt tên

namely *adj.* đó là, tức là

nanny *n.* vú em (*literally, wet nurse*); gia nhân (*servant*)

nap *n.* giấc ngủ ngày; *v.i.* ngủ ngày, chợp mắt

napkin *n.* khăn ăn, giấy lau miệng

narcotic *n.* ma túy

narrate *v.t.* kể lại, thuật lại

narrator *n.* người kể chuyện, người tự thuật

narrow *adj.* hẹp

narrow-minded *adj.* hẹp hòi

nasty *adj.* tệ (*weather, behavior, attitude*); xấu xa (*mean-spirited*); xúc phạm (*remark*)

nation *n.* quốc gia

national *n.* kiều bào; *adj.* quốc gia

nationality *n.* quốc tịch

national park *n.* công viên quốc gia

nationwide *adj.* toàn quốc

native *n.* người bản xứ; *adj.* bản xứ

native land *n.* quê hương

native language *n.* tiếng mẹ đẻ

natural *adj.* thiên nhiên (*environment, world*); tự nhiên (*behavior*)

naturally *adv.* dĩ nhiên

nature *n.* thiên nhiên; tự nhiên (*scientific term*)

naughty *adj.* hư; hư đốn; khiếm nhã

nausea *n.* sự buồn nôn, sự buồn ói

nauseous *adj.* buồn nôn, buồn ói

naval *adj.* hải quân

navel *n.* rốn, rún, lỗ rốn, lỗ rún

navigate *v.t.* lái, lèo lái (*a ship, a plane, etc.*)

navigation *n.* sự lèo lái (*of a ship, a plane, etc.*)

navy *n.* hải quân

near *adj./adv.* gần; **in the ~ future** vào một ngày gần đây

nearby *adj./adv.* gần đây

nearly *adv.* gần, suýt

nearsighted *adj.* cận thị, thiển cận

neat *adj.* gọn gàng, gọn ghẽ

necessarily *adv.* nhất thiết, bó buộc; **not ~** không nhất thiết

necessary *adj.* cần thiết

necessity *n.* sự cần thiết

neck *n.* cổ

necklace *n.* sợi dây chuyền, vòng đeo cổ

necktie *n.* cà-vạt

need *n.* nhu cầu; *v.t.* cần; **if ~ be** *id.* nếu cần

needle *n.* kim

needless *adj.* không cần thiết

needlessly *adv.* không cần thiết

negation *n.* sự phủ nhận

negative *n.* phim rửa, phim tráng (*photographic*); *adj.* tiêu cực

neglect *v.t.* chểnh mảng, sao lãng

negotiate *v.i./v.t.* thương lượng, điều đình (*in business*); thương thuyết (*in politics*)

negotiation *n.* sự thương lượng, sự điều đình; sự thương thuyết

neighbor *n.* người hàng xóm, láng giềng

neighborhood *n.* khu phố, xóm

neither *adj./conj.* không; *pron.* không cái này/đó; **~ ... nor ...** không ... và cũng không ...

nephew *n.* cháu trai

nerve *n.* thần kinh (*anat.*); lòng can đảm (*courage*); sự táo bạo (*recklessness*)

nervous *adj.* bối rối

nest *n.* tổ

net *n.* lưới (*fishing, tennis, etc.*)

network *n.* mạng lưới (*computer*); hiệp hội, hội (*professional*)

neurologist *n.* bác sĩ thần kinh

neurotic *adj.* bị thần kinh

neuter *v.t.* thiến (*a dog, a cat, etc.*)

neutral *adj.* trung lập

neutrality *n.* sự trung lập

never *adv.* không bao giờ; **~ mind** *id.* không sao

nevertheless *adv.* tuy nhiên

new *adj.* mới

newborn *n.* trẻ sơ sinh; *adj.* sơ sinh

newlywed *n.* người mới lập gia đình

news *n.* tin tức

newscast *n.* chương trình tin tức

newsletter *n.* (bức) thư thông tin, (lá) thơ thông tin

newspaper *n.* báo, nhật báo

newsstand *n.* quầy bán báo

new year *n.* năm mới; **Happy New Year!** Chúc Mừng Năm Mới; **New Year's Day** *n.* ngày đầu năm, mồng một Tết, mùng một Tết; **New Year's Eve** *n.* ngày cuối năm; đêm Giao Thừa (*lunar*)

next *adj.* tới, kế tới, sau (*immediately following*); gần (*nearest*); **~ to** *id.* kế, gần, hầu như; **~ door to** *id.* kế cận với

next-door *adj./adv.* kế cận

next of kin *n.* họ hàng gần nhất, bà con gần nhất

nice *adj.* tốt (*day*); tử tế, dễ thương (*person*)

niche *n.* hốc tường (*recess in wall*); chỗ đứng thích hợp (*position*)

nickel *n.* đồng cắc năm xu (*5 cents*)

nickname *n.* tên hiệu, biệt danh

niece *n.* cháu gái

night *n.* đêm

nightclub *n.* hộp đêm

nightgown *n.* áo ngủ

nightly *adj./adv.* mỗi đêm, hàng đêm, hằng đêm

nightmare *n.* ác mộng

night shift *n.* ca đêm

nighttime *n.* ban đêm

nimble *adj.* nhanh nhẹn

nine *num.* chín

nineteen *num.* mười chín

nineteenth *adj.* thứ mười chín

ninety *num.* chín mươi, chín chục

ninth *adj.* thứ chín

nipple *n.* núm vú

nirvana *n.* niết bàn

nitrogen *n.* khí ni-tơ

no *adj./adv.* không

noble *n.* nhà quý tộc; *adj.* quý tộc, quý phái

nobody *pron.* không một ai, không người nào

nod *v.i./v.t.* gật, gật đầu; **~ off** *v.* ngủ gật

noise *n.* tiếng động, tiếng ồn

noisy *adj.* ồn ào

nomad *n.* người du mục, dân du mục

nomadic *adj.* có đời sống du mục

nominate *v.t.* tiến cử, đề cử

nomination *n.* sự tiến cử, sự đề cử

nominee *n.* người được tiến cử, người được đề cử

nonchalant *adj.* thờ ơ, lãnh đạm

none *pron.* không một ai, không cái nào

nonfat *adj.* không có chất béo

nonfat milk *n.* sữa không chất béo

nonfiction *adj.* phi hư cấu

nonflammable *adj.* không bắt lửa

nonpartisan *adj.* không phe đảng, trung lập

nonprofit *adj.* vô vụ lợi, phi kinh doanh, bất vụ lợi

nonprofit organization *n.* tổ chức vô vụ lợi, tổ chức phi kinh doanh, tổ chức bất vụ lợi

nonsense *n.* chuyện vớ vẩn, điều phi lý

nonstop *adj./adv.* không ngừng; bay thẳng (*flight*)

noodle *n.* bánh; bánh hỏi (*extra-thin rice vermicelli*); bánh phở (*flat rice noodles, rice sticks*); bún (*rice vermicelli*); bún tàu (*cellophane noodles, mung bean noodles, bean thread noodles*); mì (sợi) (*egg noodles*)

noon *n.* trưa, buổi trưa

no one *pron.* không một ai, không người nào

nor *conj.* mà cũng không

normal *adj.* bình thường

normally *adv.* bình thường

north *n.* (phía) bắc (*direction*); (miền) bắc (*region*); *adj.* (phía) bắc, (miền) bắc; *adv.* (về hướng) bắc; **the North** (miền) Bắc (*in Vietnam*)

northeast *n.* (phía) đông bắc (*direction*); (miền) đông bắc (*region*); *adj.* (phía) đông bắc, (miền) đông bắc

northern *adj.* (phía) bắc, (miền) bắc

northerner *n.* người (miền) Bắc

northwest *n.* (phía) tây bắc (*direction*); (miền) tây bắc (*region*); *adj.* (phía) tây bắc, (miền) tây bắc

nose *n.* mũi

nosebleed *n.* chảy máu cam

nostalgia *n.* nỗi nhớ thương, hoài cựu

nostalgic *adj.* nhớ thương, hoài cựu

nostril *n.* lỗ mũi

nosy *adj.* tò mò, tọc mạch

not *adv.* không

notarize *v.t.* xác nhận, chứng nhận

notary public *n.* công chứng viên

note *n.* bức thư ngắn, lá thơ ngắn (*short letter*); nốt, nốt nhạc (*musical*); *v.t.* nhận thấy; **take ~s** ghi chép

notebook *n.* (quyển) vở, (cuốn) vở, (quyển) sổ tay, (cuốn) sổ tay

nothing *pron.* không gì cả, không còn gì hết, không có ý nghĩa gì

notice *n.* sự chú ý, sự lưu ý, sự quan sát; *v.t.* nhận ra, nhận thấy, quan sát thấy

noticeable *adj.* dễ nhận thấy, đáng chú ý

notification *n.* sự báo tin, tờ giấy báo tin

notify *v.t.* báo

notion *n.* ý tưởng (*idea*); khái niệm (*concept*)

noun *n.* danh từ

nourish *v.t.* nuôi dưỡng, ấp ủ

nourishing *adj.* bổ dưỡng

nourishment *n.* sự nuôi dưỡng; thức ăn

novel *n.* quyển tiểu thuyết, cuốn tiểu thuyết

novelty *n.* sự mới mẻ

November *n.* tháng mười một

novice *n.* người mới học nghề (*in a field or profession*); người mới đi tu (*religious*); người mới xuống tóc

(*Buddhist*); chú tiểu (*boy, Buddhist*)

now *adv.* bây giờ

nowadays *adv.* ngày nay, thời buổi này

nowhere *adv.* không ở đâu cả, không ở đâu hết

noxious *adj.* độc hại

nozzle *n.* miệng vòi

nuance *n.* sự sâu sắc, ý nghĩa tinh tế

nuclear *adj.* hạt nhân

nuclear energy *n.* năng lượng hạt nhân

nuclear physics *n.* ngành vật lý hạt nhân

nude *adj.* khỏa thân

nudity *n.* sự khỏa thân

nuisance *n.* sự quấy rầy, sự bực bội

null *adj.* vô hiệu lực, vô giá trị

null and void *id.* vô hiệu lực, vô giá trị

nullify *v.t.* vô hiệu hóa

numb *adj.* tê, tê cóng

number *n.* số, con số, số lượng

numerous *adj.* nhiều

nun *n.* bà xơ (*Catholic*); ni cô (*Buddhist*)

nurse *n.* y tá; *v.t.* chăm sóc (*care for*); cho bú (*breastfeed*)

nursery *n.* nhà trẻ (*for children*); vườn ươm (*for plants*)

nursery rhyme *n.* đồng dao

nursery school *n.* nhà trẻ

nursing *n.* ngành y tá, công việc y tá

nursing home *n.* viện dưỡng lão

nurture *v.* nuôi dưỡng

nut *n.* hạt, hột

nutrition *n.* dinh dưỡng; ngành dinh dưỡng (*field of study*)

nutritional science *n.* dinh dưỡng học

nutritious *adj.* bổ dưỡng

nylons *n./pl.* tất dài bằng ni-lông, vớ dài ni-lông

O

oak *n.* cây sồi (*tree*); gỗ sồi (*wood*)

oar *n.* mái chèo

oath *n.* lời thề, lời tuyên thệ

oats *n./pl.* yến mạch

obedience *n.* sự tuân lệnh; sự vâng lời, sự nghe lời (*to elders*); sự ngoan ngoãn (*of a child*)

obedient *adj.* tuân lệnh; vâng lời, nghe lời; ngoan ngoãn

obese *adj.* béo phệ, phát phì

obey *v.t.* tuân lệnh, vâng lời, nghe lời

obituary *n.* cáo phó

object *n.* đồ vật, đối tượng (*thing*); mục đích (*aim*); *v.t./v.i.* phản đối

objection *n.* sự phản đối

objective *n.* mục tiêu; *adj.* khách quan

obligation *n.* sự bó buộc, bổn phận

oblige *v.t.* bó buộc

oblong *adj.* thuôn dài, chữ nhật

obnoxious *adj.* ghê tởm

obscene *adj.* tục tĩu

obscure *adj.* tối tăm, khó hiểu (*ambiguous*); không tên tuổi (*unknown*); *v.t.* làm mờ đi, che dấu

observation *n.* sự quan sát

observatory *n.* đài thiên văn

observe *v.t.* quan sát

obsolete *adj.* xưa cũ, lỗi thời

obstacle *n.* trở ngại (*to progress*); chướng ngại vật (*physical*)

obstetrician *n.* bác sĩ sản khoa

obstinate *adj.* ngoan cố, cứng đầu, bướng bỉnh

obstruct *v.t.* cản trở

obstruction *n.* sự cản trở

obtain *v.t.* lấy, có được, đạt được

obtainable *adj.* có thể có được, có thể đạt được

obvious *adj.* hiển nhiên, rõ ràng

obviously *adv.* hiển nhiên là, rõ ràng là

occasion *n.* dịp, cơ hội

occasional *adj.* đôi khi

occasionally *adv.* đôi khi

occult *adj.* siêu nhiên

occupancy *n.* sự bận rộn, sự có người

occupant *n.* người ở trọ, người chủ nhà

occupation *n.* nghề nghiệp; sự chiếm đóng (*military*)

occupy *v.t.* chiếm cứ (*militarily*);

sống ở trong (*reside in*); làm cho bận rộn (*engage*)

occur *v.i.* xảy ra

occurrence *n.* sự xảy ra, sự cố

ocean *n.* đại dương

oceanfront *n.* vùng đất dọc theo bờ biển

o'clock *adv.* giờ

October *n.* tháng mười

octopus *n.* (con) thuồng luồng, (con) bạch tuộc

odd *adj.* lạ (*strange*); lẻ (*number*)

oddity *n.* vật lạ, sự lạ lùng

odds *n.* khả năng (*probability*); xác suất (*ratio*)

odor *n.* mùi

odorless *adj.* không mùi

of *prep.* vì (*origin, cause*); của (*possession*); trong số (*inclusion in a group*)

off *adv.* tắt (*light, television, computer, etc.*); nghỉ việc (*away from work*); *adj.* hủy bỏ (*deal, agreement, etc.*)

off and on *id.* không thường xuyên

offend *v.t.* làm chạm tự ái, xúc phạm

offense *n.* sự xúc phạm (*personal*); sự phạm luật (*legal*); phản công (*in sports*)

offensive *n.* sự tấn công (*military*); *adj.* xúc phạm

offer *n.* sự mời chào, lời đề nghị; *v.t.* mời chào, đề nghị; tặng (*a gift*)

offering *n.* đồ cúng (*religious*); **make ~s** *v.t.* cúng bái, cúng lễ

office *n.* văn phòng

officer *n.* sĩ quan (*army*); cảnh sát viên (*police*)

official *n.* quan chức; *adj.* chính thức

offline *adj./adv.* không dùng mạng, không vào mạng, không ở trên mạng

off-season *n./adj.* mùa vắng khách

offset *v.t.* bù cho, bù đắp cho

often *adv.* thường

oh *interj.* ô, ồ

oil *n.* dầu, nhớt; *v.t.* xịt dầu, quệt dầu (*a pan*); **cooking ~** *n.* dầu ăn

oil painting *n.* tranh sơn dầu

oil well *n.* giếng dầu

oily *adj.* có dầu, đầy dầu

ointment *n.* cao, thuốc bôi mỡ

okay *adj./adv.* đồng ý

old *adj.* già (*person*); cũ (*car, house, etc.*)

old-fashioned *adj.* lỗi thời, cổ hủ

olive *n.* (quả) ô-liu, (trái) ô-liu; *adj.* (màu) ô-liu (*color*); **~ oil** *n.* dầu ô-liu

Olympic Games *n./pl.* Thế Vận Hội, Thế Vận Hội Ô-lim-pic

omission *n.* sự thiếu sót, sự bỏ sót

omit *v.t.* bỏ, bỏ sót

on *prep.* vào (*e.g. on Tuesday*); trên (*a table, chair, etc.*); ở (*the beach, etc.*); *adv.* (bật) lên (*lights, TV, etc.*); *adj.* bật

once *adv.* một lần, có lần; **all at ~** *id.* bỗng nhiên; **at ~** *id.* ngay lập tức, lập tức; **~ in a while** *id.* thỉnh thoảng, lâu lâu; **~ upon a time** *id.* ngày xửa ngày xưa, ngày xưa

one *num./adj.* một

one by one *id.* từng ... một

one-way *adj.* một chiều

ongoing *adj.* đang diễn tiến, liên tục

onion *n.* hành

online *adj./adv.* đang dùng mạng, trên mạng

only *adj./adv.* chỉ, chỉ ... thôi

oops *interj.* chết, chết chưa

opaque *adj.* đục, mờ đục

open *v.t./v.i./adj.* mở

open-minded *adj.* cởi mở, phóng khoáng

openly *adv.* thẳng (*honestly*); công khai, không che dấu (*publicly*)

opera *n.* nhạc ô-pê-ra, ca kịch

opera house *n.* nhà hát lớn, viện ca kịch

operate *v.t.* điều khiển (*a machine*); mổ, giải phẫu (*perform surgery or medical procedure*)

operating system *n.* hệ thống điều hành (*computer*)

operation *n.* ca mổ, ca giải phẫu (*medical procedure*); cuộc hành quân (*military*)

operator *n.* tổng đài viên, nhân viên tổng đài (*telephone*)

opinion *n.* ý kiến

opinionated *adj.* ngoan cố, cố chấp

opium *n.* á phiện, thuốc phiện, nha phiến

opponent *n.* đối thủ, địch thủ

opportunity *n.* cơ hội

oppose *v.t.* chống, chống đối

opposite *n.* sự đối nghịch (*in temperament, personality, etc.*); từ phản nghĩa (*antonym*); *adj.* đối diện (*face to face*); phản nghĩa (*in meaning*)

opposition *n.* sự đối kháng

oppress *v.t.* áp bức

oppression *n.* sự áp bức

oppressive *adj.* áp bức

optician *n.* người bán mắt kính, người bán mắt kiếng

optimist *n.* người lạc quan

optimistic *adj.* lạc quan

option *n.* sự chọn lựa, sự lựa chọn

optional *adj.* không bắt buộc, có quyền chọn lựa

optometrist *n.* bác sĩ nhãn khoa

or *conj.* hay, hoặc

oral *adj.* miệng (*medicine*); nói (*statement*)

oral contraceptive *n.* viên thuốc ngừa thai

orange *n.* (quả) cam, (trái) cam; *adj.* (màu) cam, (màu) da cam

orchard *n.* vườn cây ăn quả, vườn cây ăn trái

orchestra *n.* dàn nhạc

orchid *n.* hoa lan, hoa phong lan

order *n.* trật tự (*freedom from disruption*); mệnh lệnh (*command*); đơn đặt hàng (*for goods*); món ăn (*in a restaurant*); *v.t.* ra lệnh (*command*); gọi (*in a restaurant*); **in ~ to** *id.* để; **on ~** *id.* đã đặt hàng; **out of ~** *id.* bị hư, bị hỏng

orderly *adj.* trật tự, ngăn nắp, thứ tự

ordinary *adj.* bình thường

ore *n.* quặng

organ *n.* (đàn) organ (*musical*); bộ phận, cơ quan (*anat.*)

organic *adj.* hữu cơ (*fertilizer*); tự nhiên (*natural, as in food*)

organization *n.* tổ chức

organize *v.t.* tổ chức

Oriental *adj.* Á Đông

orientation *n.* buổi hướng dẫn giới thiệu (*for school or job*)

origin *n.* nguồn gốc, xuất xứ

original *n.* nguyên tác (*work of literature*); bản gốc (*document*); *adj.* mới mẻ (*new*); sáng tạo (*creative*)

originally *adv.* đầu tiên (*first*); một cách sáng tạo (*creatively*)

ornament *n.* đồ trang trí; vật trang sức (*jewelry*)

orphan *n.* trẻ mồ côi

orphanage *n.* viện mồ côi

ostracize *v.t.* loại trừ, khai trừ

other *adj.* khác

otherwise *adv.* khác, nếu không

ouch *interj.* ái, ái cha, ái da

ounce *n.* ounce

our *adj.* của chúng ta (*including listener*); của chúng tôi (*excluding listener*); của chúng mình (*intimate*)

ours *pron.* .... của chúng ta (*including listener*); ... của chúng tôi (*excluding listener*); ... của chúng mình (*intimate*)

ourselves *pron./pl.* chính chúng ta (*including listener*); chính chúng tôi (*excluding listener*); chính chúng mình (*intimate*)

out *adv.* ra; ngoài; *adj.* vắng (*absent, away*); tắt, cúp (*lights, power*); ra, xuất hiện (*sun*); **~ of** *id.* hết (*food, water, etc.*); ra khỏi (*a drawer, a room, etc.*)

outage *n.* cúp điện

outcast *n.* kẻ bị ruồng bỏ, kẻ khốn cùng

outcome *n.* kết quả (*positive*); hậu quả (*negative*)

outdated *adj.* lỗi thời, cổ hủ (*ideas, customs*); đề-mốt-đê, đề-mốt (*fashion*)

outdoor *adj./adv.* ngoài trời

outdoors *n./adv.* ngoài trời

outer *adj.* bên ngoài

outer space *n.* không gian

outfit *n.* y phục

outgoing *adj.* thân thiện (*friendly*); gửi/gởi đi (*mail*)

outhouse *n.* nhà ngoài

outlet *n.* ổ cắm điện (*electric*)

outline *n.* dàn bài, đại cương; *v.t.* tóm tắt

outrageous *adj.* quá đáng, xúc phạm

outside *n./adj./adv./prep.* bên ngoài

outskirts *n.* vùng ven đô, vùng ngoại ô

outspoken *adj.* nói thẳng

outstanding *adj.* nổi bật

oval *n.* hình trái xoan; *adj.* có hình trái xoan

oven *n.* lò, lò nướng; lò hâm (*microwave*)

over *adv./prep.* trên (*above*); *adj.* chấm dứt (*party, meeting, relationship*); đoạn tuyệt (*relationship*); **all ~** *id.* khắp mọi nơi (*everywhere*)

overall *adj./adv.* nói chung

overalls *n.* bộ quần áo bảo hộ

overcast *adj.* nhiều mây, đầy mây, u ám

overdose *n.* quá liều, uống thuốc quá liều lượng

overdue *adj.* quá hạn, trễ hạn

overlap *v.t.* trùng lặp phần nào

overlook *v.t./v.i.* bỏ sót (*fail to consider*)

overnight *adv./adj.* qua đêm

overpriced *adj.* quá đắt, quá mắc tiền

overreact *v.i.* phản ứng quá mạnh

overseas *adj./adv.* hải ngoại; **~ Vietnamese** *n.* người Việt hải ngoại

oversleep *v.i.* ngủ quá giấc

overtake *v.t.* bắt kịp

overtime *n.* giờ phụ trội; *adv.* phụ trội

overweight *adj.* mập, béo, quá cân

overwhelm *v.t.* vượt quá sức, thắng, đánh bại

overwhelming *adj.* tràn ngập, quá sức

owe *v.t.* thiếu, nợ

owl *n.* (con) cú

own *adj.* riêng; *v.t.* có; làm chủ

owner *n.* chủ nhân

ox *n.* (con) trâu (*water buffalo*); (con) bò (*cow*)

oxen *n./pl.* trâu bò

oxygen *n.* dưỡng khí, ô-xy, khí ô-xy

oxygen mask *n.* mặt nạ dưỡng khí

oyster *n.* (con) sò

ozone *n.* ô-zôn

ozone layer *n.* tầng ô-zôn

P

pace *n.* bước chân (*step, stride*); tốc độ (*speed*); *v.t.* đi tới đi lui

pacemaker *n.* máy kích thích và điều hòa cơ tim (*medical device*)

pacifier *n.* núm vú giả (*for a baby*)

pack *v.t./v.i.* sắp xếp hành lý (*a suitcase*)

package *n.* gói

packed *adj.* đông, đông người (*crowded*)

paddy *n.* lúa; thóc (*after harvest*); ruộng lúa, đồng lúa (*rice field*)

page *n.* trang

pagoda *n.* chùa (*Buddhist*)

pail *n.* (cái) xô

pain *n.* đau, sự đau đớn

painful *adj.* đau, đau đớn

painkiller *n.* thuốc giảm đau

painless *adj.* không đau đớn

paint *n./v.t./v.i.* sơn, họa, vẽ

paintbrush *n.* (cái) cọ

painter *n.* thợ sơn (*worker*); họa sĩ (*artist*)

painting *n.* (bức) tranh (*picture*); hội họa (*process*)

pair *n.* đôi, cặp; **~ of shoes** *n.* đôi giày

pajamas *n./pl.* quần áo ngủ, bộ py-ja-ma

pal *n.* bạn

palace *n.* dinh (*presidential*); cung, cung điện (*royal*)

pale *adj.* nhạt (*color*); xanh, xanh xao (*complexion*)

palette *n.* đĩa pha màu, dĩa pha màu

pall *n.* quan tài

pallbearer *n.* người khiêng quan tài

pallet *n.* tấm nệm rơm (*bed*)

palm *n.* lòng bàn tay (*anat.*)

palm tree *n.* cây cọ (*bot.*)

palpitations *n./pl.* tim đập nhanh (*med.*)

pamphlet *n.* sách mỏng

pan *n.* chảo, xoong

panda *n.* (con) gấu trúc

panel *n.* nhóm thuyết trình, thuyết trình nhóm (*at a conference*)

panic *n.* sự hoảng hốt, sự hốt hoảng; *v.i.* hoảng hốt, hốt hoảng

pant *v.i.* thở hổn hển

panties *n./pl.* quần lót phụ nữ

pantry *n.* phòng đựng thực phẩm, tủ đựng thực phẩm

pants *n./pl.* quần

pantyhose *n./pl.* tất lót quần, vớ lót quần

papaya *n.* (quả) đu đủ, (trái) đu đủ

paper *n.* giấy; *adj.* bằng giấy

paperback *n.* sách bìa mỏng

paper bag *n.* túi giấy

paper clip *n.* (cái) kẹp giấy

paperwork *n.* giấy tờ hành chính, giấy tờ hành chánh

parachute *n.* (cái) dù; *v.t./v.i.* nhảy dù

parade *n.* buổi diễn/diễu hành, cuộc diễn/diễu hành; *v.t.* diễn/diễu hành

paradise *n.* thiên đường, thiên đàng

paragraph *n.* đoạn văn

parallel *adj.* song song

paralysis *n.* chứng bại liệt, tình trạng tê liệt

paralyze *v.t.* bị liệt, bị tê liệt

paramedic *n.* nhân viên trợ y

parasite *n.* ký sinh trùng

parcel *n.* gói, bưu kiện

pardon *n.* sự ân xá (*of a crime*); *v.t.* xin lỗi (*excuse me*); ân xá (*a criminal*)

parent *n.* (người) cha (*father*); (người) mẹ (*mother*); **~s** *n./pl.* cha mẹ

parish *n.* giáo xứ, xứ đạo

park *n.* công viên; *v.t./v.i.* đỗ xe, đậu xe

parking lot *n.* bãi đỗ xe, bãi đậu xe

parking space *n.* chỗ đỗ xe, chỗ đậu xe

parliament *n.* nghị viện

parliamentary *adj.* nghị viện

parrot *n.* (con) két, (con) vẹt

part *n.* phần; *v.* chia tay

partial *adj.* một phần (*incomplete*); thiên vị (*biased*)

participant *n.* người tham gia

participate *v.i.* tham gia

particle *n.* hạt, hột

particular *adj.* đặc biệt

particularly *adv.* đặc biệt là, nhất là, nói riêng

partisan *n.* người ủng hộ; *adj.* thiên vị

partition *n.* sự ngăn chia; *v.t.* chia, chia cắt (*a country*)

partly *adv.* một phần là, phần nào

partner *n.* người chung vốn (*in business*); người chung sống (*in life*)

partnership *n.* sự làm ăn chung (*in business*); sự cộng tác (*in other endeavors*)

part of speech *n.* tự loại

part-time *adj.* bán thời gian

party *n.* tiệc, buổi tiệc (*social function*); đảng, đảng phái (*political*)

pass *n.* đèo (*mountain*); vé vào cửa (*free ticket*); sự chuyền bóng, sự chuyền banh (*soccer*); *v.t.* đi ngang qua, trôi qua (*go by something/someone*); thi đỗ, thi đậu (*a test*); chuyền (*a ball*); **no ~ing** không được băng qua (*road sign*)

pass away *v.i* mất, qua đời

pass out *v.i.* bất tỉnh

passage *n.* đoạn văn (*of a written work*)

passageway *n.* hành lang

passenger *n.* hành khách

passerby *n.* (*pl.* **passersby**) khách qua đường

passion *n.* sự đam mê

passionate *adj.* mê, đam mê

passive *adj.* thụ động

passport *n.* giấy thông hành, hộ chiếu

passport control *n.* điểm kiểm soát

giấy thông hành, điểm kiểm soát hộ chiếu

password *n.* mã số

past *n.* quá khứ, dĩ vãng; *adj./adv.* qua

pasta *n.* bột nui

paste *n.* bột (*of flour*); thịt giã (*of meat*); keo, hồ (*glue-like substance*); *v.t.* dán, dán keo, dán hồ

pasteurized *adj.* đã diệt trùng

pastime *n.* thú tiêu khiển

pastry *n.* bột, bánh

pasture *n.* đồng cỏ

patch *n.* miếng vá (*on clothing*); miếng đất (*of land*); *v.t.* vá

patent *n.* bằng sáng chế

path *n.* lối đi

pathetic *adj.* đáng thương, tội nghiệp

pathway *n.* lối đi

patience *n.* đức tính kiên nhẫn, sự kiên nhẫn

patient *n.* bệnh nhân, người bệnh; *adj.* kiên nhẫn

patriarch *n.* gia trưởng, tộc trưởng, tù trưởng

patriot *n.* người yêu nước

patriotic *adj.* yêu nước

patrol *n.* sự tuần tra; *v.i.* tuần tra, đi tuần

patron *n.* khách hàng (*customer*); khách quen (*regular customer*)

pattern *n.* mẫu

paunch *n.* bụng, bụng phệ

pause *n.* sự tạm ngừng; *v.i.* tạm ngừng

pave *v.t.* trải đường, làm đường, lát đường

pavement *n.* sự trải đường, sự làm đường, sự lát đường

paw *n.* bàn chân thú

pawn *v.t.* cầm đồ

pawnshop *n.* hiệu cầm đồ, tiệm cầm đồ

pay *n.* tiền lương; *v.t.* trả (tiền); **~ back** *v.i.* trả (tiền) lại ; **~ off** *v.* thành công (*hard work*); trả xong nợ (*debt*); **~ attention to** chú ý đến/tới, quan tâm đến/tới

paycheck *n.* tiền lương, séc, chi phiếu trả lương

payday *n.* ngày lĩnh lương, ngày lãnh lương

payment *n.* tiền trả

pay phone *n.* điện thoại công cộng

PC (*abbr.* **personal computer**) máy điện toán cá nhân, máy vi tính cá nhân

pea *n.* (hạt) đỗ, (hột) đậu

peace *n.* hòa bình (*without war*); sự thanh bình (*silence, calm*)

peaceful *adj.* thanh bình

peach *n.* (quả) đào, (trái) đào

peacock *n.* (con) công

peak *n.* cao điểm (*highest level*); đỉnh, thượng đỉnh (*summit*); *v.i.* đạt tới điểm cao nhất

peanut *n.* lạc, đậu phộng/phụng

pear *n.* (quả) lê, (trái) lê

pearl *n.* (hạt) trân châu, (hột) trân châu, (viên) ngọc trai

peasant *n.* người nông dân

pebble *n.* viên sỏi, viên đá cuội

peculiar *adj.* lạ lùng, lập dị

pedal *n.* bàn đạp; *v.i.* đạp

peddle *v.t./v.i.* rao hàng

peddler *n.* người rao hàng

pedestrian *n.* khách bộ hành, người đi bộ

pediatrician *n.* bác sĩ nhi đồng, bác sĩ khoa nhi

pedicab *n.* xe xích-lô

pedicure *n.* làm móng chân

peek *n.* cái liếc, cái nhìn trộm; *v.i.* liếc, liếc nhìn, nhìn trộm

peel *n.* vỏ (*fruit*); *v.t.* bóc vỏ

peep *n.* cái nhìn lén; *v.i.* nhìn lén

peephole *n.* lỗ nhỏ

peg *n.* (cái) cọc

pelvis *n.* xương chậu

pen *n.* (cây) bút, (cây) viết, (cây) bút mực, (cây) viết mực (*for writing*); (cái) chuồng (*for animals*)

penalty *n.* hình phạt, tiền phạt (*punishment*); phạt (*sports*)

penalty kick *n.* quả đá phạt đền, cú đá phạt đền

pencil *n.* (cây) bút chì, (cây) viết chì

pencil sharpener *n.* đồ gọt bút chì, đồ chuốt viết chì

penetrate *v.i.* đâm thủng (*the skin*)
penicillin *n.* thuốc pê-ni-xi-lin
penis *n.* dương vật
penknife *n.* dao bỏ túi
penny *n.* đồng xu
pension *n.* tiền hưu trí, lương hưu trí
people *n.* người, người ta
pepper *n.* tiêu (*black*); ớt (*chili*); ~
mill *n.* máy xay tiêu
per *prep.* trên, cho mỗi, cho từng;
~ **capita** *adj./adv.* trên mỗi đầu
người
perceive *v.t.* nhận thấy
percent *n.* phần trăm; **fifty** ~ *n.* năm
mươi phần trăm; **one-hundred** ~ *n.*
một trăm phần trăm
percentage *n.* tỉ lệ phần trăm
perception *n.* sự cảm nhận
perceptive *adj.* nhạy cảm
perch *n.* sào đậu (*of a bird*); *v.i.* đậu
perfect *adj.* hoàn hảo
perfectionist *n.* người cầu toàn
perfectly *adv.* hoàn toàn
perform *v.i.* biểu diễn, trình diễn
(*on stage*)
performance *n.* sự biểu diễn, buổi
biểu diễn, sự trình diễn, buổi trình
diễn
perfume *n.* nước hoa, dầu thơm
perhaps *adv.* có lẽ
peril *n.* sự nguy cơ, mối nguy hiểm
period *n.* khoảng thời gian (*of time*);
dấu chấm (*punctuation mark*);
kinh nguyệt (*menstruation*)
periodic *adj.* định kỳ
periodical *n.* sách báo
perishable *adj.* dễ bị hư (*foodstuff*)
permanent *n.* sự uốn tóc (*for hair*);
adj. vĩnh viễn
permanent press *n.* vải không nhăn
permission *n.* sự cho phép
permit *n.* giấy phép; *v.t.* cho phép
perpendicular *adj.* thẳng đứng;
vuông góc
persevere *v.i.* kiên trì
persimmon *n.* (quả) hồng, (trái) hồng
persist *v.i.* nhất quyết (*people*); kéo
dài (*illness*)
persistent *adj.* khăng khăng

person *n.* người
personal *adj.* cá nhân, riêng tư
personal computer *n.* máy điện toán
cá nhân, máy vi tính cá nhân
personality *n.* cá tính, nhân cách
personnel *n.* nhân sự
perspective *n.* cái nhìn, cách nhìn,
quan điểm (*mental view*)
perspiration *n.* mồ hôi, sự đổ mồ hôi
perspire *v.i.* đổ mồ hôi
persuade *v.t.* thuyết phục
persuasion *n.* sự thuyết phục
persuasive *adj.* có khả năng thuyết
phục
pervasive *adj.* tràn ngập, khắp nơi
pessimist *n.* người bi quan, người
yếm thế
pessimistic *adj.* bi quan, yếm thế
pest *n.* sâu bọ
pester *v.t.* quấy rầy
pesticide *n.* thuốc trừ sâu bọ
pestle *n.* (cái) chày
pet *n.* (con) vật cưng (*animal*); con
cưng (*child*); *v.t.* vuốt ve
petal *n.* cánh hoa, cánh bông
petit bourgeois *n.* tiểu tư sản
petit bourgeoisie *n.* giai cấp tiểu tư
sản
petite *adj.* nhỏ nhắn, xinh xắn
petition *n.* đơn thỉnh cầu; *v.i.* thỉnh
cầu
petrol *n.* xăng (*British*)
petroleum *n.* dầu mỏ
petroleum jelly *n.* chất bôi trơn
petty *adj.* nhỏ nhặt, vụn vặt
phantom *n.* (con) ma, (bóng) ma
pharmaceutical *adj.* dược phẩm
pharmacist *n.* dược sĩ
pharmacology *n.* dược lý học
pharmacy *n.* hiệu thuốc tây, tiệm
thuốc tây
pharmacy school *n.* trường dược
(khoa)
phase *n.* giai đoạn; *v.t.* chia giai
đoạn; ~ **out** *v.t.* chấm dứt từng
giai đoạn
Ph.D. (*abbr.* **Doctor of Philosophy**)
tiến sĩ
pheasant *n.* (con) (chim) trĩ

phenomenon *n.* hiện tượng

philanthropy *n.* lòng bác ái

philosophical *adj.* triết lý

philosophy *n.* triết lý, triết học

phlegm *n.* đàm, đờm

phoenix *n.* (con) (chim) phượng/ phụng hoàng

phone *n./v.* điện thoại

phone book *n.* danh bạ điện thoại, quyển niên giám điện thoại, cuốn niên giám điện thoại

phonetic *adj.* ngữ âm

phonetics *n.* ngữ âm học

photo *n.* ảnh, hình

photocopier *n.* máy phô-tô, máy sao giấy tờ

photocopy *n.* bản phô-tô, tờ phô-tô, bản sao; *v.t.* phô-tô, sao

photograph *n.* ảnh, hình; *v.t.* chụp ảnh, chụp hình

photographer *n.* nhiếp ảnh gia, thợ chụp ảnh, thợ chụp hình

photography *n.* thuật nhiếp ảnh

phrase *n.* cụm từ, câu nói, đoản ngữ; *v.t.* diễn đạt

phrasebook *n.* sách dùng câu

physical *adj.* cơ thể

physical examination *n.* khám tổng quát (*med.*)

physician *n.* bác sĩ, thầy thuốc

physicist *n.* nhà vật lý học

physics *n.* ngành vật lý, vật lý, vật lý học

physiologist *n.* nhà sinh lý học

physiology *n.* sinh lý học

piano *n.* đàn dương cầm, đàn pi-a-nô

pick *v.t.* chọn, chọn lựa (*choose*); hái, bứt (*physically take, e.g. flowers*); **~ up** *v.t.* nhặt (lên), lượm (lên); **~ out** *v.t.* chọn, chọn lựa

pickle *n.* đồ ngâm dấm; *v.t.* ngâm giấm

pickpocket *n.* tên móc túi

picky *adj.* khó tính

picnic *n.* buổi pic-níc, buổi đi ăn ngoài trời; *v.i.* đi pic-níc

picture *n.* ảnh, hình; *v.t.* hình dung

picturesque *adj.* gợi hình, gợi ảnh, sống động

pie *n.* bánh nướng có nhân

piece *n.* miếng (*of food, land*); mẩu (*bit, stub, butt*); mảnh (*of land, wood, broken glass*)

pier *n.* cầu tàu, bến tàu

pierce *v.t.* xỏ (*ears or body*); đâm thủng

pierced *adj.* xỏ (*ears*)

pig *n.* (con) lợn, (con) heo; Hợi (*in Vietnamese zodiac*)

pigeon *n.* (chim) bồ câu

pile *n.* chồng, đống; *v.t./v.i.* chất, chồng

pilgrim *n.* tín đồ hành hương, người hành hương

pilgrimage *n.* cuộc hành hương

pill *n.* viên thuốc

pillar *n.* cột, cột trụ

pillow *n.* (cái) gối

pillowcase *n.* áo gối, bao gối

pilot *n.* phi công

pimple *n.* mụn, mụt

pin *n.* (cái) đinh ghim (*straight*); (cái) kẹp (*ornamental*); *v.t.* ghim, kẹp

PIN (*abbr.* **personal identification number**) số mật mã nhận dạng cá nhân

pinch *n.* cái nhéo; *v.t.* cấu, nhéo

pine *n.* cây thông (*tree*)

pineapple *n.* (quả) dứa, (trái) thơm, (trái) khóm

ping-pong *n.* bóng bàn, ping-pong

pink *adj.* (màu) hồng

pint *n.* xị

pioneer *n.* người đi tiên phong

pious *adj.* sùng đạo

pipe *n.* ống điếu, ống píp, điếu tẩu (*for smoking*); ống (*tube*); sáo (*musical instrument*)

pipeline *n.* ống dẫn nước (*water*); ống dẫn ga (*gas*); ống dẫn dầu (*oil*)

pirate *n.* tên hải tặc, tên cướp biển (*at sea*); *v.t.* ăn cắp (*software*)

pirated copy *n.* bản ăn cắp

pistol *n.* súng ngắn, súng lục

piston *n.* ống pít-tông

pit *n.* (cái) hố (*hole*); (cái) hột (*stone of fruit*)

pitcher *n.* bình rót (*for water, etc.*)

pity n. lòng thương hại; v.i. thương hại

place n. nơi, chỗ; v.t. đặt, để; **take ~ id.** xảy ra

place of birth n. nơi sinh, nơi sanh

plagiarize v.t. đạo văn

plague n. dịch, bệnh dịch

plain n. đồng bằng; adj. rõ, rõ ràng (clear); không kiểu cọ, giản dị (without decoration)

plan n. kế hoạch, chương trình; v.t./v.i. lên kế hoạch, lên chương trình

plane n. máy bay, phi cơ

planet n. hành tinh

plank n. miếng ván, tấm ván

plant n. cây (thân thảo); v.t./v.i. gieo hạt, gieo trồng

plantation n. đồn điền

plasma n. huyết tương

plaster n. vữa

plastic n. chất nhựa dẻo, chất mủ, chất plát-tích; adj. nhựa, mủ

plastic bag n. bao ni-lông, túi ni-lông

plastic surgery n. giải phẫu chỉnh hình (reconstruct, repair); giải phẫu thẩm mỹ (cosmetic)

plate n. (cái) đĩa, (cái) dĩa

platform n. sân ga (railroad); cương lĩnh (political)

platinum n. bạch kim

platter n. đĩa lớn, dĩa lớn

play n. vở kịch (drama); v.t. đóng vai (a role); chơi (a sport or game); chơi đàn, đánh đàn (an instrument); nghe (a CD); v.i. chơi đùa (e.g. children)

player n. cầu thủ (soccer); cây vợt (tennis); máy (machine, e.g. CD player)

playful adj. đùa nghịch

playground n. sân chơi

playing field n. sân banh

plaza n. công trường, quảng trường

plea n. lời thỉnh cầu

plead v.i. năn nỉ

pleasant adj. dễ chịu

please adv. xin, xin vui lòng; v.t./v.i. làm hài lòng

pleasure n. sự hài lòng, niềm vui

plentiful adj. nhiều, dồi dào

plenty n. nhiều

pliers n./pl. (cái) kìm, (cái) kềm

plot n. mảnh đất (of land); cốt truyện, tình tiết (of a novel); âm mưu (a secret plan); v.t. vẽ (on a map)

plow n. cái cày, máy cày; v.t. cày

pluck v.t. vặt lông (poultry)

plug n. cục cắm điện (electrical); v.t. bịt (a leak); **~ in** v.i. cắm vào ổ điện

plumber n. thợ ống nước

plumbing n. hệ thống ống

plume n. lông vũ

plump adj. mũm mĩm, tròn trịa, đầy đặn

plunge v.i. nhảy vào, lao vào

plunger n. cây thụt cầu tiêu (toilet)

plural adj. số nhiều

plus prep. cộng với (math); adv. hơn nữa, thêm vào đó (in addition)

plywood n. ván ép

p.m. adj. (abbr. **post meridiem,** i.e. after noon) trưa (noon, early afternoon); chiều (afternoon); tối (evening)

pneumonia n. sưng phổi, viêm phổi

poacher n. người đi săn trộm (of game); người đi câu trộm (of fish)

pocket n. túi

pocketbook n. ví, ví xách tay, túi tiền

pod n. vỏ đậu (pea)

podium n. bục, diễn đàn

poem n. bài thơ

poet n. nhà thơ, thi sĩ

poetry n. thơ, thi phú

point n. đầu nhọn (sharp end); điểm (essential thing); chấm (decimal); v.t. chỉ (at something); **~ out** v.t. chỉ ra cho thấy; **beside the ~ id.** không có liên quan gì

pointless adj. vô ích, vô nghĩa

poison n. thuốc độc, chất độc

poisonous adj. độc

poker n. bài poker (card game)

pole n. cây cột; **electric ~** n. cột điện; **flag~** n. cột cờ

police *n.* cảnh sát; công an (*SRV*)

police car *n.* xe cảnh sát; xe công an (*SRV*)

police officer *n.* cảnh sát viên; người công an (*SRV*)

police station *n.* bót cảnh sát; đồn công an (*SRV*)

policy *n.* chính/chánh sách (*course of action*); hợp đồng, bản hợp đồng (*insurance*)

polio *n.* bệnh bại liệt

polish *n.* xi đánh giày (*for shoes*); *v.t.* đánh bóng

polite *adj.* lịch sự, lễ phép

political *adj.* có tính chất chính trị

politician *n.* chính trị gia

politics *n.* chính trị

poll *n.* sự thăm dò dư luận (*opinion*)

pollen *n.* phấn hoa, phấn bông

pollute *v.t./v.i.* làm ô nhiễm

polluted *adj.* bị ô nhiễm

pollution *n.* sự ô nhiễm

pomelo *n.* (quả) bưởi, (trái) bưởi

pond *n.* (cái) ao

pony *n.* ngựa (loại nhỏ)

ponytail *n.* tóc đuôi ngựa

pool *n.* hồ bơi, bể bơi (*swimming*); bi-a (*game*); *v.t.* góp tiền, góp vốn (*money*)

poor *adj.* nghèo (*in wealth, resources*); xui xẻo, kém may mắn, hẩm hiu (*unfortunate*); khô cằn (*soil*)

pop *adj.* thời thượng

pop music *n.* nhạc pop, nhạc trẻ, nhạc thời thượng

Pope *n.* Đức Giáo Hoàng

popular *adj.* phổ biến, bình dân

population *n.* dân số, dân chúng

porcelain *n.* men sứ, đồ sứ

porch *n.* hiên, hàng hiên

pore *n.* lỗ chân lông

pork *n.* thịt lợn, thịt heo

porridge *n.* cháo

port *n.* cảng, hải cảng

portable *adj.* dễ khiêng, có thể xách tay

porter *n.* người bồi phòng

portfolio *n.* cặp đựng hồ sơ

portion *n.* phần

portrait *n.* chân dung

Portuguese *n.* người Bồ Đào Nha; tiếng Bồ Đào Nha (*language*); *adj.* Bồ Đào Nha

position *n.* vị trí (*location*); hoàn cảnh (*situation*); địa vị (*in society*)

positive *adj.* chắc chắn (*certain*); tích cực (*optimistic*); dương tính (*test results, as in medicine*)

possess *v.t.* sở hữu

possession *n.* sự sở hữu, vật sở hữu

possessive *adj.* khống chế

possibility *n.* có khả năng

possible *adj.* có thể

post *n.* cột, cọc (*a pole, a stake*); chức vụ (*appointment*); *v.t.* niêm yết (*a notice, a memo, etc.*)

postage *n.* bưu phí

postcard *n.* (tấm) bưu thiếp, (tấm) bưu ảnh

posterity *n.* hậu thế

postmark *n.* dấu bưu cục; *v.t.* đóng dấu bưu cục

post office *n.* bưu điện

postpone *v.t.* hoãn lại

posture *n.* dáng

pot *n.* nồi (*for cooking*); lọ (*for ink*); chậu (*for a plant*)

potato *n.* khoai tây

potent *adj.* mạnh, công hiệu

potential *n.* tiềm năng; *adj.* có thể xảy ra, có khả năng

pothole *n.* ổ gà

pottery *n.* đồ gốm

pouch *n.* túi nhỏ

poultry *n.* gia cầm

pound *n.* pao (*unit of weight*); *v.t./v.i.* nện, đập

pour *v.t./v.i.* rót (*into a glass, pitcher, etc.*); đổ xuống, tuôn xối xả (*rain heavily*)

poverty *n.* sự nghèo túng, cảnh bần hàn

POW (*abbr.* **prisoner of war**) tù nhân chiến tranh, tù binh

powder *n.* bột

power *n.* quyền lực, quyền hành (*authority*); điện (*electricity*); năng lượng (*energy*); sức lực (*strength*)

powerful *adj.* quyền uy, công hiệu
practical *adj.* thực tế, thiết thực
practically *adv.* hầu như
practice *n.* thói quen, thói thường (*habit*); sự tập luyện, sự luyện tập (*sports*); *v.t./v.i.* thực hành (*religion*); tập luyện, luyện tập (*to acquire a skill*)
praise *n.* lời khen, lời khen ngợi; *v.t.* khen, khen ngợi
praiseworthy *adj.* đáng khen
pram *n.* xe đẩy em bé (*British*)
prawn *n.* (con) tôm lớn, (con) tôm to
pray *v.i.* cầu xin, cầu nguyện
prayer *n.* lời cầu xin, lời cầu nguyện
preach *v.t./v.i.* giảng đạo
precarious *adj.* bấp bênh, nhất thời
precaution *n.* đề phòng, phòng xa, thận trọng
precede *v.t.* đi trước, có trước, xảy ra trước
precise *adj.* chính xác
precious *adj.* quý, quý giá
precipice *n.* vực thẳm
predecessor *n.* người tiền nhiệm, tiền thân
predict *v.t.* tiên đoán, đoán trước
prediction *n.* sự tiên đoán, lời tiên đoán
prefer *v.t.* thích ... hơn
prefix *n.* tiếp đầu ngữ
pregnant *adj.* có thai, có bầu, mang thai, mang bầu
prejudice *n.* thành kiến
premature *adj.* quá sớm (*decision, announcement, etc.*); sinh sớm, sanh sớm, đẻ non (*birth*)
prenatal *adj.* trước khi sinh, trước khi sanh
preparation *n.* sự sửa soạn, sự chuẩn bị, thuốc chuyên trị
prepare *v.t./v.i.* sửa soạn, chuẩn bị
preposition *n.* giới từ
prerequisite *n.* điều kiện phải có
preschool *n.* vườn trẻ, nhà trẻ (*daycare*)
prescribe *v.t.* kê toa, viết toa thuốc
prescription *n.* toa thuốc
present *n.* món quà, quà tặng (*gift to*

a *friend/peer*); quà biếu (*gift to person of higher status*); hiện tại, hiện thời (*time*); *adj.* hiện tại, hiện thời (*current*); *v.t.* trình bày, thuyết trình, đưa ra (*a plan, a argument, etc.*)
presentation *n.* bài thuyết trình, bài trình bày
presently *adv.* bây giờ, hiện nay, ngay bây giờ
preserve *n.* khu bảo tồn (*for nature*); *v.t.* bảo tồn (*protect*); đóng hộp, ngâm muối (*food*)
president *n.* tổng thống (*of a country*); giám đốc (*of a company*); chủ tịch (*of an organization, association, etc.*)
press *n.* báo chí (*news media*); *v.t.* ép (*exert weight or force*); là, ủi (*iron clothing*)
press conference *n.* cuộc họp báo
pressure *n.* áp lực (*stress*); *v.t.* gây áp lực, ép buộc (*coerce*)
prestige *n.* danh giá, tiếng tăm, uy tín
prestigious *adj.* danh giá, có tiếng tăm, có uy tín
pretend *v.t.* giả bộ
pretty *adj.* xinh, xinh xắn, xinh đẹp; *adv.* hơi, khá
prevail *v.i.* chiến thắng; chiếm ưu thế
prevailing *adj.* phổ biến
prevalent *adj.* phổ biến
prevent *v.t.* ngăn chặn, ngăn ngừa
prevention *n.* sự ngăn chặn, sự ngăn ngừa
preventive *adj.* ngăn chặn, ngăn ngừa
preview *n.* buổi trình chiếu, buổi ra mắt
previous *adj.* trước
price *n.* giá; *v.t.* định giá
priceless *adj.* vô giá
pride *n.* sự hãnh diện, niềm kiêu hãnh
priest *n.* linh mục
primary *adj.* chủ yếu, chính yếu; tiểu học (*school*)
prime minister *n.* thủ tướng

prince n. hoàng tử

princess n. công chúa

principal n. hiệu trưởng (of a school); adj. chủ yếu, chính yếu

principle n. nguyên tắc

print v.t. in; **~ out** v.i. in ra (a document, etc.); **out of ~** id. hết bán, hết xuất bản

printer n. máy in

printing n. việc in ấn, đợt in, đợt ấn hành

priority n. ưu tiên

prison n. nhà tù

prisoner n. tù nhân

prisoner of war (POW) n. tù nhân chiến tranh, tù binh

privacy n. sự riêng tư

private adj. riêng, riêng tư; **in ~** id. riêng

privatize v.t. tư hữu hóa, tư nhân hóa

privilege n. đặc quyền, đặc lợi

prize n. giải thưởng

probability n. khả năng

probable adj. có thể xảy ra

probably adv. có lẽ

problem n. vấn đề

procedure n. thủ tục

proceed v.i. tiến hành

proceeds n. khoản doanh thu, khoản tiền gây quỹ

process n. quá trình, tiến trình; v.t. chế biến (food); hoàn tất theo thủ tục (paperwork)

procession n. đoàn diễn hành

produce v.t./v.i. sản xuất

product n. sản phẩm

production n. sự sản xuất

productive adj. có kết quả

profession n. nghề nghiệp

professional adj. chuyên nghiệp

professor n. giáo sư

proficiency n. sự thành thạo

proficient adj. thành thạo

profile n. tiểu sử vắn tắt (biographical sketch)

profitable adj. có lời, có lợi

profound adj. sâu sắc, sâu rộng, sâu thẳm

program n. chương trình (schedule, television, software, etc.); v.t. lập chương trình, lập trình (a computer)

programmer n. thảo chương viên, lập trình viên

progress n. sự tiến bộ; v.i. tiến bộ

progressive adj. tiến bộ

prohibit v.t. cấm

prohibition n. sự cấm đoán

project n. dự án, đề án

projector n. máy chiếu ảnh, máy chiếu hình, máy rọi

prolific adj. sáng tác nhiều

promenade n. cuộc dạo chơi (a stroll); nơi dạo chơi công cộng (a place)

prominent adj. nổi bật (feature)

promise n. lời hứa; v.t./v.i. hứa

promote v.t. thăng chức, đề bạt (an employee); khuyến mãi (a product)

promotion n. sự thăng chức, sự đề bạt; sự khuyến mãi

pronoun n. đại danh từ, đại từ

pronounce v.t. phát âm, đọc

pronunciation n. cách phát âm

proof n. bằng chứng, chứng cớ

proofread v.t./v.i. đọc bản nháp

propaganda n. tuyên truyền

propel v.t. đẩy tới

propeller n. cánh quạt

proper adj. hợp, phù hợp

property n. tài sản, bất động sản

prophecy n. lời tiên tri

prophet n. nhà tiên tri

proposal n. lời đề nghị (of an idea, a plan, etc.); lời cầu hôn (of marriage)

propose v.t. đề nghị (an idea, a plan, etc.); v.i. cầu hôn (marriage)

proprietor n. chủ nhân

prose n. văn xuôi

prosecute v.t./v.i. truy tố

prospect n. triển vọng

prospective adj. có thể xảy ra, tương lai

prosper v.i. thịnh vượng, phát đạt

prosperity n. sự thịnh vượng, sự phát đạt

prosperous adj. thịnh vượng, phát đạt

prostate n. tuyến tiền liệt

prostitute n. gái điếm, gái mãi dâm, gái mại dâm

prostitution n. nghề mại dâm, nạn mãi dâm

prostrate v.t. phủ phục; adj. nằm phủ phục

protect v.t. bảo vệ

protection n. sự bảo vệ

protein n. prô-tê-in, chất đạm

protest n. sự phản đối, cuộc biểu tình (phản đối); v.t./v.i. phản đối, phản kháng

Protestant n. tín đồ Tin Lành; adj. Đạo Tin Lành

Protestantism n. Đạo Tin Lành

proud adj. hãnh diện, kiêu hãnh

prove v.t. chứng minh, chứng tỏ

proverb n. câu tục ngữ

provide v.t. cung cấp

provided (that) conj. miễn là

province n. tỉnh

provincial adj. địa phương (local); tỉnh lẻ (narrow, parochial); nhà quê (rustic, unsophisticated)

prudent adj. khôn ngoan, cẩn trọng

prune n. (quả/trái) mận phơi khô; v.t. cắt tỉa

psychiatrist n. bác sĩ tâm thần

psychiatry n. ngành tâm thần, tâm thần học

psychic n. người có khả năng gọi hồn

psychological adj. tâm lý

psychologist n. nhà tâm lý học

psychology n. ngành tâm lý, tâm lý học

pub n. quán rượu

puberty n. tuổi dậy thì

public adj. công, công cộng, công lập; n. công chúng; **in ~** id. công khai; **make ~** id. đưa ra trước công chúng

publication n. sự xuất bản (act of); ấn phẩm (printed matter)

publicity n. sự thông tin quảng cáo, sự loan tin

publish v.t. xuất bản

publisher n. nhà xuất bản

pudding n. bánh pút-đinh

puddle n. vùng nước nhỏ

puff n. hơi thở mạnh (breath); v.t. thở hổn hển (while exercising); phì phà (on a cigarette)

pull v.t./v.i. kéo; **~ over** v.i. tấp xe vào lề (to the side of the road); v.t. bắt tấp xe vào lề (by traffic police)

pulp n. ruột (trái cây) (fruit)

pulse n. mạch (tim)

pump n. (chiếc/cái) ống bơm, (chiếc/cái) máy bơm; v.t. bơm

pumpkin n. (quả/trái) bí ngô, (quả/trái) bí đỏ

punch n. quả đấm; v.t. đấm

punctuate v.t. chấm câu

punctuation n. cách chấm câu; **~ mark** n. dấu chấm câu

puncture n. lỗ thủng; v.t. chọc thủng, đâm thủng

pungent adj. hắc, nồng

punish v.t. phạt, trừng trị

punishment n. hình phạt, sự trừng trị

pupil n. học trò (student); con ngươi (anat.)

puppet n. con rối; (người) bù nhìn (political); **water ~** n. múa rối nước

puppet government n. chính phủ bù nhìn

puppet show n. (màn) múa rối

puppy n. (con) chó con

purchase n. món hàng mua, đồ mua; v.t. mua

pure adj. nguyên chất, tinh khiết (water, etc.)

purification n. việc làm cho tinh khiết; **water ~** n. quá trình lọc nước

purify v.t. lọc, tinh chế

purple adj. màu đỏ tía

purpose n. mục đích; **on ~** id. cố tình, cố ý, có chủ định

purposely adv. cố tình, cố ý

purse n. (cái) ví, (cái) bóp

pursue v.t. theo đuổi (a career); theo học (studies)

pus n. mủ

push n. cái đẩy; v.t./v.i. đẩy

put v.t./v.i. đặt, để; **~ away** v.i. cất

đi; ~ **on** *v.i.* mặc vào (*clothing*);
mang vào (*accessories*); ~ **up with**
v.i. chịu đựng

putrid *adj.* thối rữa

puzzle *n.* sự rối rắm khó hiểu (*question, matter, problem*); **crossword**
~ *n.* trò chơi ô chữ; **jigsaw** ~ *n.* trò
chơi lắp hình, trò chơi ghép hình

pyramid *n.* kim tự tháp

Q

quail *n.* (con) (chim) cút

quaint *adj.* lạ

qualification *n.* điều kiện cần hội đủ

qualified *adj.* hội đủ điều kiện

qualify *v.i.* hội đủ điều kiện

quality *n.* đặc tính (*characteristic*);
phẩm chất; chất lượng (*of service, food, etc.*)

qualm *n.* sự áy náy

quantity *n.* số lượng

quarantine *v.t.* cách ly; *n.* sự cách ly

quarrel *n.* sự cãi vã, sự cãi cọ; *v.i.*
cãi, cãi lộn, cãi cọ, cãi vã

quarry *n.* hầm (lấy) đá (*pit*)

quarter *n.* đồng 25 xu (*25 cents*);
một phần tư (*one-fourth*)

quarterly *adj./adv.* bốn lần một năm,
từng quý (*four times per year*)

quartz *n.* thạch anh

queasy *adj.* áy náy, buồn nôn, buồn
ói

queen *n.* hoàng hậu, nữ hoàng

queer *adj.* lạ, lập dị

query *n.* câu hỏi; *v.t.* hỏi, đặt nghi vấn

question *n.* câu hỏi; *v.t.* hỏi, chất vấn

question mark *n.* dấu hỏi chấm, dấu
chấm hỏi (?)

questionnaire *n.* bảng câu hỏi thăm
dò

queue *n.* hàng

quick *adj.* nhanh, nhanh nhẹn, mau,
mau lẹ

quiet *n.* sự yên tĩnh, sự yên lặng, sự
im lặng; *adj.* yên tĩnh, yên lặng,
im lặng

quietly *adv.* một cách im lặng, âm
thầm

quilt *n.* chăn bông, mền bông

quinine *n.* thuốc ký-ninh

quintessential *adj.* điển hình

quit *v.t./v.i.* bỏ, từ bỏ, bỏ cuộc

quite *adv.* hoàn toàn (*completely*);
thật sự (*really*); khá, hơi (*rather*)

quiz *n.* sự chất vấn, sự vặn hỏi, bài
kiểm tra; *v.t.* chất vấn, vặn hỏi

quota *n.* định mức

quotation *n.* sự trích dẫn, lời trích
dẫn, đoạn trích dẫn, lời trích, đoạn
trích

quotation mark *n.* dấu ngoặc kép

quote *n.* lời trích (*of a phrase, a
sentence*), đoạn trích (*of a passage*); sự lượng giá, giá ước lượng
(*estimate*); *v.t.* trích, trích dẫn
(*from a book*); cho biết giá (*state
price of*)

R

rabbit *n.* (con) thỏ

rabies *n.* bệnh dại; ~ **shot** *n.* chích
ngừa dại

race *n.* cuộc đua (*contest*); chủng
tộc (*of a person*); *v.i.* đua

racetrack *n.* trường đua

racial *adj.* chủng tộc

racism *n.* kỳ thị chủng tộc

rack *n.* (cái) giá (*for clothing, etc.*)

racket *n.* tiếng ầm ầm (*noise*); vợt
(*tennis*)

radiator *n.* máy sưởi; máy làm nguội

radical *adj.* cấp tiến

radio *n.* ra-đi-ô, đài

radioactive *adj.* phóng xạ

radius *n.* bán kính

raft *n.* (cái) bè

rafting *n.* (môn) chèo bè trên sông
suối

rag *n.* miếng giẻ

rage *n.* cơn giận, cơn thịnh nộ, cơn
cuồng nộ

ragged *adj.* rách rưới

raid *n.* cuộc bố ráp (*police*); cuộc
đột kích (*police, mil.*); *v.t.* bố ráp;
đột kích

rail *n.* đường ray (*train*)

railing n. lan can

railroad n. đường rầy xe lửa, hỏa xa, tuyến xe lửa, tuyến tàu hỏa

railway n. tuyến xe lửa, tuyến tàu hỏa

rain n. cơn mưa; v.i. mưa

rainbow n. cầu vồng

raincoat n. áo mưa

raindrop n. giọt mưa

rain forest n. rừng mưa nhiệt đới

rainy adj. mưa, mưa nhiều

rainy season n. mùa mưa

raise n. tăng (of a salary, a price); v.t. giơ tay (one's hand); tăng giá (prices); nuôi (children, animals)

rake n. cái cào; v.t. cào

rally n. sự tập họp, sự tụ tập; v.t./v.i. tập họp, tụ tập

RAM (abbr. **random access memory**) ram, bộ nhớ truy cập ngẫu nhiên (computer)

ramble v.i. đi dạo, đi loanh quanh (wander); nói dông dài (in speech); viết dông dài (in writing)

rambutan n. (quả/trái) chôm chôm

ramification n. hậu quả

ramp n. lối đi; **on~** lối vào xa lộ; **off~** lối ra xa lộ

ranch n. trang trại, trại chăn nuôi gia súc

rancid adj. có mùi ôi

random adj. mò, đại, bừa

random access memory n. (**RAM** abbr.) bộ nhớ truy cập ngẫu nhiên (computer)

range n. cỡ (of prices); tầm (of voice); lò ga, bếp ga (for cooking); dãy, rặng (mountain)

rank n. cấp bậc, thứ hạng; v.t. xếp hạng

ransack v.t. lục soát

ransom n. tiền chuộc

rape n. vụ hiếp dâm, sự cưỡng hiếp, sự hãm hiếp; v.t. hiếp, hiếp dâm, cưỡng hiếp, hãm hiếp

rapid adj. nhanh, nhanh nhẹn, mau, mau lẹ

rare adj. hiếm, hiếm có (unique); tái (meat)

rarely adv. hiếm khi, ít khi

rash n. sải ngứa

rat n. (con) chuột to; Tí, Tý (in Vietnamese zodiac)

rate n. lãi suất (of interest); lương giờ (hourly); **at any ~** id. ít ra, trong bất cứ trường hợp nào

rather adv. hơi, khá, thà, (thích) ... hơn (preference)

ratification n. sự phê chuẩn

ratify v.t. phê chuẩn

ratio n. tỉ lệ, tỷ lệ

ration n. khẩu phần; v.t. chia thành khẩu phần

rational adj. duy lý, sáng suốt

rationalize v.t. biện minh

rattan n. cây mây

rattle n. đồ chơi con lắc (toy), tiếng lúc lắc (sound)

ravine n. thung lũng hẹp

raw adj. sống (meat)

raw material n. nguyên liệu

ray n. tia

razor n. dao cạo

razor blade n. lưỡi dao cạo, lưỡi lam

reach n. tầm tay; v.t. đến, tới (arrive at); với (for something); v.i. với tay; **out of ~** id. ngoài tầm tay

react v.i. phản ứng

reaction n. phản ứng (response)

reactionary n. kẻ/tên phản động; adj. phản động

read v.t./v.i. đọc

reading n. bài tập đọc (in a textbook); buổi đọc (of poetry, literature, etc.)

ready adj. sẵn sàng; **get ~ v.** sửa soạn

real adj. thật, thiệt

real estate n. địa ốc

real estate agent n. nhân viên địa ốc

realistic adj. thực tế, chân thực, hiện thực

reality n. thực tế, hiện thực; **in ~** id. trên thực tế

realization n. sự nhận chân

realize v.t. nhận ra, nhận thức ra (comprehend); thực hiện (make real)

really adv. thật ra, thực ra, thật sự, thực sự

reap v.t. gặt, gặt hái, thu hoạch (*rice, wheat, etc.*)

rear n. đằng sau; *adj.* sau

rearview mirror n. (cái) kính chiếu hậu, (cái) kiếng chiếu hậu

reason n. lý do (*justification or cause*); lý trí (*sound judgment*); v.i. lý luận

reasonable adj. hợp lý, có lý

reassure v.t. trấn an

rebate n. số tiền được bớt, số tiền hoàn lại

rebel n. phiến quân, quân phiến loạn (*insurgent*); kẻ nổi loạn (*in society, a family, etc.*); v.i. nổi loạn

rebellion n. cuộc nổi loạn

rebellious adj. nổi loạn; bất trị, khó trị (*child*)

rebirth n. sự tái sinh, sự phục hưng (*of a city, a culture, etc.*)

rebuff v.t. từ chối, khước từ, cự tuyệt

recall v.t. nhớ lại (*remember*)

receipt n. biên lai, hóa đơn

receive v.t. nhận, nhận được

receiver n. ống nghe (*telephone*)

recent adj. gần đây

recently adv. gần đây

reception n. sự đón tiếp

reception desk n. bàn tiếp tân

receptionist n. nhân viên tiếp tân

recess n. nghỉ giải lao; giờ ra chơi (*at school*)

recipe n. công thức nấu ăn

reciprocate v.i. đáp lại, tương tác

recite v.t. đọc thuộc lòng, ngâm

recognition n. sự công nhận (*of an achievement*)

recognize v.t. nhận ra

recommend v.t. giới thiệu, đề nghị; tiến cử (*for a job*)

recommendation n. sự giới thiệu; sự tiến cử (*job*); **letter of ~** n. thư/thơ giới thiệu

reconcile v.t. hòa giải

reconciliation n. sự hòa giải

reconsider v.t./v.i. suy nghĩ lại, xem (xét) lại

record n. hồ sơ (*an account*); đĩa hát, đĩa hát (*of music*)

recorder n. máy thu băng, máy thâu băng (*tape*); **video~** n. máy quay phim

recover v.i. khỏi bệnh, khỏi bịnh (*from illness*)

recreation n. sự giải trí

recreation center n. trung tâm giải trí, câu lạc bộ

recruit n. tân binh (*mil.*); thành viên mới (*of a company, a club, etc.*); v.t. tuyển mộ; mộ binh (*into the mil.*)

rectangle n. hình chữ nhật

rectangular adj. có hình chữ nhật

recuperate v.i. hồi phục

recur v.i. tái diễn, tái phát, lặp đi lặp lại

recurrence n. sự tái diễn, sự tái phát, sự lặp đi lặp lại

recurrent adj. lặp đi lặp lại

recycle v.t. tái chế biến, tái sinh

recycling n. sự tái chế biến, sự tái sinh

red adj. màu đỏ

Red Cross, the n. Hội Hồng Thập Tự, Hội Chữ Thập Đỏ

reddish adj. màu đo đỏ

red light n. đèn đỏ

redness n. tình trạng có màu đỏ

redo v.t. làm lại, trang trí lại

red tape n. thủ tục rườm rà, tệ quan liêu

reduce v.t. giảm bớt

reduction n. sự giảm bớt

redundancy n. sự dư thừa, sự lặp lại, sự trùng lặp

redundant adj. dư thừa, lặp lại, trùng lặp

reed n. cây sậy

reeducation camp n. trại học tập, trại cải tạo

reef n. dải đá ngầm

reel n. trục quay, trục cuốn (*fishing*)

refer v.t. giới thiệu đến/tới (*someone*); v.i. nhắc đến (*to someone*); tra (*to a dictionary*)

referee n. trọng tài

reference n. tham khảo (*a dictionary, an article, etc.*); sự nhắc nhở (*allu-*

sion); thư giới thiệu, thơ giới thiệu (*job*)

refill *v.t.* rót đầy lại (*with liquid*); làm đầy lại (*in general*); lấy thêm thuốc (*a prescription*)

refine *v.t.* lọc (*oil*); tinh chế (*sugar, chemicals*)

refinery *n.* nhà máy lọc; nhà máy tinh chế

reflect *v.t./v.i.* phản chiếu (*light, image, etc.*)

reflection *n.* hình ảnh phản chiếu (*in a mirror*)

reflex *n.* phản xạ

reform *n.* cải cách; *v.i.* cải cách

refrain *n.* điệp khúc

refresh *v.t.* làm tươi tỉnh (*oneself*); nhắc lại để nhớ (*one's memory*)

refrigerate *v.t.* làm lạnh

refrigerator *n.* tủ lạnh

refuge *n.* nơi nương náu

refugee *n.* người tị/tỵ nạn

refugee camp *n.* trại tị/tỵ nạn

refund *n.* tiền hoàn trả; *v.t.* hoàn trả

refusal *n.* sự từ chối

refuse *v.t.* từ chối

refute *v.t.* phản bác, không chấp nhận

regard *n.* sự kính trọng (*esteem, high opinion*); *v.t.* kính trọng (*show respect*); coi, quan sát kỹ (*observe*); **give my ~s** cho (title) ... gửi/gởi lời hỏi thăm

regarding *prep.* về

regardless *adv.* bất chấp

regime *n.* chế độ

region *n.* miền

regional *adj.* địa phương

register *n.* máy tính tiền (*for cash*); *v.t.* ghi danh, ghi tên (*sign up*); đăng ký (*sign up, in SRV*)

registered *adj.* có giấy phép hành nghề (*certified*); bảo đảm (*mail*)

registration *n.* sự ghi danh, sự ghi tên; sự đăng ký (*SRV*)

regret *n.* sự hối tiếc, sự luyến tiếc; *v.t.* hối tiếc, luyến tiếc

regular *adj.* đều đặn, thường xuyên

regularly *adv.* đều đặn, thường xuyên

regulate *v.t.* quy định (*by law*); điều chỉnh (*temperature, etc.*)

regulation *n.* sự quy định (*legal*)

rehabilitate *v.t.* phục hồi chức năng

rehabilitation *n.* sự phục hồi chức năng

rehearsal *n.* buổi tập dợt, buổi diễn tập; **dress ~** *n.* buổi tổng duyệt, buổi tổng dợt, buổi tổng diễn tập

rehearse *v.t.* tập dợt, diễn tập

reign *n.* sự trị vì

reign of terror *n.* thời kỳ khủng bố, giai đoạn khủng bố

reimburse *v.t.* hoàn tiền lại

reimbursement *n.* sự hoàn tiền; số tiền hoàn trả

reincarnation *n.* sự đầu thai

reinforce *v.t.* tăng cường, củng cố (*mil.*)

reins *n./pl.* cương ngựa (*of a horse*)

reject *v.t.* bác bỏ, không chấp nhận, từ chối

rejection *n.* sự bác bỏ, sự từ chối

relapse *n.* sự tái phát

relate *v.t.* kể lại, thuật lại

related *adj.* có liên quan; có họ (*in a family*)

relation *n.* sự liên quan

relationship *n.* mối quan hệ

relative *n.* người thân, họ hàng, bà con (*person connected by blood or marriage*); *adj.* có liên quan, tương đối

relax *v.i.* thoải mái, giải trí, nghỉ ngơi

relaxation *n.* sự giải trí, sự nghỉ ngơi

relaxed *adj.* thoải mái

release *n.* sự phóng thích (*from prison*); *v.t.* thả, phóng thích (*people, animals*); trả tự do (*from prison*)

relevant *adj.* có liên quan

reliable *adj.* đáng tin cậy

relic *n.* di tích

relief *n.* sự nhẹ nhõm (*from pain, stress, etc.*); sự cứu trợ (*following a natural disaster*)

relieve *v.t.* làm giảm bớt

religion *n.* tôn giáo, đạo giáo, đạo

religious *adj.* sùng đạo, mộ đạo

reluctant *adj.* do dự, miễn cưỡng

rely *v.i.* dựa vào

remain *v.i.* ở lại

remainder *n.* phần còn lại

remaining *adj.* còn lại

remark *n.* lời nhận xét; *v.i.* nhận xét

remedy *n.* cách chữa trị; *v.t.* chữa trị, cứu chữa

remember *v.t./v.i.* nhớ

remind *v.t.* nhắc nhở

reminder *n.* sự nhắc nhở

remit *v.t.* gửi tiền trả, gởi tiền trả (*payment*)

remittance *n.* số tiền gửi trả, số tiền gởi trả

remodel *v.t.* xây lại

remorse *n.* sự hối hận

remote *adj.* xa xôi (*far, secluded*)

remote control *n.* đồ điều khiển từ xa, đồ bấm

remove *v.t.* cởi ra (*clothing*); lấy đi (*from a table, chair, etc.*); tẩy (*a stain*)

renegotiate *v.t.* thương lượng lại

renew *v.t.* gia hạn

renewal *n.* sự gia hạn

renounce *v.t.* từ, không nhận mặt

renovate *v.t.* đổi mới, khôi phục, canh tân (*a social or economic system*); sửa nhà (*a house*)

renovation *n.* sự đổi mới, sự khôi phục, sự canh tân, (*of a social or economic system*); sự sửa nhà (*of a house*)

rent *n.* tiền thuê nhà, tiền mướn nhà; *v.t./v.i.* thuê, mướn, cho thuê, cho mướn; **for ~** *id.* cho thuê, cho mướn

rental *n.* nhà thuê, nhà mướn (*house*); xe thuê, xe mướn (*vehicle*); *adj.* thuê, mướn

reorganize *v.t.* tổ chức lại

repair *n.* sự sửa chữa; *v.t.* sửa chữa

repatriate *v.i.* hồi hương

repay *v.t.* trả nợ, trả tiền, trả, trả lại

repeat *n.* sự chiếu lại (*TV program*); *v.i.* chiếu lại, lặp lại, nhắc lại

repellent *n.* thuốc đuổi muỗi, thuốc chống muỗi (*mosquito*)

repetition *n.* sự lặp lại, sự tái diễn

repetitive *adj.* lặp đi lặp lại, tái diễn

replace *v.t.* thay thế

replacement *n.* sự thay thế (*abstract*); người thay thế (*person*); vật thay thế (*thing*)

replica *n.* bản đúc

reply *n.* câu trả lời (*informal*); lời đáp (*formal*); thư/thơ phúc đáp (*a letter*); *v.i.* trả lời (*informal*); phúc đáp, hồi âm (*formal*)

report *n.* bản tường trình, bản phúc trình; bản báo cáo (*SRV*); *v.t./v.i.* tường trình, phúc trình; báo cáo (*SRV*); làm phóng viên (*for a newspaper*)

reporter *n.* phóng viên

represent *v.t.* đại diện

representative *n.* đại diện; *adj.* đại diện, tiêu biểu

repress *v.t.* nén, đè nén (*emotion*); đàn áp (*people*)

repression *n.* sự đè nén (*of emotion*); sự đàn áp (*of people*)

repressive *adj.* áp bức (*government*)

reprimand *n.* lời khiển trách; *v.t.* khiển trách

reprisal *n.* sự trả đũa, sự trả thù

reproach *n.* lời chỉ trích, lời trách cứ; *v.t.* chỉ trích, trách

reproduce *v.t.* làm bản sao (*a copy*); sinh sản (*offspring*)

reproduction *n.* bản sao (*of a paper, a photo, etc.*); sự sinh sản (*of offspring*)

reptile *n.* loài bò sát

republic *n.* nền cộng hòa; *adj.* cộng hòa

Republican *n.* người theo Đảng Cộng Hòa (*in U.S.*); *adj.* Cộng Hòa; **~ Party** *n.* Đảng Cộng Hòa (*in U.S.*)

reputation *n.* danh tiếng, tiếng tăm

request *n.* lời yêu cầu; *v.t.* yêu cầu

require *v.t.* đòi hỏi

requirement *n.* sự đòi hỏi, điều kiện phải có

rerun *n.* chương trình chiếu lại

reschedule *v.t.* đổi ngày, lấy hẹn mới

rescue n. sự cứu vớt; v.t. cứu, cứu vớt

research n. sự nghiên cứu, công trình nghiên cứu; v.t./v.i. nghiên cứu

resemblance n. vẻ giống nhau (*between people*); sự tương tự (*between things*)

resemble v.t. giống

resent v.t. căm tức

resentment n. sự căm tức

reservation n. đặt phòng (*hotel*); đặt bàn (*restaurant*); đặt vé (*ticket*)

reserve n. tiền dự phòng (*cash*); khu bảo tồn (*of land*); v.t. để dành (*save*); đặt (*a hotel, a seat, etc.*); bảo tồn (*land*)

reserved adj. trầm lặng, thâm trầm, ít nói (*reticent*)

reservoir n. hồ chứa nước (*body of water*); bể chứa nước, bồn chứa nước (*tank*)

reset v.t. khởi động lại (*a computer*)

reside v.i. cư ngụ, cư trú

residence n. nơi cư ngụ, nơi cư trú

residence permit n. giấy phép cư ngụ, giấy phép cư trú

resident n. người dân, người thường trú, thường trú nhân

residue n. cặn bã

resign v.i. từ chức

resignation n. sự từ chức

resilience n. tính đàn hồi, khả năng hồi phục

resilient adj. dễ thích ứng, dễ hồi phục

resist v.t. chống cự, kháng cự

resistance n. sự chống cự, sự kháng cự; kháng chiến

resistant adj. chống đối; **water-~** adj. không thấm nước

resolute adj. cương quyết, dứt khoát

resolution n. sự cương quyết (*personal*); nghị quyết (*legal*)

resolve n. sự quyết tâm; v.t. giải quyết

resort n. nơi nghỉ mát (*place for a vacation*)

resourceful adj. tháo vát

resources n./pl. tài nguyên (*natural*); vốn liếng (*capital*)

respect n. sự kính trọng, sự tôn trọng; v.t. kính trọng, tôn trọng

respectable adj. đáng kính, đáng nể

respectful adj. kính trọng, tôn trọng

respirator n. máy hô hấp, bình ốc-xy

respiratory adj. đường hô hấp

respond v.i. trả lời, phản ứng

response n. câu trả lời, phản ứng

responsibility n. trách nhiệm

responsible adj. chịu trách nhiệm

rest n. nghỉ, nghỉ ngơi (*sleep*); phần còn lại, những ... còn lại (*remainder*); v.i. nghỉ, nghỉ ngơi

restaurant n. hiệu ăn, tiệm ăn; nhà hàng (*more formal*); quán ăn (*cheap eatery*)

restaurateur n. chủ nhà hàng, quản lý nhà hàng

restless adj. bất an, hiếu động

restore v.t. phục hồi (*health*); tái thiết (*a building*)

restrict v.t. giới hạn, hạn chế

restricted adj. hạn chế

restriction n. sự giới hạn, sự hạn chế; quy chế, hạn định (*legal*)

restroom n. nhà vệ sinh

result n. kết quả; v.i. đưa đến

resume v.t. tiếp tục

résumé n. resume, bản yếu lược, bản hồ sơ cá nhân

resurrect v.t./v.i. phục sinh

resurrection n. sự phục sinh

retail n. sự bán lẻ; v.t. bán lẻ; adj. bán lẻ

retail price n. giá bán lẻ

retain v.t. giữ lại

reticence n. sự trầm lặng, sự ít nói

reticent adj. trầm lặng, ít nói

retina n. võng mạc

retire v.i. về hưu

retired adj. đã về hưu

retirement n. hưu trí

return n./v.t. trả lại (*give back*); v.i. trở về, trở lại (*come back*); adj. khứ hồi (*roundtrip*)

reunification n. sự thống nhất

reunify v.t. thống nhất

reunite *v.t.* đoàn tụ

reveal *v.t.* tiết lộ (*a secret*); phơi bày (*expose*)

revealing *adj.* lộ rõ; hở hang (*dress, clothing, etc.*)

revelation *n.* sự tiết lộ, mặc khải

revenge *n.* sự trả thù, sự báo thù; *v.t.* trả thù, báo thù

revenue *n.* nguồn lợi tức, nguồn thu nhập (*of a person or business*); ngân quỹ quốc gia (*of a nation*)

reverse *n.* sự đảo ngược; *adj.* đảo ngược; *v.t.* đảo ngược (*a decision*); đi ngược lại (*direction*)

review *n.* sự ôn lại; bài điểm sách (*of a book*); bài điểm phim (*of a movie*); *v.t.* ôn, ôn luyện, ôn tập (*a lesson*); bình phẩm (*a book*)

revise *v.t.* sửa đổi, thay đổi

revision *n.* sự sửa đổi, bản đã được hiệu đính

revisionism *n.* chủ nghĩa xét lại

revisionist *n.* người theo chủ nghĩa xét lại; *adj.* xét lại

revival *n.* sự hồi sinh, sự hồi phục

revive *v.t./v.i.* làm hồi sinh, hồi phục

revocation *n.* sự thu hồi

revoke *v.t.* thu hồi

revolt *n.* cuộc nổi loạn; *v.i.* nổi loạn

revolution *n.* cách mạng (*political*)

revolutionary *n.* nhà cách mạng; *adj.* cách mạng

revolve *v.i./v.t.* xoay quanh

reward *n.* phần thưởng; *v.t.* thưởng, tặng thưởng

rewind *v.t./v.i.* quay lại, quay lui (*a tape, film, etc.*)

rewrite *n.* bản viết lại, bản đã sửa đổi; *v.t.* viết lại, sửa đổi

rheumatism *n.* bệnh thấp khớp

rhinoceros *n.* (con) tê giác

rhyme *n./v.i.* vần

rhythm *n.* nhịp điệu

rib *n.* xương sườn

ribbon *n.* (dải) nơ, (dải) ruy-băng

rice *n.* lúa (*plant, paddy*); thóc (*paddy*); gạo (*raw*); cơm (*steamed*)

rich *adj.* giàu, giàu có (*wealthy*); thịnh soạn (*sumptuous*)

rickety *adj.* cọc cạch (*bike*); ọp ẹp (*piece of furniture*); già yếu (*person*)

rid *v.t.* thoát khỏi; **get ~ of** *id.* vất bỏ, loại ra (*a thing*); tống khứ (*a person*)

riddle *n.* câu đố

ride *n.* đi xe (*in/on a vehicle*); cưỡi ngựa, cởi ngựa (*on a horse*); *v.t.* đi xe; đạp xe đạp (*a bike*); cưỡi ngựa, cởi ngựa (*a horse*)

ridge *n.* rặng núi (*mountain*)

ridiculous *adj.* ngớ ngẩn, lố bịch, điên khùng

rifle *n.* (cây) súng trường

right *n.* quyền, quyền lợi (*legal*); bên phải, bên mặt (*side*); *adj.* phải (*side, answer, etc.*); đúng (*answer, behavior, etc.*); *adv.* đúng (*correctly*)

right away *id.* ngay lập tức

right-handed *adj.* thuận tay phải, thuận tay mặt

rigid *adj.* cứng nhắc (*rules, behavior, etc.*); cứng đơ, cứng đờ (*physical things*)

rind *n.* vỏ, lớp vỏ

ring *n.* chiếc vòng, chiếc nhẫn (*for a finger*); *v.t./v.i.* rung chuông, bấm chuông (*a bell*)

rinse *n.* xả; *v.t.* xả

riot *n.* cuộc bạo loạn; *v.i.* gây bạo loạn

rip *n.* vết xé; *v.t.* xé, xé rách

ripe *adj.* chín; chín muồi

rise *n.* sự tăng giá (*in prices*); *v.i.* mọc (*like the sun*); tăng, tăng lên, gia tăng (*in price, number, etc.*)

risk *n.* sự liều lĩnh, sự rủi ro; *v.t.* liều, liều lĩnh

risky *adj.* liều lĩnh, phiêu lưu

rite *n.* lễ nghi, nghi lễ, nghi thức

ritual *n.* lễ nghi, nghi lễ, nghi thức

rival *n.* đối thủ

rivalry *n.* sự cạnh tranh (*business*); sự ganh đua (*sports*); sự ganh tị (*sibling, personal*)

river *n.* (dòng) sông

riverbank *n.* bờ sông

road *n.* (con) đường

roadblock n. (sự) chặn đường

road map n. bản đồ chỉ đường; kế hoạch (plan)

roar n. tiếng gầm, tiếng rống; v.i. gầm, rống

roast n./adj./v.t. nướng

rob v.t. cướp, cướp đoạt

robber n. tên cướp, tên ăn cướp

robbery n. vụ cướp, vụ ăn cướp

robe n. áo choàng

robot n. rô-bô, người máy

rock n. cục đá; v.t. đong đưa (a baby); v.i. chao, đảo, lắc lư (a boat)

rock and roll n. nhạc rốc

rocket n. hỏa tiễn; tên lửa (SRV)

rocking chair n. ghế đong đưa

rocky adj. lởm chởm (đá) (hill, road, etc.); đầy chông gai (future)

rod n. cần câu (for fishing)

rodent n. loài gặm nhấm

role n. vai, vai trò

roll n. cuộn giấy (of toilet paper); gỏi cuốn (as in spring roll); bánh mì tròn (bread); v.t./v.i. cuốn, cuộn (paper, thread, wire, etc.); lăn (a log, a barrel, etc.)

Roman Catholic n. tín đồ Công Giáo La Mã; adj. Công Giáo La Mã

romance n. cuộc tình; truyện tình cảm (novel)

romantic adj. lãng mạn, thơ mộng

roof n. mái nhà

room n. căn phòng

room and board n. ăn ở trọ

roommate n. bạn cùng phòng

room service n. dịch vụ tại phòng

rooster n. (con) gà trống; Dậu (in Vietnamese zodiac)

root n. rễ, rễ cây

rope n. dây thừng

rosary n. tràng hạt

rose n. hoa hồng, bông hồng; adj. màu hồng

rosebush n. bụi hoa hồng, bụi bông hồng

rot v.i. mục, mục nát (wood, house); thối rữa (animals, fruit, vegetables)

rotate v.t. quay tròn; luân phiên, thay phiên

rotten adj. bị mục, bị mục nát (wood, a house); bị thối rữa (animals, fruit, vegetables)

rough adj. lồi lõm, gồ ghề (uneven); sồ sàng, thô lỗ (not gentle)

round adj. tròn

round trip n. chuyến đi khứ hồi

routine n. việc làm thường lệ, thông lệ; adj. thường lệ

row n. dãy, hàng (of chairs, people, etc.); v.t./v.i. chèo (a boat)

rowboat n. thuyền chèo, ghe chèo

royal adj. hoàng gia, hoàng tộc

royalty n. vua chúa, hoàng gia (kings, queens, etc.); tiền nhuận bút (from a book); tiền tác quyền (from music)

rub v.t. chà, chà xát

rubber n. cao su

rubber band n. sợi dây thun, cọng dây thun, sợi thun, sợi dây cao su

ruby n. viên hồng ngọc

rucksack n. ba-lô

rudder n. bánh lái

ruddy adj. hồng hào

rude adj. thô lỗ

rug n. tấm thảm

ruin n. sự sụp đổ, sự đổ nát; v.t. làm suy sụp (one's health); làm cho khánh tận, làm cho táng gia bại sản (one's finances)

rule n. sự cai trị, sự trị vì; v.t. cai trị, trị vì

ruler n. (cây) thước, (cây) thước kẻ (straight edge); người cầm quyền, kẻ thống trị (political)

rum n. rượu rum

rumble n. tiếng ì ầm; v.i. ì ầm

rumor n. tin đồn, lời đồn đại; v.t. đồn, đồn đại

run n. chạy bộ (a jog); v.i. chạy (jog, etc.); ra ứng cử (for office); v.t. quản lý, cai quản, trông coi, điều hành, điều khiển (a business); **in the long ~** id. về lâu về dài; **in the short ~** id. ngay trước mắt, ngắn hạn; **~ away** v.t. bỏ trốn (from home); **~ into** v.t. tình cờ gặp (meet unexpectedly, e.g. a friend); đụng phải (*meet unex-pectedly, collide with*); ~ **out of** *v.t.* hết; ~ **over** *v.t.* cán

runaway *n.* người bỏ nhà; *adj.* bỏ nhà; ~ **children** *n./pl.* trẻ bụi đời, trẻ em bỏ nhà

run-down *adj.* kiệt sức (*health*); tồi tàn (*building*)

runner *n.* người chạy đua (*person who runs*)

runner-up *n.* hạng nhì/hai; á hậu (*in a beauty contest*)

runway *n.* phi đạo

rural *adj.* thôn dã, nông thôn

rush *n.* sự vội vã; *v.t.* hối thúc

rush hour *n.* giờ cao điểm

Russian *n.* người Nga (*person*); tiếng Nga (*language*); *adj.* Nga

rust *n.* miếng rỉ sét, sự rỉ sét; *v.i.* rỉ sét

rustic *adj.* thôn dã, nông thôn

rusty *adj.* bị rỉ sét

rye *n.* hắc mạch

S

sabbatical *n.* nghỉ có lương (*academic*)

sack *n.* túi, bao

sacred *adj.* thiêng liêng

sacrifice *n.* sự hy sinh; *v.t./v.i.* hy sinh

sad *adj.* buồn

sadden *v.i.* làm cho buồn

saddle *n.* (cái) yên ngựa (*horse*); (cái) yên xe đạp (*bike*); *v.t.* thắng yên ngựa (*a horse*); chịu gánh nặng (*with a burden*)

sadness *n.* nỗi buồn

safe *n.* (cái) két sắt, (cái) tủ sắt; *adj.* an toàn, an ninh

safe-deposit box *n.* hộp sắt (cất giữ an toàn) (*in a bank*)

safeguard *n.* sự đề phòng; *v.t.* đề phòng

safety *n.* sự an toàn, sự an ninh; ~ **pin** *n.* kim băng, kim tây

sail *n.* cánh buồm; *v.t.* điều khiển (*a boat, a vessel, etc.*); *v.i.* chạy

sailboat *n.* thuyền buồm

sailor *n.* thủy thủ

saint *n.* vị thánh

salable *adj.* bán được

salad *n.* rau trộn

salary *n.* lương, tiền lương

sale *n.* việc bán hàng; **for** ~ *id.* để bán; **on** ~ *id.* bán rẻ, bán giá rẻ

salesperson *n.* nhân viên bán hàng

sales tax *n.* thuế hàng hóa

saliva *n.* nước miếng, nước bọt

salmon *n.* cá hồi

salt *n.* muối; *v.t.* ướp muối

salted *adj.* ướp muối (*fish, fruit*)

salt water *n.* nước muối; nước biển (*seawater*)

saltwater *adj.* nước mặn (*fish, etc.*)

salty *adj.* mặn

salute *v.t./v.i.* chào

salvage *v.t.* cứu

salvation *n.* sự giải thoát (*religious*)

salve *n.* cao, thuốc mỡ (để bôi)

same *adj.* giống (*similar*); đúng (*identical, exact*); cùng (*time*)

sampan *n.* thuyền tam bản

sample *n.* miếng ăn thử (*food*); hàng mẫu (*specimen*); *v.t.* ăn thử, nếm thử (*food*)

sanctuary *n.* nơi tôn nghiêm (*sacred place*); nơi ẩn náu, nơi trú ẩn (*refuge*)

sand *n.* cát

sandal *n.* giày xăng-đan, dép

sandbag *n.* bao cát

sandpaper *n.* giấy nhám

sandwich *n.* bánh xăng-uých (*American*); bánh mì thịt (*Vietnamese*)

sandy *adj.* đầy cát, phủ cát

sane *adj.* tỉnh táo, minh mẫn

sanitary *adj.* hợp vệ sinh; ~ **napkin** *n.* băng vệ sinh

sanity *n.* sự tỉnh táo, sự minh mẫn

Santa Claus *n.* ông già Nô-En

sap *n.* nhựa cây, mủ cây

sapphire *n.* viên ngọc xanh

sarcastic *adj.* mỉa mai, châm biếm

sardine *n.* cá mòi

satellite *n.* vệ tinh

satellite dish *n.* đĩa vệ tinh, đĩa vệ tinh

satin *n.* (vải) xa-tanh

satire *n.* sự châm biếm

satisfaction *n.* sự thỏa mãn, sự hài lòng

satisfactory *adj.* làm thỏa mãn, làm hài lòng

satisfied *adj.* thỏa mãn, hài lòng

satisfy *v.t.* làm thỏa mãn, làm hài lòng

Saturday *n.* thứ bảy

sauce *n.* xốt; nước chấm (*Vietnamese dipping sauce*); **fish ~** *n.* nước mắm

saucepan *n.* chảo

saucer *n.* đĩa lót tách, đĩa để tách

sauna *n.* tắm hơi (*steam bath*); phòng tắm hơi (*room for a steam bath*)

savage *n.* mọi; *adj.* mọi rợ

save *v.t.* cứu (*rescue*); dành, để dành (*money*); lưu (*a file on a computer*)

savings *n./pl.* tiền tiết kiệm, tiền để dành

savings account *n.* trương mục tiết kiệm

Savior[1] *n.* Đấng Cứu Thế (*in Christianity*)

savior[2] *n.* vị cứu tinh

savor *v.t.* thưởng thức

savory *adj.* ngon, thơm ngon

savvy *n.* sự hiểu biết, sự am tường; *adj.* hiểu biết, am tường

saw *n.* (cái) cưa; *v.t.* cưa

sawdust *n.* mạt cưa, mùn cưa

say *v.t./v.i.* nói

saying *n.* tục ngữ, châm ngôn

scab *n.* vảy

scaffold *n.* giàn xây (*for construction, painting, etc.*)

scald *n.* vết phỏng, vết bỏng; *v.t.* gây phỏng, gây bỏng, làm phỏng, làm bỏng

scale *n.* cái cân (*for weighing*); vảy (*of a fish, a snake*); thang nhiệt (*on a thermometer*)

scales *n./pl.* (cái) cân (*for weighing*)

scallop *n.* (con) sò

scam *n.* vụ lừa đảo

scan *v.t.* đọc lướt, lướt qua (*copy a newspaper, a document, etc.*)

scandal *n.* vụ tai tiếng, vụ xì-căng-đan

scandalous *adj.* tai tiếng

scanner *n.* máy rọi, máy soi (*med.*); máy scan (*computer*)

scar *n.* (vết) thẹo, (vết) sẹo

scarce *adj.* hiếm, khan hiếm

scare *v.t.* gây sợ hãi

scarecrow *n.* thằng bù nhìn

scarf *n.* khăn quàng cổ

scarlet *adj.* màu đỏ tươi

scary *adj.* dễ sợ, rùng rợn

scatter *v.t./v.i.* rải rác

scene *n.* cảnh (*view, part of a play*)

scenery *n.* phong cảnh

scenic *adj.* có cảnh đẹp

scent *n.* mùi hương, hương thơm

schedule *n.* thời khóa biểu; *v.t.* lên lịch, định thời biểu

scheme *n.* kế hoạch (*plan*); âm mưu (*plot*)

scholar *n.* học giả

scholarship *n.* học bổng (*financial*)

school *n.* trường, trường học

schoolchild *n.* học sinh

schoolmate *n.* bạn cùng trường

schoolteacher *n.* giáo viên

school year *n.* niên khóa, niên học

science *n.* khoa học

scientific *adj.* khoa học

scientist *n.* khoa học gia, nhà khoa học, bác học

scissors *n./pl.* (cái) kéo

scold *v.t.* la, la rầy, mắng, chửi

scoop *n.* đồ/muỗng múc kem; *v.t.* múc

scooter *n.* xì-cút-tơ

scope *n.* phạm vi

score *n.* điểm (*of a game, a test, etc.*); *v.t./v.i.* chấm điểm

scorn *n.* sự khinh khi, sự khinh bỉ; *v.t.* khinh, khinh bỉ

scorpion *n.* (con) bò cạp

scour *v.t.* chà, cọ (*clean*)

scramble *v.t.* đánh (*eggs*)

scrap *n.* mẩu, miếng (*small piece*)

scrap metal *n.* sắt vụn

scrape *n.* vết trầy; *v.t.* làm trầy

scratch *n.* vết xước; *v.t.* làm xước

scream *v.t./v.i.* la, hét, ré
screen *n.* bình phong (*a partition*); màn ảnh, màn hình (*movie, computer*); *v.t.* xét đơn (*applicants*)
screw *n.* con ốc; *v.t.* siết
screwdriver *n.* (cái) đồ siết ốc, (cái) tua-nơ-vít
scribble *v.t.* viết tháu, viết nguệch ngoạc
scrub *v.t.* kỳ cọ
scruple *n.* sự dắn đo
scrupulous *adj.* tỉ mỉ (*meticulous*); đắn đo (*principled*)
scrutinize *v.t.* xem xét kỹ, săm soi
scrutiny *n.* sự săm soi
scuba diving *n.* lặn với bình dưỡng khí
sculpt *v.i.* điêu khắc
sculptor *n.* nhà điêu khắc
sculpture *n.* ngành điêu khắc
scum *n.* đồ rác rến, cặn bã (*worthless matter or person*)
scythe *n.* lưỡi hái
sea *n.* biển
seacoast *n.* bờ biển
seafood *n.* hải sản, đồ biển
seagull *n.* (con) hải âu
seal *n.* khuôn dấu (*symbol to authenticate*); (con) hải cẩu (*animal*); *v.t.* dán, niêm (*fasten, close*)
sea level *n.* mực nước biển
seam *n.* đường may nối
seamstress *n.* thợ may nữ
seaport *n.* hải cảng; thành phố cảng
search *n.* sự tìm kiếm; *v.t./v.i.* tìm kiếm
seashell *n.* vỏ ốc biển
seasick *adj.* say sóng
seasickness *n.* say sóng
season *n.* mùa; **in ~** *id.* đang mùa; **out of ~** *id.* trái mùa
seasonal *adj.* theo mùa
seat *n.* chỗ ngồi
seat belt *n.* dây an toàn
seawater *n.* nước biển
seaweed *n.* rong biển
secluded *adj.* vắng vẻ, biệt lập
seclusion *n.* sự vắng vẻ, sự biệt lập
second *n./adj.* thứ hai (*in a series of things*); hạng hai (*second-place*); giây (*of time*)
secondhand *adj.* cũ, dùng rồi (*clothes*)
second thoughts *n./pl.* nghĩ lại
secret *n.* sự bí mật; *adj.* bí mật
secretary *n.* thư ký (*in an office*); Tổng Thư Ký (*United Nations*), Tổng Bí thư (*General Secretary of the Communist Party*); bí thư (*provincial or local Secretary in the Communist Party*); bộ trưởng (*of state, interior, etc.*)
section *n.* phần
secular *adj.* trần tục
secure *adj.* an toàn
security *n.* an ninh
sedate *v.t.* gây an thần
sedative *n.* thuốc an thần
sedge *n.* cây cói
seduce *v.t.* cám dỗ, quyến rũ
seduction *n.* sự cám dỗ, sự quyến rũ
see *v.t./v.i.* nhìn thấy (*with the eyes*); hiểu (*understand*); **~ off** *v.i.* tiễn
seed *n.* (hạt) giống, (hột) giống
seek *v.t.* tìm, kiếm, tìm kiếm
seem *v.i.* hình như, dường như, có vẻ
seesaw *n.* ván bập bênh
segment *n.* phần
seize *v.t.* nắm (*grasp*); bắt, bắt giữ (*capture*)
seizure *n.* cơn động kinh (*epileptic*)
seldom *adv.* hiếm khi, ít khi
select *v.t.* chọn, tuyển chọn, tuyển lựa
selection *n.* sự tuyển chọn, sự tuyển lựa
self *n./adj.* bản thân
self-confident *adj.* tự tin
self-conscious *adj.* không thoải mái, khó chịu
self-employed *adj.* nghề tự do
self-esteem *n.* lòng tự trọng
selfish *adj.* ích kỷ
self-service *n./adj.* tự phục vụ
self-sufficient *adj.* tự cung tự cấp
sell *v.t.* bán
seller *n.* người bán hàng
semester *n.* khóa, khóa học, học kỳ, mùa

semicolon *n.* dấu chấm phẩy, dấu chấm phết (;)

seminar *n.* hội thảo

senate *n.* thượng viện

senator *n.* thượng nghị sĩ

send *v.t.* gửi, gởi; ~ **back** *v.i.* gửi trả, gởi trả

sender *n.* người gửi, người gởi

senile *adj.* già, già lão

senior *n.* vị cao niên (*elder*); học sinh lớp mười hai (*in high school*); sinh viên năm thứ tư (*in college*)

seniority *n.* thâm niên

sensation *n.* cảm giác (*feeling*)

sense *n.* giác quan (*of sight, smell, etc.*); cảm giác (*of cold, fear, happiness, etc.*)

sense of humor *n.* óc trào phúng, óc khôi hài

senseless *adj.* vô nghĩa (*meaningless*); bất tỉnh (*unconscious*)

sensitive *adj.* nhạy cảm

sentence *n.* câu (*grammar*); án tù (*legal*); *v.t.* kết án, tuyên án

sentimental *adj.* ướt át

separate *adj.* tách rời, riêng biệt; *v.t./ v.i.* tách biệt (*isolate*); chia tay (*part*)

separation *n.* sự tách biệt (*isolation*); sự chia ly (*parting*)

September *n.* tháng chín

sequel *n.* phần tiếp theo

serene *adj.* bình thản

sergeant *n.* trung sĩ

series *n./pl.* chuỗi (*group*); bộ, chương trình nhiều tập (*television*)

serious *adj.* nghiêm trang (*manner*); nặng, nghiêm trọng (*injury*)

sermon *n.* thuyết giáo, thuyết pháp

serum *n.* huyết thanh

servant *n.* gia nhân, người ở, đầy tớ

serve *v.t.* phục vụ (*in the military*); sống (*a prison sentence*); phục vụ (*food and drink*)

service *n.* dịch vụ (*public*); sự tiếp đãi, sự phục vụ (*at a restaurant*)

service charge *n.* tiền phục vụ, lệ phí phục vụ

sesame *n.* vừng, mè

session *n.* phiên họp

set *n.* bộ (*of books, knives, plates, etc.*); *adj.* cố định (*fixed*); *v.t.* đặt, để (*put*); vặn, điều chỉnh (*a clock*); nắn, điều chỉnh (*a bone*); *v.i.* lặn (*sun*); ~ **aside** *v.i.* để qua một bên; ~ **up** *v.i.* dựng (*construct*)

setback *n.* bước giật lùi, bước thụt lùi

settle *v.t./v.i.* thỏa thuận (*agree*); giải quyết (*resolve*); ~ **down** *v.i.* bình thản (*become calm*); ổn định (*in life*)

settlement *n.* vùng định cư (*habitation*); sự thỏa thuận (*legal*)

seven *num.* bảy

seventeen *num.* mười bảy

seventeenth *adj.* thứ mười bảy

seventh *adj.* thứ bảy

seventy *num.* bảy mươi

several *adj.* vài

severe *adj.* nghiêm trọng (*grave*); khắt khe (*strict*); khốc liệt (*causing great damage*)

sew *v.t./v.i.* may, khâu

sewage *n.* nước cống

sewer *n.* cống

sewing *n.* may vá, khâu vá

sewing machine *n.* máy may

sewing needle *n.* kim may, kim khâu

sex *n.* giới tính (*male vs. female*); sự làm tình (*intercourse*); **have ~** *id.* làm tình

sexual *adj.* tình dục

sexuality *n.* tình dục

sexually transmitted disease *n.* bệnh hoa liễu, bệnh lây qua đường tình dục

sexy *adj.* khêu gợi, gợi dục

shabby *adj.* tồi tàn

shade *n.* bóng râm, bóng mát (*e.g. of a tree*); (cái) chụp đèn (*for a lamp*)

shadow *n.* bóng

shady *adj.* râm, mát (*not exposed to sun*)

shaggy *adj.* bù xù, bờm xờm (*unkempt*)

shake *v.t./v.i.* lắc, lay; ~ **hands** *id.* bắt tay

shallow adj. nông, cạn (*physical depth*); nông cạn, hời hợt (*superficial*)

sham adj. giả

shame n. sự hổ thẹn (*disgrace*); sự thất vọng (*disappointment*)

shampoo n. dầu gội đầu

shape n. hình dạng; v.t. uốn nắn (*behavior, character, etc.*)

share n. phần (*a portion*); cổ phần (*of a corporation*); v.t./v.i. chia sẻ

shareholder n. cổ đông

shark n. cá mập

sharp adj. sắc, bén

sharpen v.t. mài (*a knife*); gọt, chuốt (*a pencil*)

shave n. cạo; v.t./v.i. cạo

shaver n. dao cạo

shaving brush n. cọ quẹt (kem cạo râu), đồ bôi (kem cạo râu)

shaving cream n. kem cạo râu

shawl n. khăn choàng

she pron. cô ấy (*young lady, older female*); chị ấy (*female peer, in general*); bà ấy (*senior female*); nó (*small girl, younger sister, close friend*)

shear v.t. cắt tỉa

shears n./pl. kéo cắt tỉa

shed n. (cái) chòi; v.t. tỏa sáng (*light*); rụng (*hair*)

sheep n. (con) cừu, (con) trừu

sheer adj. mỏng (*curtain, clothing, etc.*)

sheet n. tấm trải giường, tấm dra (*for a bed*); tờ (*of paper*)

shelf n. kệ

shell n. vỏ (*mollusk, egg*); mai (*turtle*)

shelter n. nơi trú ẩn (*refuge*)

sheltered adj. bảo bọc (*upbringing*)

shepherd n. người chăn cừu

sheriff n. cảnh sát trưởng

shield n. (cái) khiên

shift n. sự thay đổi (*change*); ca (*period of work*); v.t./v.i. xê dịch, di chuyển (*move*); sang số (*change gears*)

shimmer v.i. lung linh

shine v.t./v.i. chiếu sáng, tỏa sáng

shiny adj. bóng, láng, láng bóng

ship n. tàu; v.t. gửi, gởi (*send*)

shipment n. lượng/chuyến hàng gửi, lượng/chuyến hàng gởi

shipwreck n. vụ đắm tàu

shirt n. áo, áo sơ-mi

shiver v.i. run, rùng mình

shock n. cú sốc, choáng váng; v.t. gây sốc, gây choáng váng

shoe n. giày

shoehorn n. đồ xỏ giày

shoelace n. dây giày

shoeshine n. đánh giày, đánh bóng giày

shoot v.t. bắn (*a gun*); đá (*soccer ball*)

shop n. hiệu, tiệm, cửa hàng; v.i. mua sắm

shopkeeper n. chủ hiệu, chủ tiệm

shoplifter n. tên ăn cắp đồ trong tiệm

shopping n. sự mua sắm

shopping bag n. (cái) giỏ, (cái) túi xách

shopping center n. trung tâm thương mại

shopping mall n. thương xá

shore n. bờ biển (*sea*); bờ hồ (*lake*)

short adj. lùn, thấp (*not tall*); ngắn (*brief in time/length*); ~ **for** id. viết tắt của chữ

shortage n. sự khan hiếm, sự thiếu thốn/hụt

shortcut n. lối tắt, đường tắt

shorten v.t. rút ngắn, rút gọn

shortfall n. sự thiếu hụt

short-lived adj. yếu, ngắn ngủi

shortly adv. ngay (*soon*)

shorts n./pl. quần đùi, quần soọc

short-sighted adj. cận thị (*myopic*); thiển cận (*lacking foresight*)

short-sleeved adj. ngắn tay, cụt tay

short story n. truyện ngắn

shortwave radio n. ra-đi-ô sóng ngắn, đài sóng ngắn

shot n. chích, chích ngừa, chủng ngừa (*injection*)

should aux. v. nên

shoulder n. vai

shove *v.t./v.i.* xô, đẩy, xô đẩy

shovel *n.* (cái) xẻng

show *n.* chương trình (*television*); *v.t.* trưng bày (*display*); giải thích (*explain*); *v.i.* cho thấy

show off *v.i.* khoe khoang, phô trương

shower *n.* trận mưa rào, cơn mưa rào (*rain*); tắm vòi hoa sen (*for washing*); *v.i.* mưa rào (*rain*); **take a ~** tắm vòi hoa sen

shrewd *adj.* khôn ngoan

shrimp *n.* (con) tôm

shrine *n.* miếu, đền

shrink *v.t./v.i.* co lại

shuffle *v.t.* xóc (*cards*)

shut *v.t.* đóng; **~ down** *v.i.* đóng cửa; **~ up** *v.i.* đừng nói nữa, im mồm, câm mồm, im đi (*stop talking*)

shutter *n.* cửa chớp (*for a window*)

shuttle *n.* con thoi (*of a loom*); xe đưa đón (*bus*); *v.t./v.i.* đi lui đi tới, chạy tới chạy lui

shy *adj.* nhút nhát, mắc cỡ, e thẹn

sick *adj.* bệnh, bịnh, đau, ốm

sickle *n.* (cái) lưỡi liềm, (cái) liềm

sickly *adj.* dễ bệnh, bệnh hoạn

sickness *n.* bệnh, bịnh, đau ốm

side *n.* bên (*right, left, etc.*); phe (*in an argument*); **take ~s** *id.* theo phe

side by side *id.* cạnh nhau

side effect *n.* phản ứng phụ, tác dụng phụ

sidewalk *n.* vỉa hè

sideways *adj./adv.* ngang

sieve *n.* (cái) sàng, (cái) rây

sift *v.t.* sàng, rây

sigh *n.* tiếng thở dài; *v.i.* thở dài

sight *n.* thị giác (*vision*); thắng cảnh (*tourist*); **out of ~** *id.* khuất mắt, xa khỏi tầm nhìn

sightsee *v.i.* đi thăm các thắng cảnh; đi tham quan (*SRV*)

sightseeing *n.* đi thăm các thắng cảnh, cuộc du ngoạn; đi tham quan (*SRV*)

sign *n.* dấu hiệu (*indication*); bảng hiệu (*traffic, store, etc.*); *v.i.* ký, ký tên (*a document*); **~ up** *v.i.* ghi danh, đăng ký

signal *n.* dấu hiệu

signature *n.* chữ ký

significance *n.* ý nghĩa, tầm quan trọng

signify *v.t.* biểu thị

sign language *n.* ngôn ngữ ra dấu, thủ ngữ

silence *n.* sự im lặng, sự yên lặng

silent *adj.* im lặng, yên lặng

silk *n./adj.* tơ, lụa, tơ lụa

silkworm *n.* (con) tằm

sill *n.* bệ cửa sổ

silly *adj.* vớ vẩn, ngớ ngẩn, khùng

silver *n./adj.* bạc

silversmith *n.* thợ bạc

silverware *n.* đồ bạc, đồ mạ bạc

similar *adj.* tương tự, tương tợ, tương đồng

similarity *n.* sự tương tự, sự tương tợ, điểm tương đồng

simmer *v.i.* kho (*in cooking*)

simple *adj.* dễ hiểu (*easy to understand*); giản dị, đơn giản (*plain*)

simplify *v.t.* giản dị hóa, đơn giản hóa

simply *adv.* một cách đơn giản

simultaneously *adv.* cùng một lúc, đồng thời

sin *n.* tội lỗi; *v.i.* phạm tội

since *adv./prep./conj.* từ, từ khi; *conj.* vì (*because*)

sincere *adj.* thành thật

sincerely yours kính thư

sincerity *n.* sự thành thật

sinewy *adj.* gân guốc

sing *v.t./v.i.* ca, hát, ca hát

singer *n.* ca sĩ

singing *n.* sự ca hát

single *adj.* duy nhất (*sole*); độc thân (*unmarried*)

single file *n./adv.* đi hàng một, nối đuôi

sinister *adj.* hiểm độc, nham hiểm

sink *n.* bồn; *v.i.* chìm

sinus *n.* xoang

sinusitis *n.* viêm xoang

sip *n.* ngụm nhỏ, hớp nhỏ; *v.t.* nhâm nhi

sir *n.* thưa ông; thưa ngài (*very formal*)

siren *n.* còi báo động

sister *n.* chị (*older*); em, em gái (*younger*)

sister-in-law *n.* em chồng (*husband's younger sister*); chị chồng (*husband's older sister*); em vợ (*wife's younger sister*); chị vợ (*wife's older sister*); em dâu (*younger brother's wife*); chị dâu (*older brother's wife*)

sit *v.i.* ngồi; **~ down** *v.i./v.t.* ngồi xuống; **~ up** *v.i.* ngồi lên

site *n.* địa điểm

situation *n.* tình trạng, tình hình

six *num.* sáu

sixteen *num.* mười sáu

sixteenth *adj.* thứ mười sáu

sixth *adj.* thứ sáu

sixty *num.* sáu mươi

size *n.* cỡ, kích thước

skate *n.* giày trượt băng (*ice*); *v.i.* trượt băng (*on ice*)

skateboard *n.* ván trượt

skeleton *n.* bộ xương

skeptical *adj.* ngờ vực

sketch *n./v.t./v.i.* phác họa

skewer *n.* đũa ghim, (cái) xiên

ski *n.* ván trượt tuyết; *v.i.* trượt tuyết

skid *v.i.* trượt, trợt

skill *n.* kỹ năng

skillful *adj.* khéo léo, điệu nghệ

skim *v.t.* đọc lướt (*a book*)

skimp *v.t./v.i.* hà tiện, tiện tặn

skimpy *adj.* thanh đạm (*meal*); hà tiện, tiện tặn (*person, etc.*); hở hang (*clothing*)

skin *n.* da; *v.t.* lột da

skinny *adj.* gầy, ốm

skip *v.i.* tung tăng; nhảy lò cò (*hop*); bỏ (*omit something*)

ski resort *n.* nơi trượt tuyết giải trí

skirt *n.* váy đầm

skull *n.* sọ

sky *n.* (bầu) trời

skyscraper *n.* (tòa) nhà chọc trời

slack *adj.* chậm chạp (*sluggish*)

slam *v.t.* đập/đóng mạnh (*door*)

slang *n.* tiếng lóng

slant *n.* dốc (*slope*); *v.i.* nghiêng

slap *n.* cái tát; *v.t.* tát

slash *n.* dấu chéo phải (/); *v.t.* rạch

slate *n.* phiến đá (*type of rock*)

slaughterhouse *n.* lò sát sinh

slave *n.* nô lệ

slavery *n.* chế độ nô lệ

sled *n.* xe trượt tuyết

sleep *v.i.* ngủ; **~ in** *v.t.* ngủ nướng; **~ over** *v.t.* ngủ lại (nhà bạn) (*at a friend's house*); **~ with** *v.t.* ăn nằm với

sleeping bag *n.* túi ngủ

sleeping car *n.* toa nằm

sleeping pill *n.* thuốc ngủ

sleepy *adj.* buồn ngủ

sleeve *n.* tay áo

slender *adj.* mảnh mai, mảnh khảnh, thon thả

slice *n.* miếng mỏng, lát; *v.t.* cắt mỏng, cắt thành lát

slide *n.* (cái) cầu tuột, (cái) cầu trượt (*at a playground*); phim chiếu đèn (*in photography*); *v.i.* tuột, trượt

slight *adj.* nhỏ (*small*); nhỏ nhặt (*trifling*)

slim *adj.* thon

sling *n.* (cái) ná (*slingshot*); (cái) dây đeo (*band to support an injured arm*)

slip *n.* lỗi (*mistake*); áo lót phụ nữ (*article of clothing*); miếng, mẩu (*of paper*); *v.i.* trượt, trợt (*on mud, ice, etc.*)

slipper *n.* dép

slippery *adj.* trơn, trơn trợt

slogan *n.* khẩu hiệu

slope *n.* dốc

sloppy *n.* bề bộn, bừa bãi (*person, room, etc.*); cẩu thả (*work*)

slot *n.* khe (*mail, coin, etc.*); chỗ (*place*)

slow *adj.* chậm; *v.t./v.i.* chạy chậm lại (*a vehicle, a pace, etc.*); **~ down** chậm lại

slug *n.* (con) ốc sên (*mollusk*)

sluggish *adj.* chậm chạp, trì trệ

sluice *n.* đường dẫn nước

slum n. khu ổ chuột

slurp v.t./v.i. uống ừng ực (when drinking); nhai ngồm ngoàm (when eating)

sly adj. xảo quyệt, gian xảo

small adj. nhỏ

small talk n. tán gẫu, chuyện phiếm

smart adj. thông minh, sắc sảo

smash v.t. đập tan tành, đập vỡ

smell n. mùi; v.t./v.i. ngửi, hửi, ngửi thấy, hửi thấy

smelly adj. bốc mùi, hôi

smile n. nụ cười; v.i. mỉm cười

smog n. khói xe

smoggy adj. đầy khói xe

smoke n. khói; v.t. hút thuốc, hút thuốc lá; **no smoking** cấm hút thuốc

smoke detector n. máy báo động khói

smoky adj. đầy khói

smooth adj. mịn (fabric); phẳng (surface); êm (ride)

smug adj. tự mãn

smuggle v.t. buôn lậu

smuggler n. người buôn lậu

snack n. bữa ăn nhẹ; bữa ăn lót lòng; v.i. ăn quà, ăn vặt, ăn lót lòng

snack bar n. hiệu ăn nhỏ, tiệm ăn nhỏ

snail n. (con) sên, (con) ốc sên

snake n. (con) rắn; Tị, Tỵ (in Vietnamese zodiac)

snapshot n. ảnh bấm nhanh, hình chụp nhanh

snarl v.i. gầm gừ

sneakers n./pl. giày thể thao

sneaky adj. lén lút

sneeze n./v.i. hắt xì, hắt hơi, nhảy mũi

snob n. kẻ rởm đời

snobbish adj. rởm đời

snore v.i. ngáy

snorkel n. ống thở; v.i. bơi với ống thở

snort v.i. thở phì

snout n. mõm

snow n. tuyết; v.i. đổ tuyết

snowflake n. cánh tuyết, bông tuyết

snowstorm n. bão tuyết

snub v.t. lạnh nhạt

snug adj. ấm cúng

so adv. quá; conj. vậy (thì)

so-so adj. tạm được, cũng được

soak v.t. ngâm (clothes, beans, etc.); v.i. ướt sũng (in the rain)

soap n. xà-phòng, xà-bông; v.t. xát xà-phòng, chà xà-phòng, xát xà-bông, chà xà-bông

soapy adj. đầy xà-phòng, đầy xà-bông

soar v.i. bay bổng

sob n. tiếng nức nở, tiếng thổn thức; v.i. nức nở, khóc nức nở, thổn thức

sober adj. tỉnh táo (not drunk)

soccer n. bóng đá, đá banh, túc cầu

social adj. xã hội

socialism n. chủ nghĩa xã hội

socialist n. người theo chủ nghĩa xã hội; adj. theo chủ nghĩa xã hội

socialistic adj. theo chủ nghĩa xã hội

socialite n. người bặt thiệp

socialize v.i. giao tiếp, tiếp xúc

social work n. công tác xã hội

social worker n. nhân viên (sở) xã hội

society n. xã hội (group of humans); hội, tổ chức (organization)

sociologist n. nhà xã hội học

sociology n. xã hội học

sock n. tất, bít tất, vớ ngắn

socket n. ổ cắm điện (electrical)

soda n. nước ngọt (soft drink); xô-đa (water)

sofa n. trường kỷ, xô-pha

soft adj. mềm, mềm mại

soft drink n. nước ngọt (giải khát)

software n. nhu liệu, phần mềm

soggy adj. sũng nước

soil n. đất

solar adj. mặt trời

solar energy n. năng lượng mặt trời

solar system n. thái dương hệ

soldier n. (người) lính, binh sĩ

sold-out adj. bán hết

sole n. đế giày (of a shoe); adj. duy nhất

solid n. chất đặc; adj. đặc

solitary adj. cô độc

solitude *n.* sự hiu quạnh

solution *n.* cách giải quyết, giải pháp

solve *v.t.* giải quyết

somber *adj.* tối tăm, ảm đạm (*gloomy*); buồn chán, chán chường (*melancholy*)

some *adj.* vài, một vài

somebody *pron.* một người nào đó

someday *adv.* một ngày nào đó, có ngày

somehow *adv.* bằng cách nào đó

someone *pron.* một người nào đó

someplace *adv.* một nơi nào đó

somersault *n.* nhào lộn

something *pron.* một cái gì đó, một điều gì đó

sometime *adv.* một lúc nào đó

sometimes *adv.* thỉnh thoảng

somewhat *adv.* hơi, khá

somewhere *adv.* một nơi nào đó

son *n.* con trai

song *n.* ca khúc, bản nhạc, bài ca, bài hát

songwriter *n.* nhạc sĩ, người viết nhạc

son-in-law *n.* con rể

soon *adv.* ngay; **as ~ as possible** *id.* càng sớm càng tốt

soothing *adj.* êm dịu, êm ái

sophisticated *adj.* tinh vi (*skill*); tinh tế (*person*); cao siêu (*speech*)

sophistry *n.* ngụy biện

sore *adj.* sưng, đau, viêm (*throat*); nhức, mỏi, nhức mỏi (*muscles*)

sore throat *n.* sưng họng, đau họng, viêm họng

sorrow *n.* nỗi buồn, mối sầu

sorry *adj.* tiếc, hối tiếc (*regretful*)

sort *n.* loại; *v.t.* sắp xếp (*arrange*); **~ of** *id.* hơi, khá

soul *n.* linh hồn (*religious*); tâm hồn (*moral, emotional, intellectual*)

sound *n.* âm thanh, tiếng; *adj.* khỏe mạnh (*healthy*); hợp lý (*reasoning, judgment, etc.*); *v.i.* nghe có vẻ

soundtrack *n.* nhạc phim

soup *n.* xúp, canh

sour *adj.* chua

source *n.* nguồn

south *n.* (phía) nam (*direction*); (miền) nam; *adj.* (phía) nam, (miền) nam; *adv.* (về hướng) nam; **the South** *n.* (miền) Nam (*in Vietnam*)

South American *n.* người Nam Mỹ; *adj.* Nam Mỹ

southeast *n.* (phía) đông nam (*direction*); (miền) đông nam (*region*); *adj.* (phía) đông nam, (miền) đông nam

Southeast Asian *n.* người Đông Nam Á; *adj.* Đông Nam Á

southern *adj.* (phía) nam, (miền) nam

southwest *n.* (phía) tây nam (*direction*); (miền) tây nam (*region*); *adj.* (phía) tây nam, (miền) tây nam

souvenir *n.* đồ/vật lưu niệm

sovereign *adj.* có chủ quyền

sovereignty *n.* chủ quyền

soybean *n.* đậu nành

space *n.* không gian (*outer*); chỗ (*in a car, on a sofa, in a class, etc.*); chỗ đậu xe, chỗ đỗ xe (*parking*)

spaceship *n.* phi thuyền, phi thuyền không gian, tàu vũ trụ

spacious *adj.* rộng, rộng rãi

spade *n.* (cái) thuổng (*tool*); (con) bích (*card suit*)

Spanish *n./pl.* người Tây Ban Nha; *n.* tiếng Tây Ban Nha (*language*); *adj.* Tây Ban Nha

spare *adj.* phụ tùng; rảnh (*time*); **~ tire** *n.* bánh xe xơ-cua, bánh xe dự phòng

spark *n.* tia

sparkle *v.i.* lấp lánh

spark plug *n.* (cái) bu-gi

sparrow *n.* (con) sẻ, (chim) se sẻ

sparse *adj.* thưa thớt

spasm *n.* sự co thắt, sự quặn đau

spatial *adj.* không gian

speak *v.t./v.i.* nói

speaker *n.* diễn giả (*person*); loa (*stereo*)

special *adj.* đặc biệt

specialist *n.* chuyên gia, chuyên viên

specialize *v.i.* chuyên môn

species *n./pl.* loài

specific *adj.* cụ thể

specify *v.t.* xác định

specimen *n.* mẫu

spectator *n.* người xem, khán giả

speculate *v.i.* đoán; đầu cơ, đầu cơ tích trữ (*in business*)

speech *n.* (bài) diễn văn (*oration*); tiếng nói (*faculty of*)

speechless *adj.* sững sờ, nghẹn lời

speed *n.* vận tốc, tốc độ; *v.i.* vượt quá tốc độ (*while driving*); **~ up** *v.i.* tăng tốc độ

speed limit *n.* tốc độ quy định;

speedometer *n.* đồng hồ chỉ tốc độ

spell *v.t.* đánh vần

spend *v.t.* tiêu

sphere *n.* lãnh vực (*domain*)

spice *n.* gia vị

spicy *adj.* cay

spider *n.* (con) nhện

spider web *n.* màng nhện

spill *v.t.* làm đổ; *v.i.* đổ

spin *v.t./v.i.* dệt (*yarn*); giăng tơ (*web*)

spine *n.* xương sống

spire *n.* đỉnh tháp

spirit *n.* tinh thần, tâm linh

spiritual *adj.* tinh thần, tâm linh

spit *v.t./v.i.* nhổ; **~ up** *v.t.* nôn, mửa, ói

spite *n.* độc ác; **in ~ of** *id.* mặc dù, bất chấp

splash *v.i.* tát nước, hất nước

splint *n.* nẹp

splinter *n.* mảnh

split *v.t.* tách ra, chia ra; *v.i.* chia tay (*a couple*)

splurge *v.t./v.i.* tiêu hoang, tiêu xài hoang phí

spoil *v.t.* làm hư (*ruin*); *v.i.* bị hư (*food*)

spoke *n.* căm

sponge *n.* miếng bọt biển, miếng xốp

sponsor *n.* người bảo lãnh, người bảo trợ; *v.t.* bảo lãnh, bảo trợ

spontaneous *adj.* tự nhiên, thoải mái

spool *n.* cuộn chỉ (*of thread*)

spoon *n.* (cái) thìa, (cái) muỗng

sporadic *adj.* lưa thưa, rời rạc

sport *n.* thể thao

sports car *n.* xe hơi thể thao, xe ô-tô thể thao

sportsmanship *n.* tinh thần thể thao

spot *n.* vết (*stain*); *v.t.* làm dơ (*to stain*); nhìn thấy (*to notice*)

spotlight *n.* đèn rọi

spouse *n.* phối ngẫu

spout *n.* (cái) vòi

sprain *n.* bong gân, trặc gân; *v.t.* làm bong gân, làm trặc gân

spray *n.* ống xịt; *v.t.* xịt

spread *n.* sự lây lan (*of disease, etc.*); *v.t.* trải, đắp (*blanket*); rắc (*seeds*); quệt, trét (*butter*); *v.i.* lan rộng, lan truyền

spreadsheet *n.* bảng biểu hạch toán

spring *n.* mùa xuân (*season*); suối (*water*); *v.i.* nhảy vọt (*leap*)

springtime *n.* mùa xuân

sprinkle *n.* mưa nhẹ, mưa lâm râm (*light rain*); *v.t.* phun (*water*); *v.i.* mưa nhẹ, mưa lâm râm (*light rain*)

sprinkler *n.* vòi phun nước

sprint *v.i.* chạy nhanh

sprout *v.i.* nảy mầm

spur-of-the-moment *adj.* bất thần

spy *n.* tên gián điệp; *v.i.* nhòm ngó, dòm nhó, theo dõi

square *n.* hình vuông (*shape*); quảng trường (*open area*); *adj.* (hình) vuông

squat *v.t.* ngồi xổm (*crouch*); chiếm đất (*occupy land*)

squatter *n.* người chiếm đất

squeaky *adj.* cót két, cọt kẹt

squeeze *v.t./v.i.* vắt (*an orange*); bắt (*a hand*)

squid *n.* (con) mực

squint *v.i.* nheo mắt

squirrel *n.* (con) sóc

stability *n.* sự ổn định

stabilize *v.t.* làm ổn định

stable *n.* chuồng ngựa; *adj.* ổn định

stack *n.* chồng, đống (*pile*)

stadium *n.* sân vận động

staff *n.* nhân viên (*personnel*); bộ tham mưu (*military*)

stage *n.* giai đoạn (*phase*); sân khấu (*raised platform*)

stain *n.* vết dơ; *v.t./v.i.* làm dơ

stained glass *n.* kính màu, kiếng màu

stainless steel n. thép không gỉ

stair n. bậc thang

staircase n. cầu thang

stairs n./pl. những bậc thang

stake n. cọc, cột (*post*)

stale adj. thiu

stalk n. thân; v.t. rình rập (*a person*)

stall n. quầy hàng (*vendor's stand*)

stamina n. sức chịu đựng

stammer v.i. cà lăm, nói cà lăm

stamp n. (con) tem (*postage*); (cái) mộc (*mark or seal*); v.t. đóng dấu, đóng mộc (*imprint on something*); giậm chân (*strike with the foot*)

stand n. quầy hàng (*a stall, a booth*); v.i. đứng (*be on one's feet*); ~ **by** v.i. đi chực (*for a flight*); ~ **out** v.t. nổi bật

standard n./adj. tiêu chuẩn

standard of living n. mức sống

standing room n. chỗ đứng

standings n./pl. bảng xếp hạng

stands n./pl. khán đài (*for spectators*)

staple n. kim kẹp, kim bấm (*metal*); lương thực chủ yếu (*basic item of food*); adj. chủ yếu; v.t. bấm kim kẹp (*with a stapler*)

stapler n. đồ bấm

star n. vì sao, ngôi sao

starboard n. mạn phải

starch n. tinh bột (*food*); hồ (*for clothing*); v.t. hồ (*to stiffen*)

stare v.i. nhìn chằm chằm

starfish n. (con) sao biển

start n. sự khởi đầu; v.t./v.i. bắt đầu

starvation n. sự chết đói

starve v.i. chết đói

state n. tình trạng, trạng thái (*condition*); nhà nước (*nation, territory*); v.t. tuyên bố

state-of-the-art adj. hiện đại nhất

statement n. lời tuyên bố (*communication*); thư/tờ thông tin (*account*)

statesman n. chính khách

station n. ga, xe lửa (*train*); bến (*bus*); bốt cảnh sát (*police*); đồn công an (*police station in communist states*); đài phát thanh (*radio*); đài truyền hình (*TV*)

stationary adj. đứng yên, không chuyển động

stationery n. văn phòng phẩm

statistical adj. thống kê

statistics n. thống kê

statue n. (bức) tượng

status n. địa vị; ~ **quo** n. hiện trạng

statute n. đạo luật

statutory adj. theo luật

stay n. thời gian ở lại; v.i. ở lại; ~ **up** v.i. thức khuya

steady adj. vững chắc

steal v.t./v.i. ăn cắp, ăn trộm

steam n. hơi nước; v.t. hấp, chưng

steamship n. tàu chạy bằng hơi nước

steel n. thép

steel mill n. xưởng đúc thép

steel wool n. bùi nhùi

steep adj. dốc

steeple n. đỉnh tháp

steer v.t./v.i. lèo lái

steering wheel n. tay lái, vô-lăng

stem n. cành

step n. nấc thang (*stairway*); bước chân (*walking*); v.i. bước; ~ **by** ~ id. dần dần

stepbrother n. anh ghẻ, em ghẻ

stepdaughter n. con ghẻ

stepfather n. cha ghẻ

stepladder n. thang

stepmother n. mẹ ghẻ

stepparents n./pl. cha mẹ ghẻ

stepsister n. chị ghẻ, em ghẻ

stepson n. con ghẻ

stepstool n. ghế thang

stereo n. âm thanh nổi

stereotype n. khuôn đúc, bản khắc

sterile adj. vô trùng (*free from germs*); tuyệt sản (*infertile*)

sterilize v.t. tẩy trùng, khử trùng (*cleanse*)

sterling adj. tuyệt hảo (*reputation, etc.*)

stern adj. nghiêm nghị

steroid n. stê-roid

stethoscope n. ống nghe

stick n. (cây) gậy; v.t. dán (*glue*); ~ **up for** v.i. bênh vực, ủng hộ

sticky adj. dính

stiff *adj.* cứng đờ

stiffen *v.t./v.i.* trở thành cứng đờ

still *adj.* yên (*motionless*); yên lặng (*no sound*); *adv.* vẫn, vẫn còn (*as yet, as previously*); yên, không cử động, không nhúc nhích (*without motion*)

stimulant *n.* chất kích thích

stimulate *v.t.* kích thích

sting *n.* ngòi, ngòi chích; *v.t./v.i.* chích, đốt

stingy *adj.* keo kiệt

stink *v.i.* bốc mùi

stipend *n.* tiền lương (*salary*); tiền trợ cấp, tiền học bổng (*scholarship allowance*)

stir *v.t.* khuấy, quấy

stir-fry *v.t.* xào

stitch *n.* mũi khâu, mũi may

stock *n.* kho (*supply*); cổ phần (*shares of a corporation*); chứng khoán (*on a stock market*); *v.t.* cung cấp hàng; **in ~** *id.* có, có sẵn; **out of ~** *id.* hết

stockbroker *n.* người buôn bán chứng khoán

stocking *n.* bít tất dài, vớ dài

stock market *n.* thị trường chứng khoán

stomach *n.* bụng, dạ dày

stomachache *n.* đau bụng

stone *n.* đá (*rock*); đá quý, ngọc (*gemstone*)

stool *n.* ghế đẩu (*type of seat or footrest*); phân (*feces*)

stop *n.* ngừng nghỉ (*during a trip*); trạm xe buýt (*bus*); *v.t.* ngừng, dừng (*cease*); ngăn cản, ngăn chặn, cản, chặn (*prevent*); *v.i.* ngừng, dừng; **~ by/in** *id.* ghé, ghé qua; **~ off** *id.* ngừng lại, dừng lại; **Stop!** *interj.* Đứng lại! Ngừng lại! Dừng lại!

stoplight *n.* đèn thắng, đèn phanh

stop over *v.i.* ghé/tạt qua

stop sign *n.* bảng ngừng, bảng dừng

storage *n.* kho

store *n.* hiệu, tiệm, cửa hiệu, cửa tiệm, cửa hàng; *v.t.* cất

storeroom *n.* phòng chứa đồ

stork *n.* (con) cò

storm *n.* (cơn) bão

stormy *adj.* có bão

story *n.* câu chuyện (*tale*); tầng, lầu (*of a building*); **short ~** *n.* truyện ngắn

stout *adj.* rắn chắc (*strong and sturdy*)

stove *n.* bếp, lò

straight *adj.* thẳng (*no bends or curves*); *adv.* thẳng

straighten (up) *v.t./v.i.* thu dọn (*a room*)

straightforward *adj.* thẳng thắn (*frank and honest*); giản dị (*plain*)

strain *v.t.* cố gắng, ráng (*struggle to do something*); lọc, gạn lọc (*with a strainer, sieve, etc.*)

strainer *n.* (cái) lọc

strand *n.* sợi tóc, cọng tóc (*of hair*)

strange *adj.* lạ

stranger *n.* người lạ

strangle *v.t.* bóp cổ

strap *n.* dây, quai

strategy *n.* chiến lược

straw *n.* (cái) ống hút (*drinking*); rơm (*fodder*)

stream *n.* dòng suối (*brook*)

street *n.* (con) đường, phố

strength *n.* sức mạnh

strengthen *v.t.* làm tăng sức mạnh

strep throat *n.* sưng họng cấp tính, viêm họng cấp tính

stress *n.* nhấn mạnh (*emphasis*); căng thẳng (*mental strain*); *v.t:* nhấn mạnh (*emphasize*)

stressed-out *adj.* bị căng thẳng

stressful *adj.* căng thẳng

stretch *v.t.* kéo căng

stretcher *n.* băng-ca, cáng

stretchy *adj.* co giãn được

strict *adj.* nghiêm khắc, khắt khe

strike *n.* đình công (*work stoppage*); *v.i.* đình công; đánh (*hit*)

striking *adj.* rõ rệt, nổi bật

string *n.* dây

strip *n.* mảnh dài; dải đất (*of land*)

stripe *n.* sọc, đường kẻ sọc

striped *adj.* sọc, kẻ sọc

stroke n. tai biến mạch máu não, đột quỵ (*med.*); kiểu bơi (*swimming*); **back~** n. kiểu bơi ngửa; **breast~** n. kiểu bơi ếch; **butterfly ~** n. kiểu bơi bướm

stroll n. cuộc đi dạo, cuộc đi tản bộ; v.i. đi dạo, đi tản bộ

strong adj. mạnh

structure n. cấu trúc

struggle n. sự phấn đấu, sự chiến đấu; v.i. phấn đấu, chiến đấu

stub n. cùi (vé), cuống (vé) (*of a ticket*)

stubborn adj. cứng đầu, bướng bỉnh

student n. học sinh (*elementary school, middle school, or high school*); sinh viên (*university*)

studies n./pl. ngành học

studio n. stu-đi-ô; xưởng vẽ (*artist's*); **recording ~** n. phòng thu âm, phòng thâu âm, phòng ghi âm

study n. việc học; v.t./v.i. học

stuff n. vật, đồ, chuyện; v.t. nhét, nhồi

stuffed animal n. thú nhồi bông

stuffy adj. bí, ngộp

stumble v.i. vấp, loạng choạng

stun v.t. làm kinh ngạc

stupid adj. ngu, ngốc, ngu ngốc, dốt

style n. kiểu; **life~** n. lối sống

stylish adj. mốt, hợp thời trang

subdue v.t. trấn áp (*by force*)

subdued adj. yên lặng

subject n. môn, môn học (*area of study*)

subjective adj. chủ quan

sublet n. nhà thuê lại, nhà mướn lại; v.t./v.i. cho thuê lại, cho mướn lại

submarine n. tàu ngầm, tiềm thủy đĩnh

submit v.t./v.i. nộp (*an application*)

subscribe v.i. đặt mua dài hạn (*to a magazine*)

subscription n. việc đặt mua dài hạn

subsidize v.t. tài trợ, bao cấp

subsidy n. khoản tài trợ

substance n. vật chất (*mass or matter*); bản chất (*essence*)

substantial adj. đầy đủ

substitute n. sự thay thế; v.t. thay thế

substitution n. sự thay thế

subtitle n. phụ đề

subtle adj. tế nhị, sâu sắc

subtract v.t. trừ

suburb n. ngoại ô, ngoại thành

subversive adj. có tính chất phá hoại

subway n. xe điện ngầm

succeed v.i. thành công

success n. sự thành công

successful adj. thành công

successor n. người kế thừa, người thay thế

such adj./adv. như thế; **~ as** id. chẳng hạn như

suck v.t. mút

sudden adj. bất ngờ, bất chợt; **all of a ~** id. bất thình lình

suddenly adv. bất thình lình

sue v.t. kiện, thưa kiện

suede n. da mềm

suffer v.i. bị (*from something bad*); đau đớn (*from pain*); chịu đựng (*endure*)

suffering n. sự đau khổ; sự chịu đựng

suffice v.i. đủ

sufficient adj. đủ

suffix n. tiếp vĩ ngữ

sugar n. đường

sugarcane n. mía

suggest v.t. đề nghị

suggestion n. đề nghị

suicide n. sự tự tử, vụ tự tử; **commit ~** v.i. tự tử

suit n. bộ côm-lê (*of clothes*); vụ kiện, vụ kiện tụng (*lawsuit*); v.t. phù hợp (*be appropriate or becoming to*); thuận tiện (*be acceptable to or convenient for*)

suitable adj. phù hợp, thích hợp

suitcase n. (chiếc/cái) va-li

suitor n. người đeo đuổi

sullen adj. bực dọc (*irritable*); buồn thảm (*dismal, morose*)

sum n. tổng số; **~ up** v.i. nói tóm lại; **in ~** id. tóm lại

summarize v.t. tóm tắt

summary n. bài tóm tắt

summer n. mùa hè, mùa hạ

summer camp *n.* trại hè
summer school *n.* học hè
summer vacation *n.* kỳ nghỉ hè
summit *n.* đỉnh
summit meeting *n.* hội nghị thượng đỉnh
sun *n.* mặt trời, vầng thái dương
sunbathe *v.i.* tắm nắng, phơi nắng
sunbeam *n.* tia nắng
sunblock *n.* kem chống nắng
sunburn *n.* bị cháy nắng, bị phỏng nắng
Sunday *n.* chủ nhật, ngày chủ nhật; Chúa Nhật (*Christian usage*)
sunflower *n.* hoa hướng dương, bông hướng dương; **~ seed** *n.* hạt hướng dương, hột hướng dương
sunglasses *n./pl.* kính râm, kiếng mát
sunlight *n.* ánh nắng
sunny *adj.* nắng
sunrise *n.* mặt trời mọc, (buổi) bình minh
sunscreen *n.* kem chống nắng
sunset *n.* mặt trời lặn, (buổi) hoàng hôn
sunshine *n.* ánh nắng
sunstroke *n.* trúng nắng
suntan *n.* rám nắng
superb *adj.* tuyệt hảo, tuyệt vời
superficial *adj.* hời hợt
superior *adj.* hảo hạng (*of excellent quality*)
superman *n.* siêu nhân
supermarket *n.* siêu thị
supernatural *n.* hiện tượng siêu nhiên; *adj.* siêu nhiên
superpower *n.* siêu cường quốc
superstar *n.* siêu sao
superstition *n.* mê tín dị đoan
superstitious *adj.* mê tín dị đoan
superstructure *n.* thượng tầng kiến trúc, kiến trúc thượng tầng, cơ sở thượng tầng
supervise *v.t.* giám sát
supervisor *n.* giám sát viên
superwoman *n.* nữ siêu nhân
supper *n.* bữa ăn tối nhẹ
supplement *n.* phần bổ sung; *v.t.* bổ sung

supply *n.* sự cung cấp; *v.t.* cung cấp
support *n.* sự ủng hộ; *v.t.* ủng hộ
supporter *n.* người ủng hộ, ủng hộ viên
suppose *v.t./v.i.* giả sử
suppress *v.t.* đàn áp (*subdue*); nén (*inhibit, check*)
surcharge *n.* (khoản) phụ phí
sure *adj.* chắc, chắc chắn; **be/make ~** bảo đảm; **for ~** *id.* chắc chắn
surely *adv.* chắc chắn
surf *n.* sóng biển ven bờ; *v.i.* lướt sóng
surface *n.* bề mặt; *adj.* bề mặt
surfboard *n.* ván lướt sóng
surfer *n.* người lướt sóng
surfing *n.* (môn) lướt sóng
surgeon *n.* bác sĩ phẫu thuật, bác sĩ giải phẫu
surgery *n.* khoa phẫu thuật (*branch of medicine*); ca phẫu thuật, ca giải phẫu (*a surgical operation*)
surly *adj.* bất lịch sự (*rude*); bực bội, cáu kỉnh (*irritable, bad-tempered*); đe dọa (*threatening*)
surmise *v.t./v.i.* đoán
surmount *v.t.* vượt qua, khắc phục (*overcome*)
surname *n.* họ
surpass *v.t.* vượt qua, trội (hơn) (*be superior in quality*)
surplus *n.* thặng dư
surprise *n.* sự ngạc nhiên; *v.t.* làm ngạc nhiên, gây ngạc nhiên; **take by ~** *id.* bất ngờ
surprising *adj.* đáng ngạc nhiên
surreal *adj.* siêu thực
surrealism *n.* chủ nghĩa siêu thực, trường phái siêu thực
surrender *v.t./v.i.* đầu hàng
surround *v.t.* vây quanh, bao quanh
surrounding *adj.* vây quanh, bao quanh
surroundings *n./pl.* môi trường chung quanh, môi trường xung quanh
surtax *n.* thuế phụ thu
survey *n.* cuộc thăm dò (*opinion*); sự khảo sát (*land*); *v.t.* thăm dò (*opinion*); khảo sát (*land*)

survival *n.* sự tồn tại, sự sống sót
survive *v.t./v.i.* tồn tại, sống sót
survivor *n.* người sống sót, kẻ sống sót
suspect *n.* người bị tình nghi, kẻ tình nghi; *v.t./v.i.* đoán (*surmise*); nghi ngờ (*someone of a crime*)
suspend *v.t./v.i.* đình chỉ (*service*)
suspenders *n./pl.* quai quần
suspense *n.* sự hồi hộp
suspenseful *adj.* hồi hộp
suspension *n.* sự đình chỉ (*of service*)
suspension bridge *n.* cầu treo
suspicion *n.* sự nghi ngờ, sự ngờ vực
suspicious *adj.* khả nghi, đáng nghi (*behavior*); nghi ngờ, đa nghi (*nature*)
sustain *v.t.* duy trì (*growth, etc.*); chịu đựng (*losses, etc.*)
sutra *n.* kinh Phật (*Buddhist*)
swallow *n.* (con) (chim) én (*a bird*); *v.t./v.i.* nuốt
swamp *n.* đầm lầy
swarm *n.* đàn (*of bees*)
sway *v.i.* lắc lư, đong đưa (*to and fro*)
swear *v.t./v.i.* thề, thề nguyện (*an oath*); chửi thề (*use profane language*)
swearword *n.* lời chửi thề, lời tục tằn
sweat *n.* mồ hôi; *v.i.* chảy mồ hôi, đổ mồ hôi
sweater *n.* áo len
sweatpants *n./pl.* quần thể thao
sweatshirt *n.* áo thể thao
sweatshop *n.* xưởng bóc lột công nhân
sweaty *adj.* đầy mồ hôi
sweep *v.t.* quét, quét dọn
sweet *adj.* ngọt
sweeten *v.t.* làm cho ngọt
sweetheart *n.* người yêu
sweet-talk *v.t./v.i.* nịnh hót
swell *v.i.* sưng (*e.g. ankle, wrist*); gia tăng (*ranks, emotion*)
sweltering *adj.* oi bức
swift *adj.* nhanh, nhanh chóng, mau, mau chóng
swim *v.i.* bơi, lội

swimmer *n.* người biết bơi, vận động viên bơi lội
swimming *n.* (môn) bơi lội
swimming pool *n.* hồ bơi, bể bơi
swimsuit *n.* áo tắm, quần tắm
swindle *v.t.* lừa đảo
swindler *n.* kẻ lừa đảo, kẻ bịp bợm
swing *n.* (cái) đu, (cái) xích đu (*recreational equipment*); *v.t./v.i.* đong đưa, đu đưa
swipe *v.t.* chà, gạt (*a credit card*)
switch *n.* nút điện (*electric*); *v.t.* đổi; ~ **on** bật; ~ **off** *v.t.* tắt
swollen *adj.* sưng
sword *n.* thanh kiếm, thanh gươm
syllable *n.* âm tiết
symbol *n.* biểu tượng
symbolic *adj.* biểu tượng, tượng trưng
symbolize *v.t.* làm biểu tượng cho, tượng trưng cho
sympathetic *adj.* thông cảm
sympathize (with) *v.i.* thông cảm (với), có cảm tình (với)
sympathy *n.* sự thông cảm, cảm tình
symphony *n.* bản nhạc hòa tấu, bản nhạc giao hưởng
symptom *n.* triệu chứng
synagogue *n.* nhà thờ Do Thái
synonym *n.* từ đồng nghĩa
syntax *n.* cú pháp, ngữ pháp
synthetic *adj.* nhân tạo (*artificial*)
syphilis *n.* bệnh giang mai
syringe *n.* (cái) ống tiêm, (cái) ống chích
syrup *n.* xi-rô
system *n.* hệ thống (*of gov.*); hệ (*digestive, etc.*)
systematic *adj.* có hệ thống

T

table *n.* bàn (*for eating*); bảng (*of data*)
tablecloth *n.* khăn trải bàn
tablespoon *n.* (cái) thìa lớn, (cái) muỗng lớn
tablet *n.* viên (*medication*); (quyển) sổ, (cuốn) sổ (*of paper*)

table tennis n. bóng bàn

tabloid n. (tờ) báo lá cải

taboo n. điều cấm kỵ; adj. cấm kỵ

tack n. đinh ấn

tacky adj. dính (sticky); lòe loẹt, lố lăng (lacking style)

tact n. sự tế nhị

tactful adj. tế nhị

tactic n. chiến thuật

tae kwon do n. thái cực đạo

tag n. giấy ghi giá (price); trò chơi đuổi bắt (game)

tai chi n. dưỡng sinh

tail n. đuôi

taillight n. đèn sau

tailor n. thợ may; v.t. may đo

tailpipe n. ống bô, ống khói xe

take v.t. cầm (hold, grasp, etc.); uống (medication); mất (time); đi (transportation); nhận (accept, e.g. credit cards); ~ **apart** v.i. tháo gỡ; ~ **away** v.t. lấy đi; ~ **off** v.i. cất cánh (plane); cởi (clothing); bớt (discount); ~ **out** v.i. mang về (food); ~ **over** v.i. lãnh, thay; ~ **place** id. xảy ra

takeoff n. sự cất cánh

tale n. chuyện, truyện

talent n. tài, tài năng

talented adj. tài, tài năng, có tài

talk n. buổi nói chuyện; v.i. nói chuyện

talkative adj. ba hoa, lắm mồm

tall adj. cao

tamarind n. (quả) me, (trái) me

tame adj. thuần hóa; v.t. làm thuần hóa

tamper (with) v.t. có toan tính, có mưu toan

tampon n. băng vệ sinh

tan n. rám nắng (suntan); adj. rám nắng; v.t. làm rám nắng; v.i. rám nắng

tangerine n. (quả) quýt, (trái) quýt

tangle v.t./v.i. dính dáng

tank n. bình xăng (gas/petrol); bể chứa nước (water); xe tăng (mil.)

tanker n. tàu chở dầu (oil)

tantrum n. cơn giận

Taoism n. Lão giáo

Taoist n. tín đồ Lão giáo; adj. Lão giáo

tap n. vòi nước (faucet); v.t./v.i. vỗ nhẹ (one's fingers, on a shoulder); ~ **water** n. nước máy

tape n. băng keo (adhesive); (băng) cát-xét (magnetic); v.t. dán (bind); thu, thâu, thu băng, thâu băng, ghi băng (record)

tape measure n. thước dây

tape recorder n. máy thu băng, máy thâu băng, máy ghi âm

tapered adj. thon nhọn (fingers, candle, etc.)

tapestry n. tấm thảm treo

tar n. nhựa đường

target n. đích; v.t. nhắm vào

tariff n. thuế hàng hóa

tart n. bánh nhân; adj. chua

task n. công việc, nhiệm vụ

tassel n. tua

taste n. vị; v.t. nếm; v.i. có vị

tasty adj. ngon

tattoo n. xăm, xâm

tavern n. quán trọ, quán rượu, tửu quán

tax n. thuế; v.t. đánh thuế

tax-free adj. miễn thuế

taxi n. tắc-xi, xe tắc-xi

tea n. trà, chè, nước trà, nước chè; ~ **bag** n. túi trà

teach v.t. dạy; v.i. dạy, dạy học

teacher n. cô giáo (female); thầy giáo (male); giáo viên (male or female)

teacup n. tách uống trà

teahouse n. quán trà

teak n. gỗ tếch (wood)

teakettle n. ấm đun nước

team n. đội, nhóm

teammate n. bạn đồng đội, bạn cùng nhóm

teapot n. ấm trà, bình trà, ấm pha trà, bình pha trà

tear n. vết rách (in clothing, etc.); v.t. xé; ~ **up** v.i. xé vụn

tearful adj. đầy nước mắt

tears n./pl. nước mắt

tease *n.* sự chọc ghẹo; *v.t.* chọc, chọc ghẹo

teaspoon *n.* thìa trà, muỗng trà

technical *adj.* kỹ thuật

technician *n.* kỹ thuật viên

technique *n.* kỹ thuật

technology *n.* kỹ thuật

teenager *n.* thiếu niên

teethe *v.i.* mọc răng

telecommunications *n./pl.* hệ thống viễn liên/thông

telegram *n.* bức điện tín

telephone *n.* điện thoại; *v.t.* gọi điện (thoại)

telephone book *n.* danh bạ điện thoại, (quyển/cuốn) niên giám điện thoại

telephone booth *n.* phòng điện thoại công cộng

telephone number *n.* số điện thoại

telescope *n.* viễn vọng kính

television *n.* truyền hình, ti-vi, vô tuyến; **watch ~** *v.* xem truyền hình, coi ti-vi, xem vô tuyến

tell *v.t.* nói, kể

teller *n.* nhân viên ngân hàng (*bank*); **story ~** *n.* người kể chuyện

temper *n.* tính khí; **lose one's ~** *id.* nổi giận

temperate *adj.* chừng mực, điều độ (*in eating, drinking, etc.*); ôn hòa (*climate*)

temperature *n.* nhiệt độ

temple *n.* chùa (*Buddhist*); đền (*spirit/deity worship*)

temporary *adj.* tạm thời

tempt *v.t.* dụ dỗ

temptation *n.* sự cám dỗ

ten *num.* mười

tenacious *adj.* kiên quyết

tenant *n.* người thuê nhà

tend *v.i.* có khuynh hướng; chăm sóc (*a person, an animal, etc.*)

tendency *n.* khuynh hướng

tender *adj.* mềm (*meat*); hiền hậu, dịu dàng (*person*)

tendon *n.* gân

tennis *n.* quần vợt, ten-nít

tennis court *n.* sân quần vợt, sân ten-nít

tenor *n.* giọng nam cao (*voice*)

tense *n.* thì (*verb*); *adj.* căng thẳng (*person, moment, relationship, etc.*)

tension *n.* sự căng thẳng

tent *n.* (cái) tăng, (cái) lều

tentacle *n.* xúc thủ

tentative *adj.* tạm thời

tenth *adj.* thứ mười

tenuous *adj.* mỏng manh

tenure *n.* ngạch, biên chế

tepid *adj.* âm ấm (*water*); thờ ơ (*reaction*)

term *n.* từ (*word*); kỳ hạn (*period of time*); học kỳ, khóa (*in school*)

terminal *n.* cổng đến (*airport*); trạm điện toán, trạm vi tính (*computer*); *adj.* hiểm nghèo (*illness*)

terminate *v.t.* chấm dứt

termite *n.* (con) mối

terms *n./pl.* mối quan hệ; **in ~ of** *id.* trong mối quan hệ với, xét về mặt

terrace *n.* sân thượng (*large balcony*); ruộng bậc thang (*rice*)

terrible *adj.* khủng khiếp

terribly *adv.* rất

terrific *adj.* tuyệt vời

territory *n.* lãnh thổ

terror *n.* nỗi khiếp sợ, sự kinh hoàng (*fear*)

terrorism *n.* sự khủng bố, chính sách khủng bố

terrorist *n.* tên khủng bố

test *n.* bài thi (*in school*); sự thử thách (*of strength, etc.*); sự thử nghiệm (*med.*); *v.t.* thử thách; **take a ~** thi, lấy bài thi

testify *v.i.* khai

testimony *n.* lời khai

tetanus *n.* bệnh uốn ván, tê-ta-nốt

text *n.* bản văn

textbook *n.* sách giáo khoa

textile *n.* vải, vải vóc, hàng dệt; *adj.* hàng dệt

textile industry *n.* kỹ nghệ dệt, công nghiệp dệt

texture *n.* kết cấu

Thai *n.* người Thái; tiếng Thái (*language*); *adj.* Thái

than *conj.* hơn

thank *v.t.* cám ơn, cảm ơn

thankful *adj.* biết ơn

thankfulness *n.* lòng biết ơn

thanks *n./pl.* lòng biết ơn; *interj.* xin cám ơn

thank you *id.* cám ơn anh/chị/cô/ chú/bác ...

that *adj.* đó, kia; *pron.* cái đó, cái kia; *adv.* đến độ đó, như thế, như vậy

thatch *n.* rơm lợp mái

thaw *v.t./v.i.* tan

the *art.* đó, kia

theater *n.* nhà hát (*for plays*); rạp xi-nê, rạp hát, rạp chiếu bóng (*for movies*)

their *adj.* của họ, của bọn họ, của chúng, của chúng nó

them *pron.* họ, bọn họ, chúng, chúng nó

theme *n.* chủ đề

theme park *n.* công viên giải trí

themselves *pron.* chính họ, chính chúng nó

then *adv.* vào lúc đó (*at that time*); sau đó, rồi, rồi thì (*immediately afterward*)

theology *n.* thần học

theoretical *adj.* lý thuyết

theory *n.* thuyết, lý thuyết

therapeutic *adj.* trị liệu

therapist *n.* người trị liệu; nhà vật lý trị liệu (*physical*); nhà trị liệu tâm thần (*psychotherapist*)

therapy *n.* cách trị liệu; (khoa) vật lý trị liệu (*physical*); (khoa) trị liệu tâm thần (*psychotherapy*)

there *adv.* đó, ở đó

therefore *adv.* do đó, cho nên, nên, bởi vậy, thành ra, thành thử

thermometer *n.* (cái) nhiệt kế, (cái) cặp nhiệt

thermos *n.* (cái) bình thủy, (cái) phích

thermostat *n.* máy điều nhiệt

thesaurus *n.* tự điển đồng nghĩa, từ điển đồng nghĩa

these *pron.* những cái này; *adj.* này

thesis *n.* tiểu luận, luận án, luận văn (*academic*)

they *pron.* họ, bọn họ (*respectful, older than speaker*); chúng, chúng nó, bọn chúng (*younger than speaker*)

thick *adj.* dày (*slice, board, etc.*); rậm rạp (*vegetation, etc.*); đặc (*condensed milk, sauce, syrup, etc.*); dày đặc (*fog*)

thicken *v.t.* làm đặc; *v.i.* trở nên đặc

thickness *n.* độ dày

thief *n.* tên trộm, kẻ trộm, tên ăn cắp, kẻ cắp

thigh *n.* đùi, bắp vế

thimble *n.* (cái) đê, (cái) đính châm

thin *adj.* mỏng (*ice*); gầy, ốm (*person*)

thing *n.* (đồ) vật

think *v.i.* nghĩ, suy nghĩ; ~ **twice** *id.* nghĩ kỹ, suy nghĩ kỹ

third *adj.* thứ ba

Third World *n.* Thế Giới Thứ ba

thirst *n.* cơn khát

thirsty *adj.* khát, khát nước

thirteen *num.* mười ba

thirteenth *adj.* thứ mười ba

thirty *num.* ba mươi

this *adj.* này; *pron.* cái này

thorn *n.* (cái) gai

thorough *adj.* kỹ càng

thoroughfare *n.* đường cái

thoroughly *adv.* một cách kỹ càng

those *pron.* những cái đó

though *conj.* mặc dù, mặc dầu; **as ~** *id.* như thể

thought *n.* tư tưởng, ý nghĩ

thoughtful *adj.* trầm tư, trầm ngâm, suy tư

thoughtless *adj.* bất cẩn (*careless*); thiếu tế nhị (*inconsiderate*)

thousand *num.* nghìn, ngàn

thousandth *adj.* thứ một nghìn/ngàn

thread *n.* sợi chỉ (*for sewing*)

threat *n.* lời đe dọa, lời hăm dọa

threaten *v.t.* đe dọa, hăm dọa

three *num.* ba

thresh *v.t.* đập

threshold *n.* ngưỡng cửa
thrift *n.* sự tần tiện
thrifty *adj.* tần tiện
thrive *v.i.* phát đạt (*a business*); tiến bộ (*person*); mọc tươi tốt (*plant*)
throat *n.* họng, cổ họng
throb *v.i.* đập thình thịch
throne *n.* ngai, ngai vàng, ngôi vua
throttle *n.* van xăng
through *prep.* qua; *adj.* thông
throughout *prep.* suốt; *adv.* toàn bộ, từ đầu đến cuối
throw *n.* cái ném; *v.t.* ném, liệng, quảng; **~ away** *v.i.* liệng đi, bỏ đi; **~ up** *v.i.* nôn, mửa, ói
thumb *n.* ngón tay cái
thumbprint *n.* dấu tay cái
thunder *n.* sấm
thunderstorm *n.* mưa bão sấm sét, bão sấm, lôi bão
Thursday *n.* thứ năm
thus *adv.* do đó, cho nên (*therefore*)
thyme *n.* húng tây
tick *v.i.* kêu tích tắc (*of a clock*)
ticket *n.* vé (*train, bus, etc.*); giấy phạt (*parking*)
tickle *v.t./v.i.* cù, thọc lét, thọc cù lét
tidal *adj.* thủy triều
tidal wave *n.* sóng thần (*tsunami*)
tide *n.* thủy triều
tidy *adj.* gọn ghẽ, gọn gàng, ngăn nắp; **~ up** *v.t./v.i.* dọn dẹp
tie *n.* cà-vạt, cra-vát (*necktie*); mối quan hệ, mối ràng buộc (*family*); hòa (*score*); *v.t.* thắt (*a knot*); gỡ hòa (*the score*)
tiger *n.* (con) hổ, (con) cọp; Dần (*in Vietnamese zodiac*)
tight *adj.* chặt, căng; *adv.* chặt
tighten *v.t.* xiết chặt
tights *n./pl.* quần áo bó, quần áo chẽn (*clothing*)
tile *n.* ngói (*for a roof*); gạch (*for a floor*)
tilt *v.i.* lệch, nghiêng
timber *n.* gỗ
time *n.* lần (*one, two, first, second, etc.*); thời gian, thì giờ, thời giờ;

at one ~ *id.* một thời; **on ~** *id.* đúng giờ
time frame *n.* khoảng thời gian
time limit *n.* thời hạn
timely *adj./adv.* đúng lúc, kịp thời
time-out *n.* nghỉ
timetable *n.* thời biểu
time zone *n.* múi giờ
tin *n.* thiếc
tin can *n.* lon thiếc
tingle *v.i.* cảm giác nổi gai
tint *n.* sắc; *v.t.* nhuộm sắc
tiny *adj.* nhỏ xíu
tip *n.* tiền puộc-boa, tiền boa, tiền típ (*gratuity*); đầu, đỉnh (*end*); *v.t.* làm lật (*topple*); *v.i.* lật (*be overturned*); cho tiền puộc-boa, cho tiền boa, cho tiền típ (*give gratuity*)
tipsy *adj.* chếnh choáng
tiptoe *v.i.* rón rén, đi rón rén
tire *n.* lốp, lốp bánh xe, vỏ bánh xe (*car, bike, etc.*); *v.t.* làm mệt mỏi
tired *adj.* mệt, mệt mỏi
tiredness *n.* sự mệt mỏi
tireless *adj.* không biết mệt
tiresome *adj.* chán chường
tissue *n.* giấy vệ sinh (*toilet*); giấy lau mặt (*facial*)
title *n.* tựa (*of a book, movie, etc.*); tựa, tựa đề (*of an article, lesson, etc.*); danh hiệu vô địch, chức vô địch (*championship*)
to *prep.* đến, tới
toad *n.* (con) cóc
toast *n.* bánh mì nướng (*bread*); nâng cốc chúc mừng, nâng ly chúc mừng (*at a wedding, etc.*); *v.t./v.i.* nướng bánh mì (*bread*); nâng cốc chúc mừng, nâng ly chúc mừng (*at a wedding, etc.*)
toaster *n.* đồ nướng bánh mì
tobacco *n.* thuốc lá
today *adv.* hôm nay, ngày hôm nay
toe *n.* ngón chân
toenail *n.* móng chân
tofu *n.* đậu phụ, đậu hũ, tàu hũ
together *adv.* cùng nhau
toil *v.i.* lao động
toilet *n.* nhà cầu, toa-lét

toilet paper *n.* giấy vệ sinh

token *n.* biểu hiện (*of friendship, affection*); đồ lưu niệm (*souvenir*)

tolerance *n.* sự dung thứ, sự khoan dung

tolerant *adj.* dễ dung thứ, khoan dung

tolerate *v.t.* dung thứ, khoan dung

toll *n.* phí cầu đường (*bridge, road, etc.*)

toll-free *adj./adv.* miễn phí

tomato *n.* (quả) cà chua, (trái) cà chua

tomb *n.* mộ, lăng mộ

tombstone *n.* bia mộ, mộ bia

tomorrow *adv.* mai, ngày mai

ton *n.* tấn

tone *n.* giọng điệu (*intonation*); thanh điệu (*pitch in language*)

tongs *n./pl.* (cái) kẹp

tongue *n.* (cái) lưỡi (*anat.*); **mother ~** *n.* tiếng mẹ đẻ (*language*)

tonic *n.* thuốc bổ (*medicine*); nước tô-níc (*water*)

tonight *n./adv.* tối nay

tonsil *n.* a-mi-đan

tonsillectomy *n.* mổ a-mi-đan

tonsillitis *n.* sưng a-mi-đan, viêm a-mi-đan

too *adv.* cũng (*also*); quá (*extremely*)

tool *n.* dụng cụ

tooth *n.* (cái) răng

toothache *n.* đau răng

toothbrush *n.* bàn chải đánh răng

toothpaste *n.* kem đánh răng

toothpick *n.* (que) tăm, (cây) tăm xỉa răng

top *n.* đỉnh (*of a hill, a building, etc.*); nắp (*of a pot, a cup, etc.*); *adj.* trên (*shelf, bunk, etc.*); đứng đầu (*student, player, etc.*)

topic *n.* đề tài

topical *adj.* ngoài da (*cream, ointment, etc.*)

torch *n.* bó đuốc; đèn pin (*flashlight*)

torment *n.* sự dần vặt; *v.t.* dần vặt

torrent *n.* dòng thác

torrid *adj.* thiêu đốt, như thiêu như đốt (*weather*)

tortoise *n.* (con) rùa đất

torture *n.* sự tra tấn, sự hành hạ; *v.t.* tra tấn, hành hạ

toss *v.t.* ném, liệng, quẳng

total *n.* tổng số, tổng cộng (*sum*); *adj.* tổng cộng; *v.t.* tổng cộng (*add up*)

totalitarian *adj.* bạo quyền, bạo trị

totally *adv.* hoàn toàn, toàn bộ

touch *n.* cái sờ, cái chạm; *v.t.* sờ, chạm

touching *adj.* cảm động

touchy *adj.* dễ bị chạm tự ái (*sensitive*); dễ giận (*irritable*)

tough *adj.* dai (*meat*); cứng cỏi (*person*); khó khăn (*situation*)

toughen *v.t.* làm cho cứng cỏi

toughness *n.* sự cứng cỏi

tour *n.* chuyến du ngoạn, chuyến đi tham quan; *v.t.* du ngoạn, tham quan

tour guide *n.* hướng dẫn viên du lịch

tourism *n.* ngành du lịch, kỹ nghệ du lịch

tourist *n.* du khách, khách du lịch; *adj.* cho du khách

touristy *adj.* cho du khách

tournament *n.* giải thi đấu

tow *v.t.* kéo, câu

toward *prep.* về, về phía

towel *n.* khăn lau, khăn tắm; **paper ~** *n.* khăn giấy

tower *n.* tháp

town *n.* thị xã, thị trấn; **out of ~** *id.* đi xa

tow truck *n.* xe câu

toxic *adj.* độc hại; *n.* chất độc hại

toy *n.* đồ chơi

trace *n.* dấu vết; *v.t.* truy tìm, lần theo dấu vết (*follow signs or clues*); đồ (*copy on paper*)

trachea *n.* khí quản

track *n.* đường rầy, đường ray (*railroad*); đường đua (*race*); *v.t.* truy tìm, lần theo dấu vết (*an animal, a person, etc.*); **keep ~ of** *id.* theo dõi, để ý; **lose ~ of** *id.* mất dấu vết

traction *n.* độ bám (*on a road*)

tractor *n.* máy kéo

trade *n.* thương mại, thương mãi

(*commerce*); mậu dịch (*between nations*); nghề (*occupation*); *v.t.* buôn bán (*buy and sell*); trao đổi (*barter*); đổi chác (*things, e.g. toys*); **foreign ~** *n.* (ngành) ngoại thương

trademark *n.* nhãn hiệu

trader *n.* thương gia

trade show *n.* (cuộc) triển lãm thương nghiệp

tradition *n.* truyền thống, tập tục

traditional *adj.* theo truyền thống, theo tập tục

traditionally *adv.* theo truyền thống, theo tập tục

traffic *n.* xe cộ, giao thông

traffic light *n.* đèn giao thông

tragedy *n.* thảm kịch, bi kịch

tragic *adj.* bi thảm

trail *n.* đường mòn (*for hiking*); *v.i.* theo sau (*follow someone*)

trailer *n.* quảng cáo phim (*for a movie*); xe phòng ngủ (*for camping, etc.*)

train *n.* tàu hỏa, xe lửa; *v.t.* đào tạo, huấn luyện (*in a profession*); rèn luyện, tập luyện (*physically*)

trainer *n.* huấn luyện viên (*sports*)

training *n.* sự huấn luyện, việc đào tạo, huấn nghiệp (*job*)

trait *n.* nét đặc thù, nét đặc trưng

traitor *n.* kẻ phản bội

tramp *n.* tên ma-cà-bông, kẻ lang thang (*vagabond*)

trance *n.* trạng thái thẫn thờ, trạng thái mơ màng, trạng thái mất hồn

tranquilizer *n.* thuốc an thần

transaction *n.* vụ buôn bán, vụ làm ăn

transfer *n.* vé chuyển xe (*ticket*); *v.t.* chuyển đổi (*from one place to another*); *v.i.* đổi xe (*change buses*); đổi tàu (*change trains*)

transition *n.* sự chuyển tiếp (*change*)

translate *v.t./v.i.* dịch, phiên dịch, chuyển ngữ

translation *n.* dịch thuật (*act of*); bản dịch (*of a book, a poem, etc.*)

translator *n.* dịch giả (*person who translates*); thông dịch viên, người phiên dịch (*interpreter*)

transmission *n.* sự truyền đạt

transmit *v.t.* chuyển đạt, truyền tin (*information*); truyền bệnh (*disease*)

transparent *adj.* trong suốt (*crystal, glass, etc.*)

transport *n.* sự chuyên chở, sự vận chuyển; *v.t.* chuyên chở, vận chuyển

transportation *n.* sự chuyên chở, giao thông; **means of ~** *n.* phương tiện giao thông

trap *n.* (cái) bẫy; *v.t.* bẫy

trash *n.* rác, rác rến

trauma *n.* sự chấn thương

traumatic *adj.* chấn thương

traumatize *v.t.* gây chấn thương

travel *n.* cuộc du lịch, chuyến đi; *v.i.* đi du lịch, đi xa

travel agency *n.* hãng du lịch

travel agent *n.* nhân viên (hãng) du lịch

traveler *n.* du khách, lữ khách, viễn khách

traveler's check *n.* ngân phiếu du lịch, séc du lịch

tray *n.* (cái) mâm, (cái) khay

treason *n.* tội phản quốc

treasure *n.* kho tàng, kho báu

treasurer *n.* thủ quỹ

treasury *n.* ngân khố (*national*)

treat *n.* sự thết đãi (*e.g. a meal*); *v.t.* đãi, thết đãi (*to a meal*); đối xử (*a person*)

treatise *n.* luận thuyết

treatment *n.* sự chữa trị, sự điều trị (*med.*)

treaty *n.* hiệp định, hiệp ước, thỏa ước

tree *n.* (cái) cây

tremble *v.i.* run

tremendous *adj.* to tát

trench *n.* rãnh, đường mương (*ditch*); chiến hào (*in warfare*)

trend *n.* xu hướng, khuynh hướng (*social*); mốt (*fashion*)

trendy *adj.* mốt, hợp thời trang

trespass *v.i.* xâm nhập đất đai bất hợp pháp

trial *n.* vụ xử án

triangle *n.* hình tam giác

triangular *adj.* có hình tam giác

tribe *n.* bộ lạc

tribute *n.* bày tỏ lòng tôn kính (*to a leader, hero, etc.*)

trick *n.* mánh khóe; *v.t.* đánh lừa

trickle *n.* sự nhỏ giọt; *v.i.* nhỏ giọt

tricycle *n.* xe đạp ba bánh

trifling *adj.* nhỏ nhặt

trigger *n.* cò súng (*of a gun*); *v.t.* gây ra (*cause*)

trim *n.* đồ trang trí (*for decoration*); sự tỉa tóc (*hair*); *v.t.* tỉa (*cut hair, hedge*)

trimester *n.* học kỳ (*academic*); tam cá nguyệt (*of pregnancy*)

trip *n.* chuyến đi (*journey, travel*); *v.i.* vấp (*stumble*)

tripod *n.* chân chống, cái chống ba chân

triumph *n.* sự chiến thắng; *v.i.* chiến thắng

trivia *n.* những chuyện vặt vãnh

trivial *adj.* vặt vãnh

trolley *n.* xe điện

troops *n./pl.* binh lính

tropical *adj.* nhiệt đới

tropics *n./pl.* vùng nhiệt đới, miền nhiệt đới

trouble *n.* sự phiền phức; *v.t.* làm phiền, quấy rầy

troublesome *adj.* phiền phức

trowel *n.* (cái) bay

truck *n.* xe vận tải, xe tải

truckdriver *n.* tài xế xe (vận) tải

true *adj.* thật, đúng

truly *adv.* thật sự, thực sự

trunk *n.* thân cây (*of a tree*); (cái) rương, (cái) hòm (*for storage*); cốp xe, hòm xe (*of a car*); vòi voi (*of an elephant*)

trust *n.* sự tin cậy; *v.t.* tin cậy

trustworthy *adj.* đáng tin cậy

truth *n.* sự thật, sự thực; **in ~** *id.* sự thật là, sự thực là

truthful *adj.* chân thật, chân thực

try *n.* sự cố gắng; *v.t./v.i.* cố gắng; **~ on** *v.i.* mặc thử; **~ out** *v.i.* dùng thử

T-shirt *n.* áo thun, áo pun, áo phông

tsunami *n.* sóng thần

tub *n.* bồn; **bath~** *n.* bồn tắm

tube *n.* ống; ống kem đánh răng (*of toothpaste*); **inner ~** *n.* ruột bánh xe, săm

tuberculosis *n.* ho lao, lao phổi

Tuesday *n.* thứ ba

tug *v.i.* kéo

tugboat *n.* tàu kéo

tug of war *n.* chơi kéo co

tuition *n.* học phí

tulip *n.* hoa tuy-líp

tumor *n.* bướu, khối u

tuna *n.* cá tu-na, cá kim thương

tune *n.* điệu nhạc, giai điệu; *v.t.* lên dây đàn (*an instrument*); rà đài, tìm đài (*a radio*)

tunnel *n.* đường hầm

turban *n.* khăn quấn đầu

turbulence *n.* loạn ly (*chaos*); nhồi (*air*)

turbulent *adj.* loạn ly (*chaotic*); nhồi (*air*)

turkey *n.* (con) gà tây

turmoil *n.* sự hỗn loạn

turn *n.* rẽ, quẹo (*change of direction*); lượt (*opportunity, e.g. take a turn*); *v.t./v.i.* rẽ, quẹo (*car*); **~ down** *v.i.* từ chối; **~ off** *v.i.* tắt; **~ on** *v.i.* bật; **~ over** *v.i.* lật; **take ~s** *id.* thay phiên nhau

turn signal *n.* đèn rẽ, đèn quẹo

turtle *n.* (con) rùa

tutor *n.* gia sư, cô giáo dạy kèm (*female*), thầy (giáo) dạy kèm (*male*); *v.i.* dạy kèm

tweezers *n./pl.* (cái) nhíp

twelfth *adj.* thứ mười hai

twelve *num.* mười hai

twentieth *adj.* thứ hai mươi

twenty *num.* hai mươi

twice *adv.* hai lần

twig *n.* nhánh cây

twilight *n.* hoàng hôn

twin *n.* anh sinh đôi (*male, first born*); chị sinh đôi (*female, first* born); em sinh đôi (*second born*)

twin bed *n.* giường đôi

twinge *n.* sự đau nhói

twinkle *v.i.* lấp lánh

twist *v.t.* xoắn, bện (*a braid, a rope, etc.*); làm trật khớp (*an ankle*)

two *num.* hai

type *n.* loại; *v.t./v.i.* đánh máy

typewriter *n.* máy chữ

typhoid *n.* bệnh thương hàn

typhoon *n.* cuồng phong, gió xoáy

typical *adj.* tiêu biểu, điển hình

typist *n.* thư ký đánh máy

U

ugly *adj.* xấu, xấu xí

ulcer *n.* loét

ultimate *adj.* tối hậu

ultimately *adv.* cuối cùng, sau cùng

ultimatum *n.* tối hậu thư

ultrasound *n.* siêu âm

ultraviolet *adj.* cực tím, tử ngoại (*ray*)

umbilical cord *n.* cuống rốn

umbrella *n.* (cây) dù, (cái) ô

unable *adj.* không thể

unacceptable *adj.* không thể chấp nhận được

unaccustomed *adj.* không quen

unanimous *adj.* hoàn toàn đồng ý, nhất trí

unarmed *adj.* không vũ trang

unauthorized *adj.* không được phép

unavoidable *adj.* không thể tránh khỏi

unaware *adj.* không hay biết

unbearable *adj.* không chịu nổi

unbelievable *adj.* không tin nổi

unbiased *adj.* không có thành kiến (*person*); không thiên vị (*opinion, report, etc.*)

uncensored *adj.* không kiểm duyệt

uncertain *adj.* không chắc chắn

uncle *n.* bác (*term of address for parents' older brother[s] or man older than one's parents*); chú (*term of address for father's younger brother or older man who is younger than one's parents*);

cậu (*term of address for mother's younger brother[s]*); dượng (*term of address for maternal aunt's husband*)

uncomfortable *adj.* không thoải mái

uncommon *adj.* hiếm có

unconscious *adj.* bất tỉnh

uncover *v.t.* khám phá ra

undamaged *adj.* còn nguyên vẹn

undecided *adj.* chưa quyết định

under *adv./prep.* dưới, bên dưới (*a table, a tree, etc.*); dưới (*in amount or quantity*)

underdeveloped *adj.* kém phát triển, chậm phát triển

underestimate *v.t./v.i.* coi thường

undergo *v.i.* trải qua

undergraduate *n.* sinh viên cử nhân

underground *adj./adv.* dưới mặt đất (*pipes, etc.*); ngầm (*train*); bí mật (*secret*)

underline *v.t.* gạch dưới (*a word, a phrase, etc.*); nhấn mạnh (*a point*)

underneath *prep.* dưới, bên dưới

underpants *n./pl.* quần lót

undershirt *n.* áo lót

understand *v.t./v.i.* hiểu

understanding *n.* sự hiểu biết; *adj.* thông cảm

undertake *v.t.* đảm nhiệm

underwater *adj./adv.* dưới nước

underwear *n.* đồ lót, quần áo lót

underworld *n.* xã hội đen, thế giới tội ác (*crime*)

undeveloped *adj.* chưa phát triển

undo *v.t.* cởi (*a button, a clasp*)

undress *v.t.* cởi quần áo

uneasiness *n.* sự lo âu

uneasy *adj.* lo âu

uneducated *adj.* ít học

unemployed *adj.* thất nghiệp

unemployment *n.* tình trạng thất nghiệp

unending *adj.* không ngừng, không ngừng nghỉ

unequal *adj.* không ngang bằng

unfair *adj.* không công bằng, không công bình, thiên vị

unfamiliar *adj.* không quen, không quen thuộc

unfasten *v.t.* cởi

unfinished *adj.* chưa hoàn tất, chưa xong

unforgettable *adj.* không thể quên được, đáng ghi nhớ

unfortunate *adj.* không may, không may mắn

unfortunately *adv.* không may

unfriendly *adj.* không thân thiện, thiếu thiện cảm, lạnh lùng

ungrateful *adj.* vô ơn, vong ân

unhappy *adj.* buồn, buồn bã

unhealthy *adj.* bệnh hoạn

uniform *n.* đồng phục; *adj.* đồng nhất

unilateral *adj.* đơn phương

unimportant *adj.* không quan trọng

unintentional *adj.* không cố tình, vô ý

union *n.* nghiệp đoàn, công đoàn (*labor*); liên bang (*of states*)

unionize *v.t./v.i.* tổ chức thành nghiệp đoàn, tổ chức thành công đoàn

unique *adj.* độc đáo, độc nhất vô nhị

unisex *adj.* cho cả hai phái, cho cả nam lẫn nữ

unit *n.* đơn vị (*of measurement, administration, money, etc.*)

unite *v.t.* đoàn kết

United Nations, the *n.* Liên Hiệp Quốc

unity *n.* sự đoàn kết

universal *adj.* phổ quát

universe *n.* vũ trụ

university *n.* đại học

unjust *adj.* bất công

unkind *adj.* không tử tế, khắc nghiệt

unknown *adj.* vô danh

unless *conj.* trừ phi

unlike *adj.* khác, không giống

unlikely *adj.* khó có thể, không thể

unlimited *adj.* không giới hạn, vô biên

unload *v.t.* dỡ hàng

unlock *v.t.* mở khóa

unlucky *adj.* xui, xui xẻo

unnatural *adj.* không bình thường (*not normal*); giả tạo (*artificial*)

unnecessary *adj.* không cần thiết, dư thừa

unofficial *adj.* không chính thức

unorganized *adj.* lộn xộn, bừa bãi

unpack *v.i./v.t.* lấy đồ ra (*luggage, a box, etc.*)

unpleasant *adj.* không thoải mái, khó chịu

unpopular *adj.* không được ưa chuộng, không được nhiều người ủng hộ

unpredictable *adj.* khó đoán trước, không tiên đoán được, không tiên liệu được

unprepared *adj.* không chuẩn bị trước

unqualified *adj.* không đủ tiêu chuẩn

unrealistic *adj.* không thực tế

unreasonable *adj.* bất hợp lý

unrest *n.* tình hình bất ổn, lộn xộn

unroll *v.t.* mở ra

unsafe *adj.* không an toàn

unsatisfactory *adj.* không thỏa đáng

unsettled *adj.* chưa ổn định, bấp bênh

unskilled *adj.* thiếu chuyên môn, không có khả năng chuyên môn, thiếu tay nghề, vụng về

unstable *adj.* bất ổn (*physically*); bất an (*emotionally*)

unstructured *adj.* thiếu hệ thống, không có hệ thống

unsuccessful *adj.* không thành công, thất bại

untie *v.t.* cởi dây

until *prep./conj.* đến, cho đến

untrue *adj.* sai, không đúng

unusual *adj.* khác thường

unwell *adj.* đau, bệnh, ốm, không (được) khỏe

unwrap *v.t.* mở (*a package*)

up *adj.* hết giờ (*time*); *adv./prep.* lên (*the stairs, in price*); **wake ~** thức dậy; **get ~** *id.* ngủ dậy; **give ~** *id.* bỏ; **~ to (you)** *id.* tùy anh/chị

upbringing *n.* sự nuôi dưỡng

update *n.* cập nhật; *v.t.* cập nhật hóa

upgrade *n.* sự nâng cấp; *v.t.* nâng cấp

uphill *adv.* lên dốc; *adj.* dốc; ~ **battle** *n.* khó khăn, chật vật

upkeep *n.* sự bảo quản, việc bảo quản

upon *prep.* trên; ngay khi (*arrival, receipt, etc.*)

upper *adj.* trên

uproar *n.* sự náo loạn, sự náo động

upset *n.* sự bất ngờ (*in sports, politics*); *v.t.* gây bực bội, gây bực tức (*emotionally*); gây bất ngờ (*in sports*)

upsetting *adj.* gây bực bội, gây bực tức, gây khó chịu

upside down *adv.* lộn ngược

upstairs *adj./adv.* trên lầu, trên gác

upstream *adj./adv.* ngược dòng

up-to-date *adj.* cập nhật

upward *adv.* đi lên

urban *adj.* thành thị, đô thị

urge *n.* sự thúc đẩy; *v.t.* thúc đẩy

urgency *n.* sự cấp bách

urgent *adj.* cấp bách

urinary *adj.* đường tiểu

urinate *v.i.* tiểu, tiểu tiện

urine *n.* nước tiểu, nước đái

urn *n.* (cái) lư

urologist *n.* bác sĩ (khoa) tiết niệu

urology *n.* khoa tiết niệu

us *pron.* chúng tôi (*excluding the listener*); chúng ta (*including the listener*), chúng mình (*intimate*)

usage *n.* sự sử dụng, cách dùng

use *n.* sự sử dụng; *v.t./v.i.* dùng, sử dụng (*utilize*)

used *adj.* cũ, sang tay; ~ **to** *id.* quen, quen với

useful *adj.* hữu dụng, hữu ích

useless *adj.* vô dụng, vô ích

user *n.* người sử dụng

usher *n.* người chỉ chỗ

usual *adj.* thông thường

usually *adv.* thường, thường thường

usurer *n.* người cho vay nặng lãi

usury *n.* sự cho vay nặng lãi

utensil *n.* dụng cụ, đồ dùng

uterus *n.* tử cung, dạ con

utility *n.* dịch vụ (*gas, water, electric, etc.*)

utilize *v.t.* sử dụng, dùng

utmost *adj.* hết sức

utter *adj.* hoàn toàn; *v.t.* thốt ra

utterance *n.* lời thốt ra, lời nói

V

vacancy *n.* còn phòng trống (*hotel*)

vacant *adj.* trống

vacation *n.* kỳ nghỉ

vaccinate *v.t.* chích ngừa, chủng ngừa

vaccination *n.* sự tiêm chủng, sự chích ngừa, sự chủng ngừa

vaccine *n.* vắc-xin, thuốc chích ngừa

vacuum *n.* chân không (*in outer space*); *v.t.* hút bụi

vacuum cleaner *n.* máy hút bụi

vagina *n.* âm đạo

vague *adj.* mơ hồ

vain *adj.* kiêu căng (*conceited*); vô ích (*fruitless*); **in ~** *id.* vô ích, thất bại

valet *n.* hầu cận

valet parking *n.* có người lái xe vào chỗ đậu

valiant *adj.* dũng cảm

valid *adj.* chính đáng (*just*); hiệu lực (*effective*); hợp lệ (*officially acceptable*); xác thực (*true, sensible*)

validate *v.t.* xác nhận (*confirm*)

validity *n.* sự xác thực, sự hiệu lực

valley *n.* thung lũng

valuable *adj.* quý giá

valuables *n./pl.* những đồ vật quý giá

value *n.* giá trị (*worth*); nguyên tắc (*principle*); *v.t.* trân trọng, quý, coi trọng (*a person, an opinion, etc.*)

valve *n.* (cái) van

van *n.* xe van/ven

vandalism *n.* sự phá hoại

vandalize *v.t.* phá hoại

vanilla *n.* (chất) va-ni

vanish *v.i.* biến mất

vapor *n.* hơi

variable *n.* biến số (*in math*); *adj.* dễ thay đổi

variation *n.* sự biến đổi

varied *adj.* đa dạng

variety *n.* sự đa dạng, nhiều

various *adj.* vài (*several*); nhiều loại (*of many kinds*)

varnish *n.* vẹc-ni; *v.t.* đánh vẹc-ni

vary *v.t./v.i.* thay đổi (*change*); đa dạng hóa (*make diverse*)

vase *n.* lọ hoa, bình bông

vasectomy *n.* cắt ống dẫn tinh

Vaseline *tm* va-zơ-lin

vast *adj.* mênh mông

vat *n.* (cái) bể

vault *n.* kho ngân hàng (*bank*); nhà mồ (*burial*)

VCR (*abbr.* **video cassette recorder**) đầu máy vi-đi-ô

vegan *n.* người ăn chay

vegetable *n.* rau

vegetarian *n.* người ăn chay; *adj.* chay, ăn chay

vegetation *n.* thực vật, cây cỏ

vehement *adj.* dữ dội, mãnh liệt

vehicle *n.* xe

veil *n.* mạng che mặt

vein *n.* mạch máu (*anat.*)

velvet *n.* (vải) nhung

vending machine *n.* máy bán hàng tự động

vendor *n.* người bán hàng (*in a market*); **street ~** *n.* người bán hàng rong

venerable *adj.* đáng kính, đáng tôn kính

venerate *v.t.* tôn kính

venereal *adj.* hoa liễu

venereal disease *n.* bệnh hoa liễu

vengeance *n.* sự trả thù, sự báo thù

venom *n.* nọc độc (*of a snake*)

venomous *adj.* độc (*snake, person*); độc ác, độc địa (*person*)

vent *n.* lỗ thông khí, lỗ thông hơi (*air*); *v.t.* thoát hơi (*gas, etc.*); trút (*emotion*)

ventilate *v.t.* làm thoáng khí

ventilation *n.* hệ thống làm thoáng khí

ventilator *n.* máy làm thoáng khí; máy hô hấp nhân tạo (*med.*)

venture *n.* kinh doanh; **joint ~** *n.* liên doanh

veranda *n.* hiên, hàng hiên, hè

verb *n.* động từ

verbal *adj.* lời, lời nói, bằng lời

verbatim *adv.* nguyên văn, từng chữ một

verdict *n.* lời phán quyết (*in a trial*)

verge *n.* ven, bờ

verification *n.* sự xác minh

verify *v.t.* xác minh

vernacular *n.* tiếng bản địa, bản ngữ (*native language*); *adj.* bản địa, bản ngữ

versatile *adj.* đa tài

verse *n.* thơ, văn vần

version *n.* lời tường thuật, lời thuật lại (*of a story, etc.*); bản (*of a computer program*)

versus *prep.* đối đầu với, chống lại

vertebra *n.* đốt xương sống

vertical *adj.* thẳng đứng

vertigo *n.* sự chóng mặt

very *adv.* rất, rất là, lắm

vessel *n.* tàu (*ship*); mạch máu (*blood*); tách, lọ, bình (*container*)

vest *n.* áo gi-lê, áo ấm không tay (*clothing*)

veteran *n.* cựu chiến binh (*of a war*); *adj.* cựu chiến binh

veterinarian *n.* bác sĩ thú y

veterinary *adj.* thú y

veto *n.* quyền phủ quyết; *v.t.* phủ quyết

via *prep.* bằng, qua

viable *adj.* có thể thực hiện được, khả thi

vial *n.* (cái) ve

vibrant *adj.* tấp nập (*city, etc.*); sống động (*personality*)

vibrate *v.i.* rung

vibration *n.* độ rung

vice *n.* tội lỗi

vice president *n.* phó tổng thống (*of a nation*); phó giám đốc (*of a corporation*)

vice versa *adv.* ngược lại

vicinity *n.* khu, vùng (*neighborhood*); vùng phụ cận, vùng lân cận (*surrounding region*)

vicious *adj.* hung dữ (*animal*); dữ dội (*storm*)

vicious circle *n.* vòng lẩn quẩn
victim *n.* nạn nhân
victor *n.* kẻ chiến thắng
victorious *adj.* chiến thắng, đắc thắng
victory *n.* sự chiến thắng
video *n.* vi-đê-ô
video camera *n.* máy quay phim
video cassette *n.* băng vi-đê-ô
video cassette recorder (VCR) *n.* đầu máy vi-đê-ô
video game *n.* trò chơi vi-đê-ô
video recorder *n.* đầu máy vi-đê-ô
videotape *n.* băng ghi hình
Vietnamese *n.* người Việt, người Việt Nam (*person*); tiếng Việt (*language*); *adj.* Việt, Việt Nam; **overseas ~** *n.* người Việt hải ngoại
view *n.* cảnh (*scenery, landscape, etc.*); ý kiến, quan điểm (*opinion*); cái nhìn (*perspective*); *v.t.* xem
viewpoint *n.* quan điểm
vigilance *n.* sự cảnh giác
vigilant *adj.* cảnh giác
vigor *n.* sự hăng say
vigorous *adj.* hăng say
villa *n.* biệt thự, vi-la
village *n.* (ngôi) làng
villager *n.* (người) dân làng
vine *n.* cây nho
vinegar *n.* giấm
vineyard *n.* vườn nho
violate *v.t.* vi phạm
violation *n.* sự vi phạm; **traffic ~** *n.* sự vi phạm luật giao thông
violence *n.* bạo lực
violent *adj.* hung bạo
violet *n.* hoa vi-ô-lét, bông vi-ô-lét; *adj.* (màu) tím
violin *n.* (đàn) vĩ cầm, (đàn) vi-ô-lông
VIP (**very important person** *abbr.*) nhân vật quan trọng
viral *adj.* nhiễm siêu vi khuẩn, nhiễm vi-rút
viral infection *n.* nhiễm siêu vi khuẩn, nhiễm vi-rút
virgin *n.* trinh nữ
virile *adj.* nam tính

virility *n.* nam tính
virtual *adj.* hầu như
virtually *adv.* hầu như
virtue *n.* đức tính, tính tốt
virus *n.* siêu vi khuẩn, vi-rút
visa *n.* thị thực
visibility *n.* tầm nhìn
visible *adj.* rõ rệt
vision *n.* thị giác (*sight*); nhìn xa (*foresight*)
visionary *n.* nhà tiên tri; *adj.* nhìn xa
visit *n.* sự viếng thăm; *v.t.* thăm, đi thăm, viếng thăm
visitor *n.* khách
visor *n.* (mũ) lưỡi trai; **sun ~** *n.* tấm che nắng (*in a car*)
vista *n.* viễn cảnh
visual *adj.* thị giác
vital *adj.* quan trọng, có tính cách sinh tử
vitality *n.* sinh khí
vitamin *n.* sinh tố, vi-ta-min
vivid *adj.* sinh động
vocabulary *n.* ngữ vựng, từ vựng
vocal *adj.* nói thẳng, thẳng thắn (*outspoken*)
vocal cords *n.* dây thanh âm (*anat.*)
vocation *n.* nghề nghiệp
vocational school *n.* trường dạy nghề
vogue *n.* thời thượng
voice *n.* giọng nói; *v.t.* nói lên, bày tỏ
voice mail *n.* hộp thư/thơ nhắn
void *n.* sự trống rỗng (*emptiness*); *adj.* vô hiệu lực (*contract, agreement, etc.*)
volatile *adj.* dễ bùng nổ (*situation*); dễ bay hơi (*compound, substance, etc.*)
volcano *n.* núi lửa, hỏa diệm sơn
volleyball *n.* (môn) bóng chuyền
volt *n.* vôn
voltage *n.* điện áp
volume *n.* thể tích, dung lượng, dung tích (*capacity*); khối lượng (*mass*); độ lớn (*loudness*)
voluntary *adj.* tình nguyện, tự nguyện, xung phong
volunteer *n.* người tình nguyện,

người xung phong; *v.i./v.t.* tình nguyện

vomit *n.* sự nôn ói, sự nôn mửa; *v.i.* nôn, ói, mửa

vote *n.* lá phiếu; *v.i.* bỏ phiếu, bầu

voter *n.* cử tri

voting booth *n.* phòng (bỏ) phiếu

vouch *v.i.* bảo đảm

vow *n.* lời thề; *v.t.* thề

vowel *n.* nguyên âm

voyage *n.* (cuộc) hành trình

vulgar *adj.* tục tần, thô tục

vulgarity *n.* sự tục tần, sự thô tục

vulnerable *adj.* dễ bị dụ dỗ (*open to temptation*); dễ bị hại (*to being hurt*)

W

wad *n.* cục (*of gum, paper, etc.*)

wade *v.i.* lội (*in water*)

wafer *n.* bánh xốp

wag *v.t./v.i.* vẫy đuôi

wage *n.* lương, tiền công

wagon *n.* xe ngựa (*horse*); xe bò (*ox*)

wail *n.* tiếng khóc than, tiếng than khóc; *v.i./v.t.* khóc than, than khóc (*in mourning*)

waist *n.* eo

wait *n.* sự chờ đợi; *v.i.* chờ, đợi, chờ đợi; **~ on** *v.t.* hầu, phục vụ (*someone*)

waiter *n.* (người) hầu bàn, (người) bồi bàn

waiting list *n.* danh sách chờ, danh sách đợi

waiting room *n.* phòng chờ, phòng đợi

waitress *n.* (người) hầu bàn nữ, (người) bồi bàn nữ

waive *v.t.* (tạm) miễn

waiver *n.* giấy xác nhận tạm miễn

wake *v.t.* đánh thức; *v.i.* thức, thức dậy

walk *n.* cuộc đi dạo, cuộc tản bộ; *v.t./v.i.* đi bộ; **take a ~** đi dạo, đi tản bộ

walker *n.* khung tay chống (*for the elderly or disabled*)

walking *adj.* đi bộ

walking stick *n.* can, gậy, gậy chống

walkway *n.* lối đi bộ, đường đi bộ

wall *n.* tường, vách

wallet *n.* ví, bóp

wallpaper *n.* giấy dán tường

walnut *n.* (hột) hạch đào

wand *n.* đũa thần (*magic*)

wander *v.i./v.t.* lang thang

want *n.* sự thiếu thốn; *v.t.* muốn

war *n.* chiến tranh

ward *n.* khu (*in a hospital*); **maternity ~** *n.* khu hộ sản

wardrobe *n.* quần áo (*clothing*); tủ quần áo (*for storage*)

warehouse *n.* kho hàng, kho hàng hóa

wares *n./pl.* hàng, hàng hóa

warm *adj.* ấm (*temperature, clothing*); nồng hậu (*cordial*); **~ up** *v.t.* hâm (*food*); *v.i.* khởi động (*in exercise*)

warmth *n.* sự ấm áp

warn *v.t.* báo trước (*give notice of possible danger, etc.*); cảnh cáo (*admonish*)

warning *n.* lời báo trước; lời cảnh cáo

warrant *n.* trát (*legal*)

warranty *n.* (sự) bảo đảm

warrior *n.* chiến sĩ

wart *n.* mụn cóc

wartime *n.* thời chiến

wary *adj.* coi chừng, đề phòng (*on guard*); thận trọng (*cautious*)

war zone *n.* vùng giao chiến

wash *v.t.* rửa (*hands, face, car, etc.*); gội (*hair*); giặt (*clothing*)

washable *adj.* có thể giặt; giặt được

washboard *n.* ván giặt

washcloth *n.* khăn mặt

washing machine *n.* máy giặt

wasp *n.* ong bò vẽ

waste *n.* sự phung phí (*useless consumption*); rác (*garbage*); *v.t.* phung phí (*squander*); *adj.* thải; **go to ~** *id.* mai một (*talent*); lãng phí (*money, food, etc.*)

wastebasket *n.* giỏ rác, sọt rác

wasteful *adj.* phí phạm

watch n. đồng hồ đeo tay (*time-piece*); v.t./v.i. xem, coi; **~ out** v.i. coi chừng

watchband n. dây đồng hồ

watchdog n. chó giữ nhà (*animal*); người giám sát (*person*); tổ chức giám sát (*organization*)

watchful adj. cẩn thận

watchman n. người canh gác

water n. nước; v.t. tưới; **running ~** n. nước máy, nước rô-bi-nê; **hot ~** n. rắc rối, khó khăn

water buffalo n. (con) trâu; Sửu (*in Vietnamese zodiac*)

watercolor n. (bức) tranh màu nước; adj. màu nước

waterfall n. thác, thác nước

waterfront n. khu bến cảng

watermelon n. (quả) dưa hấu, (trái) dưa hấu

waterproof adj. không thấm nước

water puppet n. múa rối nước

water ski n. (môn) trượt nước; **water-ski** v.i. trượt nước

water supply n. sự cung cấp nước

water taxi n. ca-nô chở khách

watery adj. nhiều nước, loãng

watt n. oát, đơn vị điện

wattage n. công suất điện

wave n. sóng (*in water*); vẫy chào (*goodbye*); v.t. vẫy

waver v.i. lưỡng lự (*hesitate*)

wax n. sáp; v.t. đánh bóng (*a car*)

way n. cách (*manner*); lối đi (*path*); **by the ~** id. à này, tiện đây; **go out of one's ~** id. cất công; **in the ~** id. cản trở, cản đường; **no ~** id. không thể nào; **out of the ~** id. xa xôi; **under ~** id. đang xảy ra; **one-~** adj. một chiều

wayward adj. bướng bỉnh

we pron. chúng tôi (*excluding the listener*); chúng ta (*including the listener*); chúng mình (*intimate*)

weak adj. yếu

weaken v.t./v.i. làm cho suy yếu

weakness n. sự yếu đuối (*physical*); điểm yếu, khuyết điểm (*in someone's character*)

wealth n. sự giàu có

wealthy adj. giàu có

wean v.t. cai; cai sữa (*a baby*)

weapon n. vũ khí

wear v.t. mặc (*clothing*); mang (*shoes, glasses, jewelry, etc.*); **~ out** v.i. làm kiệt sức (*a person*); làm mòn (*clothing*)

weary adj. mỏi mệt, mệt mỏi

weather n. thời tiết; **under the ~** id. không (được) khỏe

weather report n. bản tin thời tiết

weave v.t. dệt

weaver n. thợ dệt

web n. màng/mạng nhện (*spider*); **Web** n. Mạng, mạng lưới toàn cầu (*world wide web*)

Web page n. trang web

Web site n. trang web, trang trên mạng

wedding n. đám cưới

wedding dress n. áo cưới

wedding reception n. tiệc cưới

wedding ring n. nhẫn cưới

wedge n. miếng (*of cheese, pie*)

Wednesday n. thứ tư

weed n. cỏ dại; v.t./v.i. nhổ cỏ (*a garden*)

week n. tuần (lễ); **per ~** một tuần

weekday n. ngày trong tuần, ngày làm việc

weekend n. cuối tuần

weekly adj./adv. hàng tuần

weep v.i. khóc

weigh v.t. cân

weight n. trọng lượng, sức nặng (*in kilograms, pounds, etc.*); tạ (*for exercise*); trái cân, quả cân (*for a scale*); **gain ~** lên cân, lên kí; **lose ~** xuống cân, xuống kí

weird adj. kỳ quặc

welcome n. sự chào đón; v.t. chào đón; interj. chào mừng; adj. tiếp đón ân cần; **You're ~** Không có gì, Không có chi

weld v.t. hàn

welfare n. trợ cấp xã hội; **on ~** id. hưởng trợ cấp xã hội, ăn trợ cấp

well n. giếng (*for water*); adj. khỏe

(*healthy*); *adv.* giỏi (*in an excellent way*); cẩn thận, chu đáo (*carefully, thoroughly*); **as ~** *id.* luôn thể; **as ~ as** *id.* cùng với

well-done *adj.* giỏi (*task*); chín (*meat*)

well-known *adj.* nổi tiếng

well-off *adj.* giàu có

west *n.* (phía) tây (*direction*); (miền) tây (*region*); *adj.* (phía) tây, (miền) tây; *adv.* (về hướng) tây; **the West** *n.* Phương Tây; **West Coast** *n.* Miền Tây; **go ~** đi về hướng Tây

Western² *adj.* Tây phương

western¹ *adj.* tây

westernize *v.t.* tây phương hóa, âu hóa

wet *adj.* ướt, ẩm ướt

wetlands *n./pl.* vùng đầm lầy

wet season *n.* mùa mưa

wet suit *n.* bộ đồ lặn

whale *n.* (con) cá voi

wharf *n.* bến tàu, bến cảng, cầu tàu

what *adj.* gì; *pron.* gì, cái gì; **~ if** *id.* giả sử, nếu

whatever *adj.* bất cứ (cái) gì; *pron.* bất cứ cái gì

wheat *n.* lúa mì

wheel *n.* bánh xe (*of a vehicle*); tay lái, vô-lăng (*steering*)

wheelbarrow *n.* xe cút kít

wheelchair *n.* xe lăn

wheeze *n.* tiếng khò khè; *v.i.* thở khò khè

when *adv.* khi nào (*future*); hồi nào (*past*); *conj.* khi

whenever *conj.* bất cứ khi nào, bất cứ lúc nào

where *adv.* đâu; *conj.* nơi

wherever *conj.* bất cứ nơi đâu, bất cứ nơi nào

whether *conj.* có ... hay không

which *adj.* nào; *pron.* cái nào (*thing*); người nào (*person*)

whichever *adj.* bất cứ ... nào; *pron.* bất cứ ... nào

while *n.* một lúc, một khoảng thời gian; *conj.* trong khi

whip *n.* (cây) roi; *v.t.* quất (*a person*); đánh (*in cooking*)

whirl *v.i.* xoay tròn, quay cuồng

whirlpool *n.* dòng nước xoáy

whisk *n.* đồ đánh trứng; *v.t.* đánh (*in cooking*)

whiskers *n./pl.* râu, râu ria

whiskey *n.* rượu uít-ki

whisper *n.* lời thì thầm; *v.i.* thì thầm

whistle *n.* (cái) còi (*instrument*); tiếng còi (*sound*); *v.i.* huýt gió

white *adj.* (màu) trắng (*color*); da trắng (*Caucasian*)

White House *n.* Tòa Bạch Ốc, Tòa Bạch Cung (*respectful*); Nhà Trắng (*disrespectful*)

whiten *v.t.* làm trắng

whiteout *n.* thuốc bôi tẩy

whitewash *n.* nước vôi; *v.t.* quét vôi (*with lime, etc.*); che đậy (*mistakes, faults*)

who *pron.* ai (*question word*); mà (*to introduce a clause*)

whoever *pron.* người mà, ai mà

whole *adj.* toàn vẹn

whole milk *n.* sữa béo

wholesale *adj./adv.* bán sỉ; *v.t./v.i.* bán sỉ

wholesome *adj.* bổ dưỡng (*food*); lành mạnh (*entertainment*)

whom *pron.* mà

whose *adj.* của

why *adv./conj.* tại sao, vì sao

wick *n.* bấc

wicked *adj.* độc ác

wide *adj.* rộng

widely *adv.* rộng rãi

widen *v.t.* mở rộng

widespread *adj.* lan rộng

widow *n.* góa phụ, người đàn bà góa chồng

widower *n.* người đàn ông góa vợ

width *n.* chiều rộng, bề rộng

wield *v.t.* sử dụng (*a knife, a tool, etc.*)

wife *n.* (người) vợ

wig *n.* (bộ) tóc giả

wild *adj.* hoang (*animal*); dại (*plants*)

wilderness *n.* vùng hoang dã, miền hoang dã

wildflower n. hoa dại, bông dại

wildlife n. thú hoang

will n. ý chí (*determination*); di chúc (*legal document*); aux. v. sẽ

willing adj. sẵn sàng

willingly adv. sẵn sàng

willow n. (cây) liễu, (cây) dương liễu

willpower n. nghị lực

wilt v.i./v.t. héo, héo úa

win n. sự chiến thắng; v.t./v.i. thắng

wind n. (cơn) gió; v.t. cuốn (*string*); lên dây (*a clock*)

windchimes n./pl. chuông gió

winding adj. quanh co, ngoằn ngoèo

windmill n. cối xay gió

window n. cửa sổ

windowsill n. thành cửa sổ, bệ cửa sổ

windshield n. kính chắn gió, kiếng chắn gió

windshield wiper n. (cái) gạt nước

windy adj. nhiều gió

wine n. rượu vang; **red ~** n. rượu vang đỏ; **white ~** n. rượu vang trắng; **rice ~** n. rượu để

wing n. cánh (*of a bird, plane, political party*)

wink n. cái nháy mắt; v.i. nháy mắt

winner n. người thắng cuộc, kẻ chiến thắng

winnow n. máy thổi trấu (*machine*); v.t./v.i. thổi trấu (*grain*)

winter n. mùa đông; adj. mùa đông

wipe v.t. lau, chùi; **~ (off)** lau sạch, chùi sạch; **~ out** v.t. quét sạch, tận diệt; **baby ~s** n./pl. giấy chùi đít trẻ em

wire n. dây kẽm (*metal*); điện tín (*telegram*); v.t. gắn máy nghe trộm (*a house*); chuyển tiền (*money*)

wireless adj. nối mạng không dây, nối mạng vô tuyến (*computer*)

wisdom n. sự khôn ngoan

wisdom tooth n. răng khôn

wise adj. khôn ngoan

wish n. lời ước/chúc; v.t. ước, chúc

wit n. trí khôn, trí thông minh

witch n. (mụ) phù thủy, (bà) phù thủy

with prep. với

withdraw v.t. rút lui (*troops, etc.*); rút tiền (*money*)

withdrawal n. sự rút lui (*of troops*); sự rút tiền (*of money*)

withhold v.t. giữ lại

within adv. bên trong; prep. trong vòng

within reason id. trong giới hạn, phải hợp lý

without prep. không có

withstand v.t. chống lại, chống cự; chịu đựng (*losses*)

witness n. nhân chứng; v.t. chứng kiến

witty adj. dí dỏm

wok n. (cái) chảo

wolf n. (con) chó sói

woman n. (người) đàn bà

womb n. tử cung, dạ con

wonder v.i./v.t. tự hỏi

wonderful adj. tuyệt vời, tuyệt diệu

wood n. gỗ; củi (*as fuel*); adj. gỗ, bằng gỗ

woodblock n. bản khắc gỗ

woodcarving n. chạm trổ trên gỗ

woods n./pl. rừng

wool n. len

woolen adj. len, bằng len

word n. từ, chữ

word for word adv. từng từ một, từng chữ một; adj. từng từ một, từng chữ một

word of mouth n. (lời) truyền miệng, (lời) truyền khẩu

word processing n. sự thảo văn

word processor n. chương trình thảo văn

work n. việc làm (*employment*); tác phẩm (*of art*); v.i. làm việc (*labor*); chạy tốt (*operate effectively*); **at ~** id. đang làm việc

workbook n. cuốn bài tập

workday n. ngày công, ngày làm việc

worker n. công nhân

work force n. lực lượng lao động

working papers n./pl. giấy phép làm việc

work of art n. tác phẩm, tác phẩm nghệ thuật

work off *v.t.* làm việc để trả nợ (*a debt*)

work out *v.t.* giải quyết (*a problem*); tập thể dục (*at the gym*);

work permit *n.* giấy phép làm việc

workplace *n.* sở, sở làm

workshop *n.* hội thảo

world *n.* thế giới

World Bank, the *n.* Ngân Hàng Thế Giới

World Health Organization, the *n.* Tổ Chức Y Tế Thế Giới

World War I *n.* Đệ Nhất Thế Chiến, Thế Chiến Thứ Nhất

World War II *n.* Đệ Nhị Thế Chiến, Thế Chiến Thứ Hai

worldwide *adj.* toàn cầu

World Wide Web *n.* Mạng Lưới Toàn Cầu

worm *n.* (con) giun, (con) trùng

wormy *adj.* đầy giun, đầy trùng

worn-out *adj.* kiệt sức

worried *adj.* lo lắng, lo âu

worry *n.* nỗi lo, nỗi lo âu, sự lo lắng; *v.i.* lo lắng, lo âu

worse *adj./adv.* tệ hơn, dở hơn

worship *n.* sự tôn sùng; *v.t./v.i.* tôn sùng; **freedom of ~** *n.* tự do tín ngưỡng

worshiper *n.* kẻ tôn sùng

worst *adj./adv.* tệ nhất, dở nhất; **at (the) ~** *id.* trong tình huống xấu nhất

worth *n.* giá trị; *prep.* xứng đáng

worthless *adj.* vô giá trị, vô dụng

worthwhile *adj.* xứng đáng

would *aux. v.* sẽ; **~ like** *id.* muốn

wound *n.* vết thương, thương tích; *v.t.* gây thương tích

wounded *n./pl.* người bị thương; *adj.* bị thương

wow *interj.* ồ, chà

wrap *v.t.* gói

wrapping paper *n.* giấy gói

wrath *n.* cơn thịnh nộ

wreath *n.* vòng hoa

wreck *n.* sự hư hại; *v.t.* làm hư hại

wrench *n.* mỏ lết (*tool*)

wrestle *v.t.* vật lộn

wrestler *n.* nhà đô vật

wrinkle *n.* nếp nhăn; *v.i.* tạo nếp nhăn

wrist *n.* cổ tay

wristwatch *n.* đồng hồ đeo tay

write *v.t.* viết; **~ down** *v.i.* ghi chép, viết xuống

writer *n.* nhà văn, văn sĩ

writing *n.* nghề viết văn; **in ~** viết thành văn bản

wrong *adj.* sai, trật

X

xenophobia *n.* sự bài ngoại

xenophobic *adj.* bài ngoại

Xerox *tm* máy phô-tô

Xmas (*abbr.* **Christmas**) Giáng Sinh, Nô-en

X-ray *n.* quang tuyến X, tia X; *v.t.* chụp quang tuyến X

Y

yacht *n.* du thuyền

yam *n.* khoai lang

yang *n.* dương

yank *v.t.* kéo mạnh, giật, giụt

yard *n.* yard (*unit of measurement*); sân (*for livestock, playing*)

yarn *n.* len

yawn *n.* cái ngáp; *v.i.* ngáp

year *n.* năm; **lunar ~** *n.* năm âm lịch, năm ta; **solar ~** *n.* năm dương lịch, năm tây

year-round *adj./adv.* quanh năm

yearly *adj./adv.* hàng năm

yearn *v.i.* khao khát

yeast *n.* men

yell *n.* hét; *v.i.* hét

yellow *adj.* (màu) vàng

yellow light *n.* đèn vàng

yellow pages *n./pl.* danh bạ điện thoại, (quyển/cuốn) niên giám điện thoại

yes *adv.* vâng, dạ, dạ vâng (*more formal, used with peers or older people*); ừ, ờ (*informal, used with younger people*)

yesterday *n.* (ngày) hôm qua

yet *adv.* chưa; *conj.* tuy nhiên

yield *n.* sản lượng (*in production*);
  v.t. sản xuất (*agriculture*); mang
  lại (*finance*)

yin *n.* âm

yin and yang *n.* thuyết âm dương

yoga *n.* yo-ga

yogurt *n.* sữa chua, ya-ua

yoke *n.* (cái) ách; *v.t.* đặt ách lên (*a draft animal*)

yolk *n.* lòng đỏ

yonder *adv.* đằng kia

you *pron.* anh (*older brother, male peer*); chị (*older sister, female peer*); em (*younger person, student*); cô (*aunt, older woman who is younger than one's parents*); chú (*uncle, older male who is younger than one's parents*); bác (*uncle, aunt, peers/friends of one's parents*); cháu (*niece, nephew, grandchild, young child*); bà (*grandmother, title of respect for senior woman*); ông (*grandfather, title of respect for senior man*)

young *n.* thanh thiếu niên (*young people, e.g. teens, early 20's*); *adj.* trẻ, trẻ tuổi

your *adj.* của anh/chị/em

yourself *pron.* chính anh/chị/em

youth *n.* tuổi trẻ

youth hostel *n.* quán trọ thanh niên

youthful *adj.* trẻ trung

yo-yo *n.* (cái) yô-yô

yummy *adj.* ngon

Z

zany *adj.* lố lăng, nhố nhăng

zeal *n.* lòng hăng say

zealot *n.* kẻ quá khích

zealous *adj.* hăng say

zebra *n.* (con) ngựa vằn

Zen *n.* Thiền Đạo; **~ Buddhism** *n.*
  Thiền Đạo; **~ Buddhist** *n.* tín đồ
  Thiền Đạo

zenith *n.* cực đỉnh

zero *num./adj.* (số) không, zê-rô

zest *n.* lòng hăng say

zigzag *n.* ngoằn ngoèo, chữ chi; *v.i.*
  đi ngoằn ngoèo, đi theo hình chữ
  chi

zinc *n.* kẽm

zip *v.t.* kéo phẹc-mơ-tuya (*a coat, pants, etc.*)

zip code *n.* mã số bưu điện

zipper *n.* (cái) phẹc-mơ-tuya

zither *n.* đàn thập lục (*16 string*);
  đàn tam thập lục (*36 string*)

zodiac *n.* hoàng đạo (*eastern*)

zone *n.* vùng; **time ~** *n.* múi giờ

zoo *n.* sở thú, vườn bách thú, thảo
  cầm viên

zoological *adj.* động vật học

zoology *n.* động vật học

zoom *n.* ống kính phóng gần; **~ in**
  v.i. phóng gần; **~ out** *v.i.* phóng
  xa; **~ in on** *v.t.* phóng gần vào

zoom lens *n.* ống kính phóng gần

Appendix III

English-Vietnamese Food Terms

almond *n.* (hạt) hạnh nhân
annatto seed *n.* (hạt/hột) điều đỏ
apple *n.* (quả/trái) táo
apricot *n.* (quả/trái) mơ
avocado *n.* (quả/trái) bơ

baguette *n.* bánh mì Pháp
bamboo shoot *n.* măng
banana *n.* (quả/trái) chuối
banana blossom *n.* bắp chuối
banana leaf *n.* lá chuối
basil *n.* (rau) húng quế (*Thai*)
bean curd (tofu) *n.* đậu phụ, đậu hũ
bean thread noodles *n./pl.* miến, bún tàu
beef *n.* thịt bò
biscuit *n.* bánh (bích) quy
bitter melon *n.* khổ qua, mướp đắng
bok choy *n.* cải bẹ trắng
broccoli *n.* súp-lơ xanh
butter *n.* bơ

cabbage *n.* cải bắp, bắp cải
cake *n.* bánh ngọt, bánh ga-tô
caramel *n.* đường thắng màu, nước màu
carrot *n.* (củ) cà-rốt
cashew *n.* (hạt/hột) điều
cassava *n.* khoai mì
catfish *n.* cá bông lau
cauliflower *n.* súp-lơ
celery *n.* cần tây
cellophane noodles *n./pl.* miến, bún tàu
champagne *n.* sâm-banh
chayote *n.* su su
cheese *n.* phó-mát, phô-mai
cherry *n.* (quả/trái) anh đào
chicken *n.* thịt gà
chili paste *n.* tương ớt tỏi
chili pepper *n.* (quả/trái) ớt
chili sauce *n.* tương ớt
chives *n.* hẹ (*Chinese or garlic*)

chocolate *n.* sô-cô-la
cilantro *n.* (rau) ngò
cinnamon *n.* quế
clay pot *n.* (cái) tộ
coconut *n.* (quả /trái) dừa
coconut milk *n.* nước dừa
coffee *n.* cà-phê; cà-phê sữa (*Vietnamese-style, with condensed milk*)
condensed milk *n.* sữa đặc
corn *n.* ngô, bắp
crab *n.* cua
crepe *n.* bánh xèo (*southern Vietnamese-style*); bánh khoái (*Hue-style*)
croissant *n.* bánh sừng bò
cucumber *n.* dưa chuột, dưa leo
curry *n.* cà-ri
custard apple *n.* măng cầu (ta), na
cuttlefish *n.* mực

daikon radish *n.* củ cải trắng
dill *n.* (rau) thì là
dog meat *n.* thịt chó, thịt cầy
dragon fruit *n.* thanh long
duck *n.* thịt vịt
dumpling *n.* bánh bao
durian *n.* sầu riêng

eel *n.* lươn
egg *n.* trứng
egg noodles *n./pl.* mì
eggplant *n.* cà tím (*Japanese*); cà pháo (*globe*)

fish *n.* cá
fish sauce *n.* nước mắm
five spice powder *n.* bột ngũ vị hương, hương liệu
French bread *n.* bánh mì Pháp
French fries *n./pl.* khoai tây rán, khoai tây chiên
fried rice *n.* cơm chiên

frog *n.* ếch
galangal *n.* riềng
garlic *n.* tỏi
ginger *n.* gừng
ginseng *n.* nhân sâm, sâm
glutinous rice *n.* gạo nếp
grape *n.* (quả/trái) nho
green papaya *n.* đu đủ xanh
guava *n.* (quả/trái) ổi

ham *n.* jăm-bông
hamburger *n.* thịt bò bằm miếng dẹp
hoisin sauce *n.* tương đen, tương ngọt
honey *n.* mật ong

ice cream *n.* kem

jackfruit *n.* (quả/trái) mít
jicama *n.* (củ) đậu, (củ) sắn

kumquat *n.* (quả/trái) quất

lamb *n.* thịt trừu, thịt cừu non
lemon grass *n.* sả
lettuce *n.* (rau) xà-lách
lily buds *n.* kim châm
lime *n.* (quả/trái) chanh
lime juice *n.* nước chanh
litchi *n.* (quả/trái) vải
liver *n.* gan
lobster *n.* tôm hùm
longan *n.* (quả/trái) nhãn
long bean *n.* đậu đũa
lotus root *n.* củ sen
lotus seed *n.* hạt sen, hột sen

mandarin *n.* (quả/trái) quýt
mango *n.* (quả/trái) xoài
mangosteen *n.* (quả/trái) măng cụt
manioc *n.* khoai mì
mayonnaise *n.* xốt may-ơ-ne
mint *n.* (rau) húng, bạc hà
moon cake *n.* bánh Trung Thu
mung bean *n.* đậu xanh
mung bean cake *n.* bánh đậu xanh
mung bean noodle *n./pl.* miến, bún tàu
mung bean sprout *n.* giá

mushroom *n.* nấm; nấm hương khô (*dried shitake mushrooms, Chinese black mushrooms*); nấm mèo khô (*wood ear mushrooms, black fungus [dried]*); nấm rơm (*straw mushrooms [canned]*)

noodle *n.* bánh; bánh hỏi (*extra-thin rice vermicelli*); bánh phở (*flat rice noodles, rice sticks*); bún (*rice vermicelli*); bún tàu (*cellophane noodles, mung bean noodles, bean thread noodles*); mì

octopus *n.* bạch tuộc
okra *n.* (quả/trái) đậu bắp
oil *n.* dầu
omelet(te) *n.* trứng tráng, trứng ốp-lết
onion *n.* hành
orange *n.* (quả/trái) cam
orange juice *n.* nước cam
organic *adj.* hữu cơ
oyster *n.* sò

pancake *n.* bánh bèo (*Vietnamese steamed rice flour, Hue specialty*)
papaya *n.* (quả/trái) đu đủ
peach *n.* (quả/trái) đào
peanut *n.* lạc, đậu phộng
peanut butter *n.* bơ lạc, bơ đậu phộng
peanut sauce *n.* tương lạc, tương đậu phộng
pear *n.* (quả/trái) lê
pepper *n.* tiêu (*spice*)
persimmon *n.* (quả/trái) hồng
pineapple *n.* (quả/trái) dứa, (quả/trái) khóm, (quả/trái) thơm
pizza *n.* bánh pi-za
pomelo *n.* (quả/trái) bưởi
popcorn *n.* ngô rang, bắp rang
pork *n.* thịt lợn, thịt heo
porridge *n.* cháo
potato *n.* khoai tây
prawn *n.* tôm lớn, tôm to
pumpkin buds *n.* rau bí

raisin *n.* nho khô
rambutan *n.* (quả/trái) chôm chôm

rice *n.* lúa (*in the field*); thóc (*harvested*); gạo (*processed, raw*); gạo nếp (*sticky raw*); cơm (*steamed*)

rice cake *n.* bánh chưng; bánh cốm; bánh dầy; bánh dẻo, etc. (*see Vietnamese-English food appendix*)

rice liquor *n.* rượu đế

rice papers *n.* bánh tráng (*dried*)

rice porridge *n.* cháo

rice powder *n.* thính (*roasted*)

rice sticks *n./pl.* bánh phở

rice vermicelli *n.* bún

rice vermicelli *n.* bánh hỏi (*extra-thin*)

rice wine *n.* rượu đế, rượu trắng; rượu nếp (*made from sticky rice*)

salad *n.* rau trộn

salad dressing *n.* dầu giấm (*oil and vinegar*)

salt *n.* muối

sandwich *n.* bánh xăng-uých (*American*); bánh mì thịt (*Vietnamese*)

sapodilla *n.* (quả/trái) hồng xiêm, (quả/trái) sa-bô-chê

sausage *n.* xúc-xích

scallion (spring onion) *n.* hành lá

seafood *n.* hải sản

sesame oil *n.* dầu mè

sesame seed *n.* mè

shortening *n.* mỡ (*fat*)

shrimp *n.* tôm

shrimp paste *n.* mắm tôm, mắm ruốc

smoothie *n.* sinh tố

snail *n.* ốc

snake *n.* thịt rắn (*meat*)

snake wine *n.* rượu rắn

soda water *n.* nước xô-đa

soursop *n.* mãng cầu xiêm

soybean sauce *n.* nước tương

soy milk *n.* sữa đậu nành

soy sauce *n.* xì dầu

spinach *n.* (rau) spi-nít

spring roll *n.* chả giò (*fried*); gỏi cuốn (*fresh*)

sprouts *n./pl.* giá (*mung bean*)

squid *n.* mực; **dried ~** *n.* mực khô, khô mực

star anise *n.* đại hồi hương, đại hồi

star apple *n.* vú sữa

starfruit *n.* (quả/trái) khế

steak *n.* bít-tết

stew *n.* bò kho (*beef*)

stir-fry *v.t.* xào

strawberry *n.* (quả/trái) dâu (tây)

sugarcane *n.* mía

sweet potato *n.* khoai lang

tamarind *n.* me

tangerine *n.* (quả/trái) quýt

tapioca (pearls) *n.* bột báng, hột bột sắn

taro root *n.* (củ) khoai môn

tea *n.* (nước) chè, (nước) trà

tofu *n.* đậu phụ, đậu hũ

tomato *n.* cà chua

turmeric *n.* bột nghệ

turkey *n.* thịt gà tây

veal *n.* thịt bê

vegetable *n.* rau

vinegar *n.* giấm

watermelon *n.* (quả/trái) dưa hấu

watermelon juice *n.* nước dưa hấu

watermelon seed *n.* hạt dưa, hột dưa

water spinach *n.* rau muống

whisky *n.* rượu uýt-ki

wine *n.* rượu vang (*from grapes*)

yogurt *n.* sữa chua

Appendix IV

English-Vietnamese Geographical Terms

Afghanistan A Phú Hãn
Africa Châu Phi
America Mỹ, Châu Mỹ, Mỹ Quốc
Asia Châu Á
Atlantic Ocean Đại Tây Dương
Australia Úc, Châu Úc, Úc Đại Lợi

Bangkok Băng-Cốc
Beijing Bắc Kinh
Belgium Bỉ
Ben Hai River Sông Bến Hải
Brazil Ba Tây
Buon Ma Thuot Buôn Mê Thuột

California Ca-li
Cambodia Cao Miên, Cam Bốt
Canada Gia Nã Đại; Ca-Na-Đa
 (*informal*)
Can Tho Cần Thơ
Cat Ba Island Đảo Cát Bà
China Trung Hoa, Trung Quốc;
 Trung Cộng (*Comm.*)
Cholon Chợ Lớn
Co Chien River Sông Cổ Chiên
Cuba Cu Ba

Dalat Đà Lạt
Danang Đà Nẵng
Denmark Đan Mạch
Dien Bien Phu Điện Biên Phủ
DMZ (Demilitarized Zone) Vùng
 Phi Quân Sự

East, the Phương Đông
East Asia Đông Á
Eastern Europe Đông Âu
Egypt Ai Cập
England Anh; Ăng-Lê (*informal*)
equator xích đạo, đường xích đạo
Europe Châu Âu
European Union Liên Minh Châu
 Âu

Fansipan Mountain Ngọn Phan-Xi-
 Păng
Far East Viễn Đông
Finland Phần Lan
France Pháp

Germany Đức
Greece Hy Lạp
Gulf of Thailand Vịnh Thái Lan
Gulf of Tonkin Vịnh Bắc Bộ

Haiphong Hải Phòng
Halong Bay Vịnh Hạ Long
Hanoi Hà Nội
Hawaii Hạ Uy Di
Hoang Lien Son Mountains Dãy
 Núi Hoàng Liên Sơn
Ho Chi Minh City Thành phố Hồ
 Chí Minh
Hoi An Hội An
Hong Kong Hồng Kông, Hương
 Cảng
Hue Huế
Hungary Hung Gia Lợi

India Ấn Độ
Indian Ocean Ấn Độ Dương
Indochina Đông Dương
Indonesia Nam Dương, In-đô-nê-
 xi-a
Ireland Ái Nhĩ Lan (*formal*); Ai-len
 (*informal*)
Israel Do Thái
Italy Ý, Ý Đại Lợi

Japan Nhật, Nhật Bản, Nhật Bổn

Korea Đại Hàn

Lao Cai Lào Cai
Laos Lào
Latin America Mỹ La-Tinh
Little Saigon Sài Gòn Nhỏ

London Luân Đôn
Los Angeles Los, Lốt An-giơ-lét

Malaysia Mã Lai, Mã Lai Á
Mekong Delta Đồng bằng Sông
  Cửu Long, Đồng bằng Sông
  Mê-Kông
Mekong River Sông Cửu Long,
  Sông Mê-Kông
Mexico Mễ Tây Cơ (*formal*); Mễ,
  Mê-hi-cô (*informal*)
Middle East, the Trung Đông
Moscow Mạc Tư Khoa, Mát-xcơ-va
Myanmar (Burma) Miến Điện
My Tho Mỹ Tho

New York Nữu Ước
New Zealand Tân Tây Lan
Nha Trang Nha Trang
North America Bắc Mỹ
North Korea Bắc Hàn
North Pole Bắc Cực
Norway Na Uy

Orange County (California) Quận
  Cam

Pacific Ocean Thái Bình Dương
Paris Ba Lê, Pa-ri
Perfume River Sông Hương, Hương
  Giang
Phan Thiet Phan Thiết
Philippines Phi Luật Tân; Phi-líp-
  pin, Phi (*informal*)
Phnom Penh Nam Vang
Phu Quoc Island Đảo Phú Quốc
Poland Ba Lan
Portugal Bồ Đào Nha

Red River Sông Hồng, Hồng Hà
Red River Delta Đồng bằng Sông
  Hồng, Vùng châu thổ Sông Hồng
Russia Nga

Saigon Sài Gòn
San Francisco Cựu Kim Sơn; San
  Fran (*informal, colloquial*)
San Francisco Bay Area Vùng Vịnh
  Cựu Kim Sơn
Sapa Sa Pa
Scotland Tô Cách Lan (*formal*);
  Scốt-len (*informal*)
Singapore Tân Gia Ba; Sing-ga-po
  (*informal*)
South Africa Nam Phi
South America Nam Mỹ
South China Sea Biển Đông
Southeast Asia Đông Nam Á
South Korea Hàn Quốc, Nam Hàn
Soviet Union (former) Liên Xô
Spain Tây Ban Nha
Sweden Thụy Điển
Switzerland Thụy Sĩ

Taiwan Đài Loan
Thailand Thái Lan
Tibet Tây Tạng
Tokyo Đông Kinh; Tô-ky-ô
  (*informal*)
Turkey Thổ Nhĩ Kỳ

United Kingdom Vương Quốc Anh
United States of America Hiệp/Hợp
  Chủng Quốc Hoa Kỳ; Hoa Kỳ
  (*the U.S.*)

Vientiane Vạn Tượng, Viên Chăn
Vietnam Việt Nam
Vinh Long Vĩnh Long
Vung Tau Vũng Tàu

Washington, D.C. Hoa Thịnh Đốn
West, the Phương Tây
West Lake Hồ Tây
Western Europe Tây Âu

Appendix V

Numbers

Cardinal Numbers

1	một
2	hai
3	ba
4	bốn
5	năm
6	sáu
7	bảy
8	tám
9	chín
10	mười, chục
11	mười một
12	mười hai
13	mười ba
14	mười bốn
15	mười lăm (*Note that "lăm" is used instead of "năm."*)
16	mười sáu
17	mười bảy
18	mười tám
19	mười chín
20	hai mươi, hai chục (*Note that "mười" has changed its tone.*)
21	hai (mươi) mốt, hăm mốt (*Note that "một" has changed its tone, and is the same for 31, 41, 51, etc.; "hăm" is a shortened form of "hai mươi," used informally when counting from 21-29.*)
25	hai (mươi) lăm, hai (mươi) nhăm (*Note that "nhăm" is a variation of "lăm," and can be used in 35, 45, 55, etc.*)
30	ba mươi, ba chục
31	ba (mươi) mốt, băm mốt (*Note that "băm" is a shortened form of "ba mươi," used informally when counting from 31-39.*)

40	bốn mươi, bốn chục
44	bốn (mươi) bốn, bốn (mươi) tư (*Note that "tư" may be used in place of "bốn," and can be used in 24, 34, etc.*)
50	năm mươi, năm chục
60	sáu mươi, sáu chục
70	bảy mươi, bảy chục
80	tám mươi, tám chục
90	chín mươi, chín chục
100	một trăm
200	hai trăm
346	ba trăm bốn mươi sáu
408	bốn trăm linh tám, bốn trăm lẻ tám
500	năm trăm
1000	một nghìn/ngàn
2367	hai nghìn/ngàn ba trăm sáu mươi bảy

Ordinal Numbers

first	thứ nhất, thứ nhứt
second	thứ nhì, thứ hai
third	thứ ba
fourth	thứ tư
fifth	thứ năm
sixth	thứ sáu
seventh	thứ bảy
eighth	thứ tám
ninth	thứ chín
tenth	thứ mười
eleventh	thứ mười một
twelfth	thứ mười hai
thirteenth	thứ mười ba
fourteenth	thứ mười bốn
fifteenth	thứ mười lăm
sixteenth	thứ mười sáu
seventeenth	thứ mười bảy
eighteenth	thứ mười tám
nineteenth	thứ mười chín
twentieth	thứ hai mươi
thirtieth	thứ ba mươi

fortieth	thứ bốn mươi
fiftieth	thứ năm mươi
sixtieth	thứ sáu mươi
seventieth	thứ bảy mươi
eightieth	thứ tám mươi
ninetieth	thứ chín mươi
one hundredth	thứ một trăm

Fractions and Percentages

one-half	một phần hai, một nửa, phân nửa
one-third	một phần ba
one-fourth	một phần tư
percent	phần trăm
100 percent	một trăm phần trăm
50 percent	năm mươi phần trăm
1.2	1,2 một phẩy hai, một phết hai
4.5	4,5 bốn phẩy năm, bốn phết năm
3.4	3,4 ba chấm bốn
5.3	5,3 năm chấm ba

Note: Contrary to American usage, Vietnamese divide groups of thousands with periods instead of commas. For example, 100,000 is written as 100.000. Vietnamese also use a comma where Americans use a period. For example, 4.5 is written as 4,5.

www.ingramcontent.com/pod-product-compliance
Lightning Source LLC
Jackson TN
JSHW011357130125
77033JS00023B/730